विजय मल्ल्या – एक कहाणी

के. गिरीप्रकाश यांना वीस वर्षांहून अधिक काळ पत्रकारितेचा अनुभव आहे. वेगवेगळे विषय त्यांनी हाताळले आहेत. त्यात मद्य उद्योगाचाही समावेश आहे. बंगळुरु मध्ये द हिंदू बिझनेस लाईन वृत्तपत्राचे ब्युरो चीफ आणि डेप्युटी संपादक म्हणून ते कार्यरत आहेत. त्याआधी ते बिझनेस स्टँडर्ड या वृत्तपत्राचे ब्युरो चीफ होते. नवी दिल्ली येथे 'रॉयटर्स' आणि 'द पायोनियर' साठी त्यांनी काम केले होते. सध्या ते पत्नी आणि मुलासह बंगळूरुमध्ये वास्तव्यास आहेत.

विजय मल्ल्या - एक कहाणी

के. गिरीप्रकाश
अनुवाद - सायली गोडसे

VISHWAKARMA PUBLICATIONS
VP

विजय मल्ल्या – एक कहाणी

The Vijay Mallya Story
First Published In English By : Penguin Books India 2014

प्रथमावृत्ती– मे २०१५

© के. गिरिप्रकाश

ISBN 978-93-83572-51-9

प्रकाशक
विश्वकर्मा पब्लिकेशन्स
२८३, बुधवार पेठ, सिटी पोस्टाजवळ, पुणे ४११००२.
दूरध्वनी: +९१–२०–२०२६ ११५७, २४४४ ८९८९
ई मेल: info@vpindia.co.in
वेबसाईट: www.vpindia.co.in

अनुवाद
सायली गोडसे

मुखपृष्ठ व अक्षरजुळणी
मेघनाद देवधर – विश्वकर्मा पब्लिकेशन्स

हे पुस्तक मी माझ्या पालकांना अर्पण करत आहे.

अनुक्रमणिका

१. एका सम्राटाचा उदय

'तुम्ही ठीक आहात, विठ्ठल?'

आपल्या व्यक्तिमत्त्व आणि कर्तृत्वाचा दरारा असलेली ती बडी असामी अगदी शांत पहुडलेली होती. बाँबे (आताचे मुंबई)च्या ताज हॉटेलमध्ये सगळीकडे दु:खाची छाया पसरली होती. हॉटेल कर्मचाऱ्यांपैकी काहींची इकडेतिकडे पळापळ सुरु होती. अचल झालेल्या विठ्ठल मल्ल्यांच्या आजूबाजूला अभ्यागत मंडळींची गर्दी जमा झाली होती. कोणालाच काहीच प्रतिक्रिया देणं शक्य होत नव्हतं.

'खूप आधीच आपली पार्टी साजरी व्हायला हवी होती. बघ, आता काय झालं ते,' पार्ट्यांसाठी आसुसलेला एक जण अंत्यसंस्काराला जाण्याच्या तयारीत असताना आपल्या मित्राकडे तक्रार करत होता. जणू काही पार्टी आधी उरकली असती तर बहुदा विठ्ठल मल्ल्या वाचलेच असते असं त्याच्या

बोलण्यावरुन प्रतीत होत होतं. परंतु एरव्ही 'लेट नाईट पार्टीज' या जशा अखंड उशीरापर्यंत सुरु असतात तशीच १२ डिसेंबर १९८३ ची ती रात्रही जणू कधीही न संपणारी अशीच वाटत होती.

मल्ल्यांना मृत घोषित करण्यासाठी डॉक्टर एकत्र आले होते. अठ्ठावन्न वर्षांच्या या उद्योगसम्राटाला हृदयविकाराचा दुसरा तीव्र झटका आला होता आणि त्यातच त्यांचं अकस्मात निधन झालं. चष्मा वापरणाऱ्या अगदी साध्या व्यक्तिमत्वाच्या या माणसाला त्याला भेटणाऱ्या प्रत्येक व्यक्तीकडून खूप आदर मिळत होता. आयुष्यभर सतत अत्यंत कार्यमग्न असलेल्या या माणसाने वय वाढलं तरी देखील कामाचा झपाटा मात्र जरासुद्धा कमी केलेला नव्हता.

विठ्ठल मल्ल्यांच्या मृत्यूनंतर दुसऱ्या दिवशी त्यांचे कर्मचारी, मित्रमंडळी आणि नातेवाईकांना अंत्यदर्शन घेता यावं म्हणून त्यांचं पार्थिव बंगलोरच्या (आताचे बंगळुरु) ग्रँट रोडवरील ब्रुवरी हाऊस येथे युनायटेड ब्रुवरीजच्या अधिकृत मुख्यालयात आणण्यात आलं. त्यांचा मुलगा विजय हा तेव्हा न्यूयॉर्कमध्ये होता. कंपनीच्या आंतरराष्ट्रीय व्यवहारांसाठी तो तिथे असतानाच त्याला ही दुःखद वार्ता समजली. विजय मल्ल्या त्या वेळेला केवळ २८ वर्षांचे होते. ही बातमी ऐकून ते हादरुनच गेले. आपल्या निवर्तलेल्या वडिलांविषयी त्यांच्या मनात भावनांचा गोंधळ उडालेला होता. आपल्यासमोर आता काय भविष्य वाढून ठेवलंय या विचारांनी त्यांना ग्रासून टाकलं होतं. लगेचच्या विमानाने ते घरी यायला निघाले. 'सगळी जबाबदारी धडामकन आपल्यावर येऊन कोसळली आहे, याची मला त्या दिवशी एकदम जाणीव झाली,' आपल्या आजवरच्या प्रवासाविषयी नंतर एकदा बोलत असताना या प्रसंगाबद्दल त्यांनी हे भाष्य केलं.

परत आल्यानंतर त्यांची भेट त्यांची सावत्र आई रितू हिच्याबरोबर झाली. विजयची आई ललिता यांच्याशी घटस्फोट घेतल्यानंतर विठ्ठल मल्ल्या यांनी रितू यांच्याशी विवाह केला होता. एक काहीसं अवघडलेपण या पिता पुत्रांच्या नात्यात

बहुदा कायमच होतं पण सार्वजनिक जीवनात मात्र कधीही त्यांच्यातल्या मतभेदांचे दर्शन झालं नव्हतं.

विजयने लगेच आपल्या पित्याच्या अंत्यसंस्कारांची तयारी करण्याची जबाबदारी पेलायला सुरुवात केली. तर त्याचवेळी कॉर्पोरेट क्षेत्राने या प्रचंड उद्योगसाम्राज्याचा भार मल्ल्यांच्या अननुभवी मुलाला पेलणार का; की आता उद्योगसमूहाचे विभाजन होणार, अशाप्रकारे या उद्योगसाम्राज्याच्या भवितव्याबद्दल तर्कवितर्क करायला सुरुवात केली. दुःखद घटनांचा काळ हा खरतर सुतकाचा. पण उद्योगव्यवसायातल्या कुटुंबांसाठी दुर्दैवाने पुढील योजना काय हे ठरविण्याचाच तो प्रसंग असतो.

देवी आणि डॉ (लेफ्टनंट कर्नल) बंटवाल गणपती मल्ल्या यांचे पुत्र म्हणजे विठ्ठल मल्ल्या यांचा जन्म ८ फेब्रुवारी १९२४ रोजी ढाका (आता बांग्लादेशमध्ये) येथे झाला. तीन मुलांमध्ये ते सर्वात धाकटे. असं मानलं जातं की विजय मल्ल्या यांनाही आपल्या आजोबांप्रमाणे डॉक्टर व्हायची इच्छा होती पण परिस्थितीनेच त्यांना तसं होण्यापासून रोखलं.

विठ्ठल मल्ल्या यांचं शिक्षण डेहराडूनच्या अत्यंत प्रतिष्ठेच्या मानल्या जाणाऱ्या 'डून स्कूल'मध्ये झालं आणि त्यानंतरचं महाविद्यालयीन शिक्षण त्यांनी कलकत्त्याच्या (सध्याचे कोलकाता) प्रेसिडेन्सी महाविद्यालयातून पूर्ण केलं. या काळातील त्यांची शैक्षणिक गुणवत्ता निर्विवाद वादातीत होती. कॉर्पोरेट क्षेत्रात वा इतरत्र कुठेही विठ्ठल मल्ल्या यांना अगदी आरामात भरपूर चांगल्या पगाराची नोकरी सहज मिळू शकत होती परंतु त्यांनी मात्र उद्योजक बनण्याचा मार्ग निवडला.

आपला स्वतःचा व्यवसाय सुरु करण्यासाठी त्यांनी सुरुवातीला बरेच प्रयत्न केले आणि अखेरीस जेव्हा एका मद्य बनविणाऱ्या कंपनीचा ताळेबंद ते तपासत होते

तेव्हा त्यांचं लक्ष या उद्योगक्षेत्राकडं वळलं. एखाद्याने जर अत्यंत व्यावसायिक पध्दतीने मद्यउद्योगाचा व्यवसाय चालविला तर या उद्योगातून खूप चांगला फायदा होऊ शकतो हे चाणाक्ष विठ्ठल मल्ल्यांच्या लक्षात आलं. या कंपनीतून निर्माण होणारा नफा इतर उद्योगक्षेत्रांत विभागून वापरता येऊ शकतो आणि त्यातून मोठ्या प्रमाणावर भांडवलाची उभारणी करता येऊ शकते याचीही त्यांना जाणीव झाली. वैविध्यता असलेला असा एक मोठा उद्योगसमूह उभारण्याची विठ्ठल यांची महत्वाकांक्षा होती. खरेतर, आपल्या उत्कर्षाच्या काळात त्यांनी जी संपत्ती, भांडवल निर्माण केलं त्याचीच मदत त्यांच्या मुलाला त्याच्या विविध प्रकारच्या उद्योगक्षेत्रासाठी निधी स्त्रोत उभारण्यासाठी झाली.

१९१५ मध्ये स्थापना झालेल्या आणि तेव्हा ब्रिटिशांकडून चालविल्या जात असलेल्या युनायटेड ब्रुवरीज लिमिटेड या कंपनीने त्वरित त्यांचं लक्ष वेधून घेतलं. सुरुवातीच्या काळात म्हणजे साधारण एकोणिसाव्या शतकाच्या मध्यात ब्रिटिश सहकाऱ्यांना मोठ्या प्रमाणावर बिअर पुरविण्याचं काम ही कंपनी करायची. खूप आधीपासूनच मल्ल्यांनी युनायटेड ब्रुवरीजचे समभाग (शेअर्स) विकत घ्यायला सुरुवात केली होती. दोन वर्षांच्या कालावधीत त्यांच्याकडे कंपनीचे पुरेसे समभाग जमा झालेले होते. जर गोष्टी अशाच सुरू राहिल्या असत्या तर वर्षानुवर्षे कंपनीकडून त्यांना नियमित चांगले लाभांश मिळत राहिले असते परंतु सुदैवाच्या एका फेऱ्याने त्यांचे विश्व पारच बदलून गेले.

१९४७ मध्ये भारताला स्वातंत्र्य मिळाल्यानंतर जे ब्रिटिश भारतात व्यवसाय करत होते त्यांच्यापैकी बहुतेकांनी आपल्या मायभूमीत परत जाताना आपल्या कंपन्या तशाच सोडून दिल्या. युनायटेड ब्रुवरीजच्या बाबतीत मल्ल्यांच्या बुध्दिमत्तेने प्रभावित होऊन व्यवस्थापनाने कंपनीची सूत्रे त्यांच्याहाती सोपवली. त्यामुळे वयाच्या बावीसाव्या वर्षी विठ्ठल मल्ल्या एका मोठ्या कंपनीचे प्रमुख बनले. आणि अशाप्रकारे मद्य उद्योगासोबतच्या त्यांच्या वाटचालीला सुरुवात झाली.

युनायटेड ब्रुवरीजची सूत्रे स्वीकारल्यानंतर चार वर्षांनी मल्ल्यांनी त्यांची पहिली लक्षणीय कामगिरी केली : मद्रासस्थित(सध्याचे चेन्नई) एक कंपनी मॅक्डॉवेल अँड कंपनी लिमिटेड आपल्या ताब्यात घेतली. त्या काळात मॅक्डॉवेल ही परदेशी मद्याचे ब्रँड, चहा आणि तंबाखूजन्य उत्पादनांची आयातदार कंपनी होती.

अविकसित क्षेत्र/मागास विकास योजनेचा भाग म्हणून १९५९ मध्ये मल्ल्या यांनी केरळ मध्ये कंपनीची पहिली डिस्टीलरी (मद्यार्क कारखाना) स्थापन केली. मूल्यवर्धन करताना परदेशी मद्य अर्कांच्या (कॉन्सनट्रेट्स) रुपात काही परदेशी ब्रँड्सची स्थानिक पातळीवर निर्मिती करण्यासंदर्भातील एक महत्त्वपूर्ण करारही त्यांनी त्या ब्रँड्सच्या मालकांबरोबर केला. परदेशी मद्यकंपन्यांच्या या भारतीय उपकंपन्यांचे विपणन 'इंडियन मेड फॉरेन लिकर (आयएमएफएल)– भारतीय बनावटीचे परदेशी मद्य' असे करण्याचे ठरविताना मल्ल्यांच्या बुध्दिमत्तेची चुणुक पुन्हा एकदा दिसून आली. अगदी आजही बहुतांश स्थानिक मद्य उत्पादकांकडून ही संकल्पना वापरली जाते. मॅक्डॉवेल्स ब्रँडी सारख्या ठराविक मद्य उत्पादनांना 'नंबर १' असे खास नामांकन देण्याची सुरुवातही मल्ल्यांनीच केली.

सध्याच्या काळातली ही एक अगदी लोकप्रिय संकल्पना बनलेली आहे. आपल्या काही निवडक उत्पादनांसाठी देशभरातील मद्यनिर्मात्यांकडून या संकल्पनेचा वापर केला जातो. आंध्रप्रदेश आणि गोवा येथे 'ग्रीनफिल्ड डिस्टीलरीज'ची उभारणी करुन मल्ल्यांनी त्यांच्या व्यवसायाचा आणखी विस्तार केला. उत्तर प्रदेश, पश्चिम बंगाल आणि बांग्लादेश मध्ये डिस्टीलरीज असलेल्या कॅन्यू अँड कंपनी सारख्या कंपन्या त्यांनी हस्तगत केल्या. कोलकता येथील फिप्सन अँड कंपनीही ताब्यात घेतली. तिथेच त्यांचा मुलगा विजय याने पुढील काळात कीर्ती संपादन केली. विजय जेव्हा अठरा वर्षांचा झाला तेव्हा त्यांनी त्याची मॅक्डॉवेल अँड कंपनीच्या संचालकपदी नेमणूक केली.

१९७७ च्या लोकसभा निवडणुकांमध्ये इंदिरा गांधी यांच्या काँग्रेस पक्षाचा पराभव

करुन नवीन सरकार सत्तेत आलं आणि विठ्ठल मल्ल्या यांच्या समोरील अडचणी मोठ्या प्रमाणावर वाढल्या. तत्कालीन नवनियुक्त पंतप्रधान मोरारजी देसाई यांची विचारसरणी ही गांधीजींच्या तत्त्वज्ञानावर आधारलेली होती. त्यांनी सरसकट देशभरात दारुबंदीचा निर्णय लागू केला. भारत देशात सर्वत्र मद्यविक्रीवर संपूर्ण बंदी असा त्या निर्णयाचा सरळसोट अर्थ होता. या निर्णयामुळे मद्यार्क उद्योगाचे मालक, मद्यउत्पादक हे संपूर्णपणे दिशाहीन झाले. त्यांच्या अवघ्या व्यवसायाचे भवितव्यच अंध:कारमय झाले. त्यांच्यापैकी अनेकांनी अक्षरश: कवडीमोल किंमतीत आपले उद्योग विकायला सुरुवात केली. ही बंदी आता काही मागे घेतली जाणार नाही, असेच त्यांच्यापैकी बहुतेकांना वाटत होते. परंतु सरकार या प्रकारचे धोरण फार काळ राबवू शकणार नाही, अशी मल्ल्या यांची मात्र पक्की खात्री होती. कारण त्यामुळे देशात हलक्या दर्जाच्या आणि बनावट दारुविक्रीचं पेव फुटलं असतं आणि मग फार ताणून न धरता लवकरच सरकारला दारुविक्रीवरील बंदी उठवण्यावाचून गत्यंतर राहिलं नसतं.

त्यामुळे सध्या कमी किंमतीत मिळणाऱ्या कंपन्या एकएक करत आपल्या ताब्यात घ्यायला, खरेदी करायला त्यांनी सुरुवात केली. लवकरच त्यांच्या पोर्टफोलिओमध्ये नऊ कंपन्यांचा समावेश झाला. त्यापैकी काही कंपन्या तर अक्षरशः कवडीमोल किंमतीला त्यांच्या पदरात पडल्या होत्या.

मल्ल्यांचा जसा अंदाज होता त्याचप्रमाणे अखेरीस ही बंदी उठली. दोन वर्षांनंतर लगेचच देसाई सरकारचा पराभव झाला आणि इंदिरा गांधी पुन्हा सत्तेत आल्या. त्यांनी आपलं धोरण मागे रेटण्याच्या वेळेपर्यंत मल्ल्यांनी देशातील बहुतांश मद्य कंपन्या स्वत:च्या ताब्यात घेऊन टाकल्या होत्या. त्या काळात उत्तरेतील मोहन मेकिन आणि पूर्वेकडील शॉ वॉलेस हेच युनायटेड ब्रुवरीजचे सर्वात मोठे स्पर्धक उरले होते. भारतात आशियातील पहिली ब्रुवरी उभारण्याचे श्रेय मोहन मेकिनकडेच जाते. अर्थात कालपरत्वे मोहन मेकिन हळूहळू बाजारपेठेतून बाजूला

पडत चालली होती तर अखेरीस कालांतराने मल्ल्यांच्या मुलाने शॉ वॅलेस ताब्यात घेतली.

विठ्ठल यांच्या यशाकडे आता कॉर्पोरेट जगताचं लक्ष जायला लागलं होतं. वस्त्रोद्योगातील अनभिषिक्त सम्राट म्हणून उदयाला आलेल्या धीरुभाई अंबानी यांनी त्यावेळी मुंबईवर आपला निर्विवाद ठसा उमटविला होता. त्यापाठोपाठ आता मल्ल्या कॉर्पोरेट जगताच्या पटलावर चमकायला लागले होते. मासिकांनी 'टेकओव्हर टायकून' (कंपन्या ताब्यात घेणारा उद्योगसम्राट) अशी उपाधीही त्यांना बहाल केली होती. परंतु केवळ मद्यप्रक्रिया आणि मद्यार्क व्यवसायाचा विस्तार करण्यातच मल्ल्या समाधानी नव्हते.

मद्यउद्योगापासून, अन्नउद्योग ते थेट औषधनिर्माण उद्योगापर्यंत वेगवेगळ्या क्षेत्रातल्या कंपन्या उभारुन वैविध्यपूर्ण उद्योगसमूह निर्माण करावा असं त्यांचं उद्दिष्ट होतं. आपली ही महत्वाकांक्षा पूर्ण करण्यासाठी त्यांनी चॉकलेट उद्योगातील दिग्गज कंपनी कॅडबरी ; जॅम्स आणि सॉस बनविणारी कंपनी किसान ; डिपीज् जेली क्रिस्टल बनविणारी हर्बटसन्स अशा त्याकाळात अतिशय लोकप्रिय असलेल्या उत्पादनांच्या कंपन्यांचे शेअर्स जमा करायला सुरुवात केली. लोणची आणि आंब्याचे पदार्थ बनविणारी केरळस्थित डाल्को कॅनिंग्ज कंपनीही त्यांनी ताब्यात घेतली. ताब्यात घेतलेल्या कंपन्यांमुळे आधीपासूनच दणकट बनलेल्या त्यांच्या पोर्टफोलिओत आणखी एका कंपनीची भर पडली. दुसरीकडे औषधनिर्माण क्षेत्रातल्या कंपन्यांचे समभाग घ्यायलाही त्यांनी सुरुवात केली. होएश्ट्(सध्याची सनोफी), रसेल फार्मा, जम्मू आणि काश्मीर मधील श्रीनगर येथे कार्यक्षेत्र असलेली आयकेअर कंपनी ऑप्ट्रिक्स आणि हिंदूस्थान पॉलिमर्स यांचे शेअर्स त्यांनी घेतले.

थोड्याच कालावधीत विठ्ठल मल्ल्या यांनी त्यांच्या उद्योगसमूहाचं साम्राज्य वेगानं आणि प्रचंड प्रमाणावर विस्तारीत केलं. पण या सगळ्या कंपन्या, त्यांचे समभाग

ताब्यात घेत असताना मल्ल्या यांची नुसती औद्योगिक दूरदृष्टीच दिसून येते असं नाही तर पैशांबाबत अत्यंत काटेकोर असलेल्या, मिळत असलेल्या उदंड पैशांचा विनियोग देखील अत्यंत काळजीपूर्वक करणाऱ्या एका व्यवहारी व्यक्तीचेही दर्शन घडते. मल्ल्या दररोज प्रत्येकन् प्रत्येक इनव्हॉईस (बिलाची पावती) बघत, त्यातील आकडेमोड तपासत. त्या बिलांमध्ये एका नया पैशाची गफलत जरी आढळली तरी ते ताबडतोब आपल्या सचिवांपैकी (आणि ते तिघे होते: लोबो, गोविंदन आणि के.राव) एखाद्याला बोलावून तत्काळ त्या गोष्टीची खातरजमा करायला लावत.

यू. बी. भट यांनी या दोघा पितापुत्रांसोबत काम केले होते. ते सांगतात की विठ्ठल मल्ल्या कंजूष – कवडीचुंबक होते असं काहींना वाटायचं परंतु त्यांच्या काटकसरी स्वभावाचे कर्मचारी आणि भागधारकांना खूप कौतुक होतं. कोणत्याही प्रकारची उधळपट्टी ही बाब व्यवस्थापनाकडून खपवून घेतली जाणार नाही याची कंपनीतल्या प्रत्येकाला जाण होती असं भट सांगतात. 'आपल्या कंपनीचा अध्यक्ष जर पैशांबाबत इतका काळजीवाहू असेल तर त्यांच्या हाताखाली काम करणाऱ्या प्रत्येकानं पैशाचं मोल जाणलंच पाहिजे, त्याबाबत काळजीपूर्वकच रहायला पाहिजे हा संदेश अगदी योग्य प्रकारे सर्वांपर्यंत पोहोचलेला होता.'

एका प्रसंगी मल्ल्यांच्या सोबत मुंबईला गेलेल्या व्यवस्थापकानं त्यांना हॉटेल ताजमहाल या पंचतारांकित हॉटेल मधून बाहेर पडल्यानंतर खूप वेळ तेथील बिल तपासताना पाहिलं. त्यानंतर त्यांनी त्यांच्या मनगटी घड्याळातच असलेल्या कॅलक्युलेटरवर काही आकडेमोड करतानाही पाहिलं. त्यानंतर काही काळानं ते जेव्हा गोव्यातल्या पणजी इथल्या आणखी एका पंचतारांकित हॉटेल मधून बाहेर पडले तेव्हाही पुन्हा असाच प्रसंग घडला. एव्हाना तो व्यवस्थापक पुरता गोंधळून गेला होता. विमानतळावर परतत असताना सगळा धीर एकवटून अखेर त्यानं आपल्या साहेबांना ते प्रत्येक बिलात एवढं काय आणि का तपासतात असं

विचारण्याचं धाडस केलंच. 'सर, पंचतारांकित हॉटेलं तुम्हांला फसवू शकतील असं वाटतं का तुम्हांला?' त्यानं विचारलं. त्यावर मल्ल्यांचं उत्तर होतं की, ''जे पैसे मी खर्च करतोय ते कंपनीच्या भागधारकांचे आहेत आणि त्यांच्या कंपनीचाा मी निव्वळ एक काळजीवाहक आहे. त्यामुळे लोकांचे पैसे वापरत असताना तर दुपटीने काळजी घ्यायलाच पाहिजे.'' एक हुशार आणि धोरणी उद्योजक असण्याच्या जोडीला विठ्ठल मल्ल्या हे कमालीचे सद्वर्तनी आणि न्यायी साहेबही होते. अहमदाबादच्या आयआयएम मधून पदवी प्राप्त केलेले भट १९७८ मध्ये युनायटेड ब्रुवरीजमध्ये रुजू झाले. स्वत: मल्ल्यांनी त्यांची मुलाखत घेतली होती. भट यांच्या नेमणूक पत्रात ते ज्या दिवशी कामावर रुजू होतील त्या दिवसापासून त्यांना कार्यालयाची गाडी मिळेल असं नमूद करण्यात आलं होतं. असं असलं तरी, त्यांच्यासाठीची अँम्बेसॅडर मोटार त्यांना आठवडाभरानं मिळेल असं त्यांना कामाच्या पहिल्या दिवशी सांगण्यात आलं.

१९९० च्या अगदी अखेरीपर्यंत कॉर्पोरेट भारतात मोटार ही गोष्ट ऐषाआरामाचीच मानली जात होती. मोटार मिळायला महिने लागायचे. पश्चिम बंगाल मध्ये ॲम्बेसॅडरचे उत्पादन करणाऱ्या हिंदुस्थान मोटर्स सारख्या खाजगी क्षेत्रातील कंपन्यांना मागणी वाढत असली तरी क्षमता विस्तार करण्याची परवानगी सरकारी धोरणांतून मिळायची नाही.

भट यांच्या कामाचा पहिला दिवस संपल्यानंतर ते आपल्या मित्रासोबत घरी निघण्याच्या तयारीत असतानाच विठ्ठल मल्ल्यांनी त्यांना हाक मारली. 'तुम्हांला घरी जायला कार आहे ना,' अशी विचारणा मल्ल्यांनी केली. भट यांना त्यांची मोटार मिळण्यासाठी अजून आठवडा लागेल हे जेव्हा त्यांना समजलं तेव्हा त्यांची ॲम्बेसॅडर मोटार मिळेस्तोवर त्यांनी तत्काळ स्टँडर्ड हेरॉल्ड ही त्यांची स्वत:ची मोटार भट यांच्या दिमतीला देण्याची सूचना आपल्या सचिवांना केली.

भट जेव्हा कामावर रुजू होतील त्या दिवसापासून त्यांना मोटार मिळेल असं

कंपनीने त्यांना आश्वासन दिलं होतं. एकदा दिलेलं वचन पाळलं गेलंच पाहिजे यावर मल्ल्या यांचा कटाक्ष होता. 'तुमचा बॉस जेव्हा अशा प्रकारे काटेकोरपणे वागत असतो तेव्हा आपसूकच तुमच्याकडूनही कंपनीला १०० टक्के योगदान दिलंच जातं,' भट नंतर एकदा आपल्या सहकाऱ्याला ही गोष्ट सांगत होते.

कोणताही कर्मचारी, मग तो दुसरी कंपनी ताब्यात घेतल्यानंतर मंडळावर आलेला असला तरीही कधीही विनापगार गेला नाही. काही कंपन्यांमध्ये अंतर्गत परिस्थिती कितीही गंभीर असली तरीही. मल्ल्या जरी प्रसिध्दीपराङ्मुख असले, मितभाषी म्हणून प्रसिध्द असले तरी वेगवेगळ्या समारंभांप्रसंगी आपल्या व्यवस्थापकांनी त्यांच्या घरी बोलावल्यावर ते त्यांच्या निमंत्रणाला कधीच नकार द्यायचे नाहीत. 'जेव्हा ते आमच्या घरी यायचे तेव्हा संपूर्णपणे वेगळी व्यक्ती असायचे. ते विनोद सांगायचे, सगळ्यांमध्ये मिळून मिसळून मौजमस्ती करायचे आणि एवढंच नाही तर त्यांच्या घरी पोहोचण्याआधी त्यांची वाईन कशाप्रकारे सादर केलेली त्यांना आवडेल याच्या सूचनाही द्यायचे,' एक जुने सहकारी आठवण सांगत होते.

अत्यंत काटेकोर असणारे विठ्ठल मल्ल्या कायद्याच्या चौकटीत राहूनच काम करण्यासाठी ओळखले जायचे. जेव्हा ते परदेशात जायचे आणि सरकारकडून मंजूर झालेले सगळे परकीय चलन जर ते खर्च करु शकलेले नसतील तर परत आल्यानंतर ते तत्काळ उरलेली रक्कम सरकारकडे जमा करायचे. खोट्या प्रतिष्ठेचा बाऊ न करता जेव्हा जेव्हा ते प्रवास करायचे तेव्हा परदेशांतील वितरकांकरताची टपालं स्वतः घेऊन जायचे. मग आपल्या हॉटेलवर ते त्या वितरकांना बोलवायचे आणि स्वतः सगळे टपाल त्यांच्याकडे सुपूर्द करायचे.

विठ्ठल मल्ल्या यांच्या व्यवसायात वरिष्ठ-कनिष्ठ असा भेद जवळपास नव्हताच. आताच्या काळात ज्याला समतल संस्था रचना (फ्लॅट ऑर्गनायजेशन) म्हणतात तशीच रचना होती. बहुतांश वरिष्ठ व्यवस्थापक थेट मल्ल्यांना किंवा ब्रुवरी आणि

डिस्टिलरी अशा दोन्ही विभागांचे प्रमुख असलेल्या एम.श्रीनिवास राव या मल्ल्या यांच्या अगदी विश्वासू निकटवर्तीय सहकाऱ्याला रिपोर्टिंग करायचे.

परंतु तरुण विजय मल्ल्या यांनी जेव्हा उद्योगसमूहात प्रवेश केला तेव्हा त्यांचे पिता विठ्ठल मल्ल्या यांनी ते स्वत: आणि बाकीच्यांमध्ये एक रेषा तयार केली. सगळ्या वरिष्ठ व्यवस्थापकांना त्यांनी राव आणि विजय यांना त्यांचे अहवाल सादर करावेत अशा सूचना दिल्या.

जेव्हा सगळी सूत्रे विजय मल्ल्या यांच्या हातात आली तेव्हा त्यांनी ही रचना संपूर्णपणे बदलली. नवीन अर्थव्यवस्था रचना मनात ठेऊन कंपनीचं व्यावसायिकीकरण करताना विजय यांनी कॉर्पोरेट व्यवस्थापकीय रचनेचा अवलंब कंपनीत केला. प्रत्येक तुकडीला आता अध्यक्ष, उपाध्यक्ष आणि व्यवस्थापक होते आणि त्या सगळ्यांना त्यांच्या कामाच्या भूमिका स्पष्टपणे सांगण्यात आल्या होत्या.

कोलकता येथे स्थायिक झालेल्या ललिता रामय्या आणि विठ्ठल मल्ल्या या दाम्पत्याला १८ डिसेंबर १९५५ रोजी विजय हे पुत्ररत्न प्राप्त झालं. विजय यांचं शालेय शिक्षण प्रतिष्ठित ला मार्टिनीर स्कूल मध्ये झालं. त्यानंतर सेंट झेवियर्समधून वाणिज्य शाखेची पदवी त्यांनी प्राप्त केली. ला मार्टिनीर शाळेत त्यांना जो अनुभव मिळाला त्यावरुन वियज मल्ल्यांचं बहुतांश करुन व्यक्तिमत्व घडलं.

‘मी आज जो काही आहे ते शाळेत मला अवांतर गोष्टींमधून जे ज्ञान मिळालं त्यामुळे आहे. बाहेर पडून जगाशी सामना करायला त्यामुळे मला मदत झाली.’ २०११ मध्ये शाळेच्या १७६ व्या संस्थापकदिनी केलेल्या भाषणात मल्ल्या यांनी हे नमूद केलं होतं.

त्यांच्या एका वर्गमित्राच्या म्हणण्यानुसार, शिक्षक, प्राचार्य यांच्यासह शाळेतल्या

प्रत्येकाला विजय हा उद्योगसम्राट विठ्ठल मल्ल्या यांचा मुलगा आहे हे ठाऊक होतं. सर्वसाधारण टगेगिरी करणारी मुलं त्याच्यापासून सुरक्षित अंतर राखून होती पण त्याच्या या बड्या घराचा कोणताही प्रभाव त्याच्या शिक्षकांवर नव्हता. जेव्हा जेव्हा गरज पडेल तेव्हा त्याला शिस्त लावण्यापासून कोणतीही गोष्ट त्यांना रोखून ठेवायची नाही.

आपल्या शाळेच्या हॅस्टिंग्ज क्लबविषयी मल्ल्या यांना सार्थ अभिमान होता. कालांतराने ते त्या क्लबचे कर्णधारही बनले होते. या क्लबचा ध्वज लाल रंगाचा होता. आपल्या अधिपत्याखालील प्रत्येक गोष्ट लाल रंगाची असावी असं जे त्यांचं आज लाल रंगाविषयीचं प्रेम आहे त्याचं मूळ यात शालेय जीवनात आहे. विजय मल्ल्या यांना शाळेत वरिष्ठ असलेले अनिल मुखर्जी आपली आठवण सांगतात. लांब केस ठेवल्याबद्दल एकदा त्यांनी मल्ल्यांना घरी परत पाठविलं होतं आणि केस कापून मगच परत यायची सूचना केली होती. क्लबचे कर्णधार म्हणून कार्यरत असताना आपल्या कार्यकालाच्या अखेरीस मुखर्जी यांनी तरुण मल्ल्यांकडेच कर्णधारपदाची धुरा सोपवली.

क्रीडा विषयात विजय मल्ल्या यांना रस होताच. त्या जोडीला शाळेत आयोजित करण्यात आलेल्या विविध स्पर्धांमध्येही ते भाग घ्यायचे. काही स्पर्धांमध्ये त्यांनी पदकेही जिंकली होती. बराचसा काळ विजय हा सर्वसाधारण सरासरी विद्यार्थ्यांच्या वरच्या पातळीवरील होता. वर्गात ते कधी प्रथम क्रमांकावर नव्हते. परंतु जेव्हा त्यांच्या वडिलांनी त्यांना उत्साहपूर्ण, प्रोत्साहन देणारे बोल सुनावले तेव्हा शिक्षणाकडे बघण्याचा त्यांचा दृष्टिकोनच बदलला.

विठ्ठल मल्ल्या शाळेत असताना एक अत्यंत बुध्दिमान विद्यार्थी म्हणून नावाजलेले होते. त्यामुळे आपल्या मुलाचा असा सहज, सडाफटिंग दृष्टिकोन त्यांच्या पचनी पडणं शक्यच नव्हतं. आपल्या त्याच्याकडून नेमक्या काय अपेक्षा आहेत हे सांगण्यासाठी त्याच्याबरोबर बसून मनातलं सगळं बोलण्याचा निर्णय त्यांनी

घेतला. त्याला जीवनात जर काही करुन दाखवायची इच्छा असेल तर त्याचा पाया शाळेतच घातला गेला पाहिजे हे त्यांनी विजयला स्पष्टपणे सांगितलं. सगळ्याच विषयांत पक्क्या असलेल्या विद्यार्थ्यांपेक्षा अधिक गुण तो कसे काय मिळविणार या शंकेने त्यांना घेरुन टाकलं होतं. विजयने त्याच्या आईकडे याचा निषेध नोंदविला, गोंधळही घातला पण त्यामुळं काहीच फरक पडगार नव्हता. विजय मल्ल्यांनी स्वत:लाच पुन्हा एक संधी द्यायचं ठरवलं आणि झपाट्यानं काम करायला सुरुवात केली. आपल्या कामगिरीत सुधारणा होत आहे हे त्यांना लगेचच जाणवलं. लवकरच आपल्या वर्गात प्रथम क्रमांक मिळवायला त्यांनी सुरुवात केली. पुढे तर वरिष्ठ पातळीवरच्या केंब्रिज परीक्षांमध्ये त्यांनी संपूर्ण राज्यात प्रथम क्रमांक पटकावला.

आपल्याला जे यश साध्य झालं त्यामध्ये शाळेतल्या शिक्षकांचं योगदान खूप मोठं असल्याचं मल्ल्या यांनी आजवर अनेक कार्यक्रमांतून सांगितलेलं आहे. ला मार्टिनिअर शाळेच्या १७६व्या वार्षिक समारंभप्रसंगी केलेल्या भाषणात मल्ल्या यांनी चाकोरीबाहेरचा विचार करण्याची त्यांची क्षमता आणि सर्वोत्तम संवाद कौशल्ये हा त्यांना शाळेत प्राप्त झालेल्या प्रशिक्षणाचाच परिणाम असल्याचं नमूद केलं होतं. 'तुम्ही जर चांगल्या प्रकारे संवाद साधू शकत असाल तर अर्धी लढाई तुम्ही तिथेच जिंकलेली असते. इतरांपेक्षा तुम्हांला या गोष्टीचा अधिक चांगला लाभ मिळतो. अनेक कामं अर्ध्यातूनच सोडून दिली जातात कारण लोकांना स्वतःबद्दलच आत्मविश्वास नसतो.'

इतर काही गुणांसाठीही मल्ल्या त्यांच्या शाळेत प्रसिध्द होते. जेव्हा जेव्हा ते शाळेत त्यांच्या स्टँडर्ड हेरॉल्ड कारने यायचे तेव्हा तेव्हा गाडीचा सायलेन्सर काढलेला असायचा. त्यामुळे मोठ्ठा आवाज यायचा आणि लगेचच सगळ्यांचं लक्ष त्यांच्याकडे जायचं. लक्ष वेधून घेण्याच्या त्यांच्या या स्वभावाने नंतरही मल्ल्या यांची व्यावसायिक करिअरमध्ये अवाढव्य – 'लार्जर दॅन लाईफ' अशी प्रतिमा

निर्माण केली. मल्ल्यांनी कोणतीही गोष्ट केली की त्याला प्रसारमाध्यमांतून वारेमाप प्रसिध्दी मिळते. एकदा त्यांनी एका पत्रकाराला सांगितलं होतं, की ते स्वतःच त्यांच्या ब्रँडचे सर्वात मोठे ब्रँड अँबेसॅडर आहेत.

सेंट झेवियर्स महाविद्यालयातून वाणिज्य शाखेची पदवी मिळविल्यानंतर विजयने आता व्यवसायातील धागेदोरे समजून घ्यायला सुरुवात केली पाहिजे असं त्यांच्या वडिलांनी ठरविलं. आपण निवृत्त झाल्यानंतर सगळी सूत्रे विजयच्याच हातात जावीत अशी त्यांची इच्छा असल्याचंच हे स्पष्ट सूतोवाच होतं. एच. पी. भगत या विठ्ठल यांच्या अत्यंत विश्वासू सहकार्‍याच्या हाताखाली विजय यांचं प्रशिक्षण सुरु झालं. भगत तेव्हा समूहाची कोलकातास्थित बिअर आणि मद्यवितरक कंपनी असलेल्या फिप्सन अँड कंपनीचे प्रमुखपद सांभाळत होते. लोकप्रिय अशा ब्लॅक डॉग व्हिस्की, कल्याणी ब्लॅक लेबल आणि सन लेगर बिअर यांचा त्यात समावेश होता.

आयआयटी पदवीधर असलेल्या भगत यांना मद्यउद्योगातली बडी आसामी मानलं जायचं. विजयला त्यांच्याहून चांगला दुसरा मार्गदर्शक मिळालाच नसता. विजय हाच पुढील वारसदार असल्याचं दिसत असलं तरी त्यांना आरंभीपासूनच सगळ्या प्रकारचं प्रशिक्षण देण्यात भगत यांनी कुचराई केली नाही. प्रशिक्षणाचा भाग म्हणून विजय यांना पश्चिम बंगाल मधील छोट्या छोट्या मद्यविक्री करणाऱ्या दुकानांना भेटी देण्याची सूचना करण्यात आली. सर्वसामान्य पातळीवर आपल्या उत्पादनाची विक्री कशी होते याचा अंदाज यावा यासाठी त्यांना ही सूचना करण्यात आली होती. दुकानदार, ग्राहक या सगळ्यांचे अनुभव समजून घेत त्यांना एक संपूर्ण दिवस त्या दुकानात व्यतीत करायचा होता. असेही काही प्रसंग आले होते, जेव्हा मोटार जाऊ शकत नसलेल्या छोट्या रस्त्यांवरुन आपल्या नियोजित स्थळी पोहोचण्यासाठी त्यांना सायकलवरुन जावं लागलं. या खडतर प्रशिक्षणामुळं मल्ल्यांना मद्यउद्योगाची खरी नस कळली. जगभरात उद्योगजगतात

त्यांनी पुढं जो दबदबा निर्माण केला त्याचं मूळ कारण मद्यउद्योगाविषयी त्यांना असलेली अत्यंत पक्की समज यातच निर्विवादपणे सामावलेलं आहे.

भारतातील मद्य व्यापार हा स्थानिक राज्य सरकारांच्या लहरीवर आणि तंत्रावर बऱ्याचअंशी अवलंबून आहे. त्याचं एक टोक म्हणजे राज्य सरकार सर्व प्रकारच्या दारुविक्रीवर संपूर्णपणे बंदी घालण्याचा निर्णय घेऊ शकतं. दुसऱ्या बाजूला कोणतीही आडकाठी न आणता परवाना पध्दत राबवून आणि समाजातील काहीच ठराविक घटकांना, चालू परवाना धारकांना किंवा राजकीय पक्षांना निधी पुरवणाऱ्यांना मद्यखरेदीची अनुमती देतं. अर्थात, असं असलं तरी एक धोरण म्हणून घातलेली बंदी आजवर कधीच यशस्वीपणे कार्यान्वित झालेली दिसून येत नाही.

महात्मा गांधी यांचे जन्मस्थान असलेल्या गुजरात राज्यात दशकाहून अधिक काळ संपूर्ण दारुबंदी आहे. परंतु ही दारुबंदी फार काही प्रभावी नाही आणि गुजरातेत काळ्या बाजारात दारु सहजी उपलब्ध होते हे सर्वज्ञात आहे. आणि त्याहून वाईट गोष्ट म्हणजे अधिकृत मद्यविक्रीतून सरकारला जो महसूल आणि इतर कर मिळू शकतात तेही आता सरकारला या अधिकृतरित्या लागू असलेल्या बंदीमुळे मिळू शकत नाहीत.

मल्ल्यांच्या आणि खोडेय् यांच्या स्वगृही राज्यात, म्हणजेच कर्नाटकात पाठोपाठच्या राज्य सरकारांनी गेली अनेक वर्षे मद्यउद्योगाला प्रोत्साहन दिलं. राज्याची राजधानी बंगळूरुमध्ये तर देशातील सर्वाधिक पब्जची संख्या आहे आणि १९८० च्या आसपास तर या शहराला भेट देणाऱ्या पर्यटकांचं सर्वात मोठं एकमेव आकर्षण म्हणजे इथले प्रचंड संख्येने असलेले आणि नासा, नाईट वॉचमन अशी आकर्षक नावं असलेले पब्ज हेच होतं. शेजारच्या तमिळनाडू राज्यात मात्र कायदे एकदम कडक आहेत: दुसऱ्या राज्यात तयार केलेली मद्य उत्पादनं इथं विकता येऊ शकत नाहीत; तिथे विकण्यासाठी त्यांची निर्मितीही तिथेच स्थानिक

पातळीवर व्हायला हवी.

देशातील बऱ्याच राज्यांमध्ये आपल्या राज्याबाहेर तयार झालेल्या मद्य उत्पादनांवर, ब्रँड्सवर प्रवेश कर आकारण्यात येतो. जर एखाद्या मद्य उत्पादकाला त्याचे ब्रँड्स त्याच्या स्वत:च्या राज्याबाहेर विकायचे असतील तरी त्यालाही त्यासाठी कर चुकवावा लागतो. त्यामुळे राज्याराज्यांत होणाऱ्या कोणत्याही प्रकारच्या मद्य वाहतुकीला दोन्ही बाजूंकडून कर द्यावा लागतो.

इतर ग्राहकोपयोगी उत्पादन निर्मात्या (एफएमसीजी) कंपन्यांप्रमाणे मद्यउत्पादक स्वत: आपल्या उत्पादनाची किंमत ठरवू शकत नाहीत. प्रत्येक बाटलीची किंमत काय असली पाहिजे याचा निर्णय संबधित राज्यसरकार घेतं. या किंमती बदलायला काही वेळा अनेक वर्षे जातात. मद्य व्यवसायात जवळपास ४० टक्के इतक्या मोठ्या प्रमाणावर मार्जिन मिळत असल्याकारणानं काही काळ किंमती तशाच राहिल्या तरी उत्पादक तग राखून राहू शकतात. अशा परिस्थितीत काही वेळेला भ्रष्टाचाराची शक्यता वाढते – किंमत वाढवून मिळण्यासाठी लाचखोरीची मागणी केली जाते. बिअरच्या सर्वात मोठ्या ग्राहकांपैकी एक असलेल्या आंध्रप्रदेश राज्यात तमिळनाडू आणि कर्नाटकापेक्षा नियम थोडे वेगळे आहेत. राज्य सरकार बिअर उत्पादकांचा राज्यात वा देशात बाजारपेठीय हिस्सा किती आहे त्या आधारावर त्यांच्याकडून बिअर खरेदी करते. म्हणजेच समजा एखाद्या कंपनीचा आंध्रप्रदेमिधील बाजारपेठीय हिस्सा ३० टक्के इतका असेल तर राज्य सरकार त्या कंपनीकडून तितक्याच प्रमाणात बिअर खरेदी करते. काही ठराविक वर्षात हे आधार बदलले. राज्य सरकार आता त्या कंपनीचा राष्ट्रीय पातळीवरील बाजारपेठीय हिस्सा किती आहे त्यावर आधारित बिअर खरेदी करते. मद्य कंपन्यांकडून वसूल केल्या जाणाऱ्या करांचे वाढते प्रमाण आणि दंड याचा परिणाम म्हणून काही उत्पादकांकडून काही चुकीच्या प्रथा या व्यवसायात शिरल्या. उदाहरणच द्यायचं झालं तर, एकाच परवान्यावर परवानगीपेक्षा जास्त 'केसेस'चं

उत्पादन करण्याची पध्दत कर्नाटकात फार काळ प्रचलित होती. अखेरीस १९९० च्या सुरुवातीला या गोष्टीवर बंदी घालण्यात आली. अशा प्रकारच्या व्यवहाराला 'सेकंड्स सेल' असे नाव रुढ होते. हा व्यवहार अशाप्रकारे चालायचा: जर एखाद्या मद्य उत्पादक कंपनीला महिन्याला १०० केसेस उत्पादन करण्याचा परवाना असेल तर ती कंपनी आणखी जास्त केसेसच्या उत्पादनासाठी वारंवार त्याच परवान्याचा वापर करायची. याची मोजदाद होऊ नये यासाठी आणि अशा प्रकारच्या गैरकृत्यात सहभागी असल्याबद्दल दंड भरावा लागू नये म्हणून मग त्या मद्य उत्पादक कंपनीकडून सरकारी अधिकारी, इतकेच काय पण मंत्र्यांनाही लाच दिली जायची.

विजय फिप्सनमध्ये रुजू झाल्यानंतर वर्षा-दोन वर्षांनी त्यांच्या वडिलांनी त्यांना औषधनिर्माण क्षेत्रातील मोठी कंपनी असलेल्या होशेस्ट बरोबर काम करण्यासाठी अमेरिकेत पाठविलं. आंतरराष्ट्रीय पातळीवर व्यवसाय कसा करायचा असतो यासाठी त्यांना आपल्या मुलाला तयार करायचं होतं. त्यानंतर जेव्हा विजय मल्ल्या यांनी आपल्या व्यवसायाची धुरा सांभाळली तेव्हा स्वतःच्या उद्योगसमूहातील कंपन्यांमध्ये होशेस्टमध्ये शिकलेल्या काही पध्दतींचा अवलंब केला.

होशेस्टमधील कामामुळे मल्ल्यांच्या जागतिक स्तरावरील महत्त्वाकांक्षेला आकार लाभला. १९७८ मध्ये हर्बटसन्सची आंतरराष्ट्रीय व्यापार शाखा सुरु करुन आपल्या समूहाच्या आंतरराष्ट्रीय व्यवहाराला त्यांनी सुरुवात केली. कंपनीकडे आधीपासूनच वेगवेगळी उत्पादने आयात करण्याचा परवाना होता. त्यामुळे मल्ल्यांनी रसायने, सोडा ॲश आणि इतकेच काय पण सिमेंट सारख्या ज्या ज्या गोष्टींचा देशात कमी पुरवठा होता त्या गोष्टी आयात करायला सुरुवात केली. आपल्या मुलाची व्यवसायकुशलता जाणवल्यावर विठ्ठल मल्ल्यांनी त्याच्यावर आणखी जास्त जबाबदारी सोपवली. समूहातील इतर कंपनींच्या वरिष्ठ

व्यवस्थापकांच्या कामगिरीवर लक्ष ठेवण्याचं कामही त्यांच्यावर सोपवण्यात आलं.

वार्षिक सर्वसाधारण बैठकीला (एजीएम) ज्या प्रकारची गर्दी असते तशाप्रकारची गर्दी क्वचितच तातडीच्या सर्वसाधारण बैठकीला (ईजीएम) बघायला मिळते. परंतु ऑक्टोबर १९८३ मध्ये बोलावण्यात आलेली बैठक वेगळी होती. युनायटेड ब्रुवरीजचे नवीन अध्यक्ष निवडण्यासाठी ही बैठक बोलावण्यात आली होती.

पण या 'ईजीएम'च्या बऱ्याच आधी विठ्ठल मल्ल्या यांच्या निकटवर्तियांची एक अनौपचारिक बैठक युनायटेड ब्रुवरीजच्या वितरकांपैकी एकाच्या निवासस्थानी झाली होती. श्रीनिवास राव आणि एच.पी.भगत हे या बैठकीला उपस्थित होते की नाही याबाबत नेमकी माहिती उपलब्ध नाही परंतु कंपनीच्या प्रमुखपदी पर्यायी नावं म्हणून त्यांचा नक्कीच विचार करण्यात आला होता.

ही बैठक वरकरणी दिसताना जरी एखाद्या पार्टीसारखीच भासत असली तरी तिथे उपस्थित असलेल्यांना एका महत्त्वाच्या विषयावर चर्चा करायची होती. हा गट छोटा होता. युनायटेड ब्रुवरीजचे काही वितरक आणि नंतर विजय मल्ल्या ज्यांना कंपनीचे प्रादेशिक विभागप्रमुख म्हणायचे असे काही लोक त्यावेळी उपस्थित होते. विठ्ठल मल्ल्या यांच्या विश्वासू अधिकाऱ्यांपैकीही काही जण त्यात होते.

विठ्ठल मल्ल्या यांनी आपल्यानंतर आपल्या मुलानेच कंपनीचा पदभार सांभाळावा या दृष्टीनेच त्याला सगळं प्रशिक्षण दिलेलं असलं तरी आपला मुलगाच आपला वारसदार असेल असं सार्वजनिकरीत्या जाहीर केलेलं नव्हतं. त्यामुळे कंपनीचे तथाकथित प्रादेशिक प्रमुख मंडळी 'आता कंपनीचे प्रमुखपद आपल्याकडेच चालत येणार, सर्वात जास्त संधी आपल्यालाच आहे,' असे मनोराज्य करण्याच्या विचारात गुंगली होती.

विठ्ठल मल्ल्या यांचा खरा वारसदार कोण असावा अशीच चर्चा त्या गुप्त बैठकीत

झाली. 'ईजीएम'मध्ये दोन नावं सादर करण्यात यावीत असं त्या चर्चेत ठरविण्यात आलं. परंतु 'ईजीएम'ला सुरुवात झाल्यावर त्या दोन्ही नावांना स्पर्धेत उभं राहण्याची संधीही मिळाली नाही.

त्या दिवसाचं कामकाज सुरु झाल्यानंतर प्रथम सर्वांना अध्यक्ष विठ्ठल मल्ल्या यांना श्रध्दांजली अर्पण करण्यासाठी एक मिनिट शांत उभं राहण्याचं आवाहन करण्यात आलं. कंपनीच्या भविष्याला दिशा देणारा तो महत्त्वाचा क्षण आता येऊन ठेपला होता. त्या 'ईजीएम'ला जवळपास ३००० भागदारक जमा झाले होते. नवीन अध्यक्षांचे नाव सादर करण्याचा मुद्दा जेव्हा त्या बैठकीसमोर मांडण्यात आला तेव्हा ज्युनियर मल्ल्यांच्या समर्थनार्थ बहुसंख्य हात उंचावले गेले.

'विरुध्द' गटाला यावर काय प्रतिक्रिया द्यावी हेच समजलं नाही. स्पर्धेत असलेल्या इतरांपैकी एखाद्याचे नाव सादर करण्याचा थोडाफार फुटकळ प्रयत्न झाला पण त्या सगळ्या गोंधळात तो प्रयत्न हवेतच विरुन गेला.

'मी ज्या गोष्टीची अजिबात अपेक्षा केली नव्हती असं काहीतरी घडत होतं,' विजय मल्ल्या नंतर एकदा त्या प्रसंगाबद्दल बोलताना म्हणाले होते. विठ्ठल मल्ल्यांप्रती ज्यांना निष्ठा होती अशांचा समावेश बहुसंख्य भागदारकांमध्ये होता.

त्यांना कोणी बाहेरचा माणूस कंपनीचा अध्यक्ष व्हायला नको होता. ज्युनियर मल्ल्यांकडे दोन एक वर्षे कंपनीचा कारभार सोपवून बघणे ही काही फार वाईट कल्पना नाही असा विचार त्यांच्यापैकी काही जणांनी केला होता. जर त्यांना पुरेशी चांगली कामगिरी करुन दाखवता आली नाही तर त्यांना केव्हाही बाजूला करता येणं शक्य होतं.

मुळात कंपनीचे बहुसंख्य समभाग हे प्रवर्तक कुटुंबाच्या मालकीचे होते. मल्ल्या प्रायव्हेट लिमिटेड (जी 'यूबी होल्डिंग्ज' मध्ये नंतर समाविष्ट झाली.) या होल्डिंग

कंपनीचे दोन तृतीयांश समभाग हे विजय मल्ल्यांकडे होते. मल्ल्यांकडे अध्यक्षपद चालून येण्यात या गोष्टीचाही मोठा हातभार होता.

अशा तऱ्हेने विजय मल्ल्या कंपनीचे नवीन अध्यक्ष बनले. या पदाबरोबरच प्रचंड संपत्ती आणि तितकीच प्रचंड जबाबदारीही त्यांच्यावर येऊन पडली.

एका प्रचंड मोठ्या अशा उद्योगसमूहाचे अध्यक्ष म्हणून निवडून येणं हे प्रत्यक्षात तो उद्योगसमूह चालविण्यापेक्षा अधिक सोपं होतं याची जाणीव मल्ल्यांना काही प्रमाणात व्हायला लागली होती. जरी होशेस्टसारख्या आंतरराष्ट्रीय कंपन्यांबरोबर त्यांनी काम केलेले होतं आणि त्याचवेळी भारतीय बाजारपेठेचं अद्ययावत ज्ञान मिळविण्यासाठी एका ब्रुवरीतून दुसऱ्या ब्रुवरीत सायकलवरुन जात विक्री प्रतिनिधी म्हणूनही काम केलेलं असलं तरी आता किती मोठ्या प्रमाणावरील जबाबदारीचा सामना आपल्याला करावा लागणार आहे, याची जाणीव त्यांना झाली होती. ‘मला कोणाचाच आधार नव्हता. एकतर निकरानं पोहायचं किंवा गटांगळ्या खात बुडायचं एवढेच पर्याय माझ्या हातात होते,’ काही वर्षांनंतर आयआयटी पदवीपूर्व विद्यार्थ्यांच्या संमेलनात बोलताना त्यांनी सांगितलं होतं. अर्थातच, त्यांच्या कंपनीच्या प्रत्येक विभागाचे प्रमुखपद सांभाळणारे चार वरिष्ठ व्यवस्थापक असे त्यांचे महत्त्वाचे सहकारी त्यांच्या सोबत होतेच.

पण अडचण इतकीच होती की अग्रपद मिळविण्याच्या स्पर्धेत तेही होते. जर मल्ल्यांनी त्यांचा सल्ला मागितला असता तर त्यांच्या स्वत:च्या जबाबदाऱ्या सांभाळण्यात ते कुठेतरी कमी पडत आहेत असं दर्शवलं गेलं असतं. त्याचवेळी ते त्यांना योग्य सल्ला देतील की नाही याबद्दलही भीती होती.

त्यावेळेला युनायटेड ब्रुवरीजचा एकूण महसूल सुमारे ४० कोटी रुपये इतका होता आणि ३.८ दशलक्ष केसेस (प्रत्येक केस मध्ये ७५० मिलीलिटरच्या नऊ बाटल्या) इतक्या प्रमाणात विक्री होती.

आपण तातडीने मद्य उद्योगात स्वत:ला प्रस्थापित केलं पाहिजे याची जाणीव मल्ल्यांना झाली. दुर्दैवाने आतापर्यंतची त्यांची कारकीर्द म्हणावी तितकी यशस्वी ठरलेली नव्हती. पदवी प्राप्त केल्यानंतर जेव्हा लगेचच त्यांना कॅन्यू फिप्सन बरोबर काम करण्यासाठी सांगण्यात आलं तेव्हा कंपनीचे नव्याने ब्रँडिग करणं आणि त्याचबरोबर जोडीला नवीन ब्रॅंड्स सादर करण्याचं कामही त्यांच्यावर सोपावण्यात आलं. कॅन्यू फिप्सनचा व्यवसाय हा सगळा जिन या मद्यप्रकाराभोवती एकवटला होता. ९५ टक्के विक्री त्यातून होत होती. पण ते मोसमी पेय असल्यामुळे कंपनीला वर्षभर विक्री करुन उत्पन्न मिळत नव्हतं. त्यामुळे जिनैव्यतिरिक्त असा दुसरा ब्रँड निर्माण करणं हे मल्ल्यांसाठी आवश्यक बनले होतं. वीस वर्षीय मल्ल्यांना नवीन ब्रॅंड्स निर्माण करण्याच्या योजनेचं प्रमुख बनविण्यात यावं असं पहिल्यांदाच झालं होतं. रॉयल रिझर्व्ह आणि स्प्लेंडर या दोन नव्या ब्रॅंड्सची निर्मिती त्यांनी त्यावेळेला केली.

आपल्या साहेबांच्या मुलाचे हे प्रकल्प आहेत आणि त्यामुळे या ब्रॅंड्सच्या प्रसिध्दीसाठी त्यांनी सर्वोत्तम प्रयत्न करावेत अशा अनिश्चित स्वरुपाच्या सूचना मधल्या पातळीवरील व्यवस्थापकांना देण्यात आल्या होत्या. या ब्रॅंड्सचे प्रमोशन करण्यासाठी जाहिराती आणि विपणनावर मल्ल्यांनी मोठ्या प्रमाणावर पैसा ओतला होता. नवीन ब्रँड आपापलेच प्रस्थापित होतील, स्वत:ची सोय आपसूक बघतील या गोष्टीवर त्यांच्या वडिलांचा विश्वास होता. त्यापेक्षा ही एकदम विरुध्द दुसऱ्या टोकाची अशी गोष्ट होती.

ब्रॅंड्स हे आपल्यासाठी प्राण्यांसारखे आहेत. ब्रॅंड्स म्हणजे काही चैतन्यहीन, निर्जीव गोष्ट नाही. आणि त्यामुळे आपल्या ब्रँडचे ग्राहकाशी जुळलेले बंध सातत्याने अधिकाधिक मजबूत करणं महत्त्वाचं असतं असं विजय मल्ल्या एकदा म्हणाले होते.

सर्वोत्तम प्रयत्न करुनही त्यांनी तयार केलेल्या दोन्ही ब्रॅंड्सना बाजारपेठेत यश

मिळालं नाही. विपणनाच्या आणि प्रवर्तनाच्या कार्यक्रमांवर मोठ्या प्रमाणावर खर्च झाल्यामुळे पुरेशा प्रमाणात विक्री करु न शकलेल्या ब्रँड्सवरती कंपनीचे पैसे उधळणारा माणूस म्हणून त्यांच्याकडे बघितलं गेलं. विठ्ठल मल्ल्या यांच्या काही निकटवर्तीयांनी विजय यांच्या विरोधात या गोष्टीचा वापर करायला सुरुवात केली. कंपनीचे अध्यक्षपद भूषविण्यासाठी विजय पुरेसे सक्षम नाहीत असा ओरडा त्यांनी सुरु केल्यामुळे विजय यांच्यावरील या पराभवाचे जड ओझे वाढतच होते.

एच.पी.भगत आणि विठ्ठल मल्ल्या यांचा उजवा हात मानले जाणारे एम.श्रीनिवास राव हे अधिक पात्र उमेदवार असल्याची बोलवा सर्वत्र उठण्यास सुरवात झाली.

आजारी कंपन्या आणि मद्यविरहित उद्योग असलेल्या कंपन्यांचा विकास करण्यात हातखंडा असलेले राव तर अध्यक्षपदासाठीचे प्रमुख दावेदार मानले जात होते. इतकेच काय तर सगळा कारभार विजयच्या हाती सोपविण्याची वेळ येईस्तोवर विठ्ठल मल्ल्या यांच्या निकटवर्तियांपैकी कोणाकडे तरी उद्योगसमूहाचे अध्यक्षपद द्यावे अशी भावना मल्ल्या कुटुंबातही निर्माण झाली होती. विजय यांची आतापर्यंतची कामगिरी बघता ते सगळी संपत्ती साफ फुंकून टाकतील अशी भीतीही दाटून आली होती. झगमगाट आणि ग्लॅमर या त्यांच्या कमजोरीविषयी भाष्य करणारे विविध दाखले टीकाकारांनी मांडले होते. विशेषकरुन आपल्या मित्रमंडळींच्या टोळक्यासोबत भटकण्याची त्यांची आवड आणि जेव्हा ते कोलकत्याहून बंगळूरुला प्रवास करायचे तेव्हा कधीकधी त्यांचं कुत्र्यांबरोबरचं फिरणं या सगळ्या गोष्टी टीकाकारांनी जोमाने मांडायला सुरवात केली. मुंबईतील हर्बटसन्स कार्यालयाचा प्रचंड खर्चिक कायापालट त्यांनी केला होता. मल्ल्यांच्या राजेशाही वागण्याचं त्यांच्या मुक्त हस्ताने खर्च करण्याच्या वृत्तीचं ते उदाहरणच होतं. ते कार्यालय मुंबईच्या प्रसिद्ध फोर्ट भागात होतं. तिथल्या बहुतांश इमारती या छोट्या छोट्या तुकड्यांची अशी क्रम्बलिंग रचना असलेल्या किंवा ब्रिटीश पध्दतीची व्हिक्टोरियन रचना असलेल्या होत्या. मल्ल्यांनी केवळ आपलं

कार्यालयच नव्हे तर या भागालाच एकदम नवा कोरा चेहरा द्यायचं ठरवलं आणि एक संपूर्ण मजला पूर्णपणे स्मोक्ड काच आणि ग्रॅनाईट्सचा बसविला. या संपूर्णपणे नवीन रचना केलेल्या मजल्यावरील कार्यालयाचं उद्घाटन करायला जेव्हा त्यांनी आपल्या वडिलांना बोलावलं तेव्हा फीत कापल्यावर सर्वांना ऐकू जाईल अशा स्वरांत विठ्ठल मल्ल्या सर्वप्रथम म्हणाले, 'पैसे खर्च करणं किती सोपं असतं ना.'

पण आता या सगळ्या गोष्टी इतिहासजमा झाल्या होत्या. विजय मल्ल्यांच्या हातात प्रचंड मोठे यज्ञकर्म येऊन पडलं होतं. आपल्या कंपनीचं रुपांतर सगळ्या खंडात पसरलेल्या अब्जावधी डॉलरचा व्यवसाय असलेल्या उद्योगसमूहात करणं ही त्यांची महत्वाकांक्षा होती. नव्या कालखंडात त्यांना पटकन स्वतःची जागा निर्माण करण्याची इच्छा होती. त्यामुळे उद्योगविश्वात आजवर कुणीही न केलेली गोष्ट त्यांनी केली. वेगवेगळ्या उद्योगक्षेत्रांतील तज्ज्ञ व्यावसायिकांना पाचारण करण्याचं त्यांनी ठरविलं. एक स्वतंत्र विचारगटच त्यांनी निर्माण केला. त्याला नाव दिलं 'केंद्रीय नियोजन आणि नियामक विभाग' (सेंट्रल प्लॅनिंग अँड कंट्रोल डिपार्टमेंट – सीपीसीडी). ग्रँट रोडच्या (आता विठ्ठल मल्ल्या मार्ग) अखेरीस असलेल्या षट्कोनी आकाराच्या ब्रुवरी हाऊस या युनायटेड ब्रुवरीजच्या मुख्यालयात या विभागाची स्थापना करण्यात आली. सध्या, या इमारती शॉपिंग मॉल, कार्यालये आणि जे. डब्ल्यू. मॅरियट हॉटेलला देण्यात आल्या आहेत. (मल्ल्यांची काही कर्जे चुकती करग्याकरता निधी उभारण्यासाठी यूबी सिटी कॉम्प्लेक्सचा काही भाग सध्या विक्रीसाठी काढण्यात आला आहे.)

सल्लागार सेवा आणि व्यवस्थापन क्षेत्राची पार्श्वभूमी असलेल्या अधिकाऱ्यांची नेमणूक करायला विजय मल्ल्या यांनी सुरुवात केली. त्या काळात ज्यांची निवड करण्यात आली त्यांची देशांतल्या बुध्दिमान व्यक्तींमध्ये गणना होत होती– नाझ रोशन, दीपक आनंद, नरेश मल्होत्रा, योगेश देसाई आणि आलोक चंद्रा त्याचबरोबर ते ज्या महाविद्यालयात शिकले त्या सेंट झेवियर्स मधील त्यांचे

वर्गमित्र सनिल मेहरा, बिरेन घोष आणि रवी जैन यांची नेमणूक करण्यात आली.

कंपनीचे ते आता व्यावसायिकीकरण करत होते आणि त्यासाठी ते त्यांचे स्वतःचे लोक घेत होते हाच संदेश आता कंपनीच्या मंडळापर्यंत आणि ज्यांची नेमणूक त्यांच्या वडिलांनी केली होती त्यांच्यापर्यंत गेला होता. त्यामुळे जुन्या काळातले आणि विठ्ठल मल्ल्या यांचे सहकारी लवकरच वा काही काळाने मंडळावरील पदामध्येच अडकून पडल्यासारखी परिस्थिती निर्माण झाली. सीपीसीडीची भूमिका सोपी होती: कंपनीच्या दैनंदिन कारभारावर लक्ष ठेवायचं, ब्रँड्सचा विकास करण्यासाठी नवनवीन धोरण आखायचं आणि जर काही समस्या आली तर तत्काळ त्याचं निराकरण करायचं. दरमहा सीपीसीडीच्या सगळ्या सदस्यांची बैठक बोलावली जायची आणि त्यांना मागच्या महिन्यांत झालेल्या कामावर आधारित सादरीकरण करायला सांगितलं जायचं. यामुळे मल्ल्यांना नियमितपणे त्यांच्या कंपनीच्या सगळ्या विभागांची अद्ययावत माहिती ठेवणं शक्य व्हायचं.

मल्ल्यांनी कंपनीच्या व्यवस्थापनाची संपूर्णपणे तपासणी करायलाही सुरुवात केली. अशाच एका तपासणीत त्यांनी पंजाब ब्रुवरीजच्या प्रमुखांना संपूर्ण ब्रुवरी उद्योगाचा कार्यभार हातात घ्यायला सांगितलं. असं करताना त्यांच्या वडिलांच्या विश्वासू सहकाऱ्यांपैकी एकाला बाजूला केलं गेलं. रॉयल रिझर्व्ह आणि स्प्लेंडर हे अपयशी ठरलेले ब्रँड खरेतर युनायटेड ब्रुवरीज आणि मल्ल्यांकरता नंतर मोठ्या यशासाठीचे आधारस्तंभच ठरले.

किंगफिशर बिअरच्या पुनरुज्जीवनाचं सगळं श्रेय विजय मल्ल्यांकडे जातं. आज देशातला तो आघाडीचा बिअर ब्रँड असून त्याचा बाजारपेठीय हिस्सा ५० टक्के इतका आहे. किंगफिशर बिअरचं सादरीकरण आणि त्याचं पुनरुज्जीवन याची तर एक धमाल कथा आहे.

मोहन मेकिन्सचा गोल्डन इगल हा बिअर विभागातला आघाडीचा ब्रँड असताना

विठ्ठल मल्ल्या आणि श्रीनिवास राव यांनी त्याला टक्कर देऊ शकेल असा नवीन ब्रँड सादर करण्याचं ठरवलं. त्यासंदर्भात टेहळणी करत असताना त्यांच्या एका वरिष्ठ अधिकाऱ्याकडे किंगफिशर पक्ष्याचं बोधचिन्ह असलेलं लेटरपॅड त्यांना बघायला मिळालं. ते चिन्ह त्याने आपल्याला देऊन टाकावं म्हणून त्यांनी त्या अधिकाऱ्याची मनधरणी केली आणि त्यातूनच किंगफिशर ब्रँडचा जन्म झाला. कालांतराने, बसलेल्या किंगफिशरच्या जागी भरारी घेत असलेल्या किंगफिशरचे चित्र असा त्या बोधचिन्हात बदल झाला.

काही काळ हा ब्रँड पूर्ण निष्क्रीय अवस्थेत गेला होता. विजय मल्ल्यांनी या ब्रँडचे पुनरुज्जीवन करायचं ठरवलं. हा ब्रँड चालण्यासाठी काय केलं पाहिजे असं विद्यार्थ्यांना वाटतं यासाठी स्वत: सर्वेक्षण करण्याबाबत ते ठाम होते. त्यासाठी वेगवेगळ्या महाविद्यालयातील प्रवेशद्वारांपाशी उभे राहून विद्यार्थ्यांच्या मुलाखती घेण्यात आल्या. या सर्वेक्षणातून काही चांगल्या गोष्टी पुढे आल्या : तरुणांना त्यांच्या जीवनशैलीशी सुसंगत आणि त्याजोडीलाच ज्याच्याशी ते स्वत:ला जोडू शकतील अशा ब्रँडची इच्छा होती. काही महिन्यांतच किंगफिशर बिअर पुन्हा नव्याने सादर करण्यात आली आणि कंपनीच्या विविध भागात तिचे विपणन करण्यात आलं. असं असलं तरी या ब्रँड संपूर्ण भारतभर पोहोजला नव्हता. हीच सर्वात मोठी समस्या होती. त्याचं वितरणजाळं मर्यादित होतं आणि बिअर हे मोसमी पेय असल्यामुळे उत्तर भारतात त्याची विक्री होत नव्हती.

त्या दिवसांमध्ये हिवाळ्याच्या महिन्यांतील अत्यंत कमी विक्रीमुळे उत्तर भारतातील युनायटेड ब्रुवरीजचे मद्यार्क कारखाने बंद करावे लागले. आणि दक्षिणेत किंगफिशर लोकप्रिय होती तरी तिच्या पुरवठ्यात तुटवडा होता. याच कारण वाढती मागणी पूर्ण करण्याची क्षमता ब्रुवरीजमध्ये नव्हती. कंपनीने उत्पादनात सुधारणा करण्याचं ठरवलं. सुयोग्य ऋतू नसल्याकारणानं ज्या ठराविक भागात मद्यार्क कारखाने बंद ठेवले जात होते तिथे बिअरचं उत्पादन सुरु

करायचं आणि ज्या राज्यांत त्यांचा तुटवडा जाणवतो आहे तिथे त्या उत्पादनांचा पुरवठा करायचा असं ठरवण्यात आलं.

मद्य कंपनीचा प्रमुख कच्चा माल म्हणजे बाटल्या. रिटेल व्यवसायात विशेषकरुन या बाटल्यांच्या संदर्भातले प्रश्न युनायटेड ब्रुवरीजला भेडसावत होते. कोणत्याही मद्य उत्पादक कंपनीसाठी पॅकेजिंगचा खर्च मोठा असतो आणि जर त्यावर योग्य प्रकारे नियंत्रण राखलं नाही तर त्यामुळे नफ्यातला बराचसा भाग त्यासाठी खर्ची पडतो. युनायटेड ब्रुवरीजच्या बाबतीत जरी इनव्हॉईसमध्ये बाटल्यांची किंमत समाविष्ट असली तरी वितरक एकतर त्या परत करायला विसरायचे किंवा फुटलेल्या बाटल्या परत करायचे. त्यामुळे युनायटेड ब्रुवरीजला सातत्याने नवीन बाटल्यांची निर्मिती करायला लागत होती. त्याचा खर्च मोठ्या प्रमाणावर होता.

हा प्रघात मोडून काढण्यासाठी कंपनी व्यवस्थापनाने आपल्या 'डीलर्स'साठी एक नवा नियम लागू केला: डीलर जेव्हा सगळ्या बाटल्या परत करतील तेव्हाच त्यांना बिअर केसचा ताजा माल मिळू शकेल. स्थानिक 'कबाडीवाला' किंवा वापरलेल्या बाटल्यांचा व्यापार करणारे यांची मद्य व्यापारात महत्त्वाची भूमिका असते. हेच लोक मद्य सेवन करणाऱ्यांकडून वा मद्य विक्री करणाऱ्यांकडून बाटल्या गोळा करतात. त्याबदल्यात मद्य वितरक वा डीलर या कबाडीवालांकडून वापरलेल्या बाटल्या खरेदी करतात आणि उत्पादकांना परत करतात. अशा रीतीने हे चक्र पूर्ण होते.

किरकोळ विक्री करणाऱ्या व्यापाऱ्यांकडून बाटल्या खरेदी करण्यात जर वितरकांना अपयश आले तर ही साखळी तुटते आणि युनायटेड ब्रुवरीजच्या बाबतीत असंच घडलं. पण जेव्हा नवीन नियमाची कडक अंमलबजावणी व्हायला सुरुवात झाली तेव्हापासून कंपनीला फायदा व्हायला सुरुवात झाली.

अनेक वर्षांनंतर पुन्हा हाच प्रश्न वेगळ्या रुपात सामोरा आला. वापरलेल्या

बाटल्यांच्या व्यापाऱ्यांनी वितरकांकडून जास्त पैसे उकळण्यासाठी स्वतःचा संघ तयार करायला सुरुवात केली. त्यामुळे पुन्हा उत्पादकांसमोर अडचणी निर्माण झाल्या. त्यामुळे उत्पादकांनी बाटल्यांवर केवळ ब्रँडचे नाव किंवा कंपनीचे नाव छापण्याबरोबरच बाटलीची रचना सुस्पष्ट करुन तिचे पेटंट घ्यायला सुरुवात केली. स्वाभाविकपणे व्यापाऱ्यांना ज्या कंपनीचं नाव बाटल्यांवर छापलं आहे त्या कंपन्यांनाच बाटल्या विकणं बंधनकारक झालं.

या उपाययोजनेच्या जोडीलाच किंगफिशर बिअरची किंमतही सगळीकडे सारखीच ठेवण्यात आली. त्यामुळे तिचा स्त्रोत कुठूनही असला तरीही डीलरकरता बिअरची किंमत सगळीकडे सारखीच राहिली.

या व्यवहाराला १९८४ मध्ये सुरुवात झाली आणि १९८० च्या दशकाच्या अखेरीपर्यंत यूबी समूहाच्या बहुतांश ब्रुवरीज फायद्यात रुपांतरित झाल्या.

१९८६ च्या सुरुवातीला गोल्डन इगलचं उत्पादन किंगफिशरच्या मागं पडलं. त्याच वर्षी मार्च महिन्यात देशातला सर्वात जास्त विक्री होणारा बिअर ब्रँड म्हणून किंगफिशरची अधिकृत घोषणा करण्यात आली.

अर्थात तरीही बाजारपेठेत अशी काही ठिकाणं होतीच जिथे इतर स्पर्धकांच्या तुलनेत किंगफिशर बिअर बरीच मागे होती. मुंबईची बाजारपेठ ही त्यापैकीच एक होती. १९८० च्या अखेरीपर्यंत असोसिएट ब्रुवरीजचा लंडन पिल्सनेर हा शहरातला सर्वात मोठा ब्रँड होता. पंचतारांकित हॉटेल्समध्ये तर आपल्या ग्राहकांना इतर कुठला ब्रँड सादर करण्याची साधी तसदीसुध्दा घेतली जायची नाही.

एकदा, विजय मल्ल्या ताजमहाल हॉटेलमध्ये राहिलेले असताना त्यांनी किंगफिशर बिअरच्या बाटलीची ऑर्डर दिली. परंतु तिथे केवळ लंडन पिल्सनेर बिअरच उपलब्ध आहे, असं त्यांना नम्रपणे सांगण्यात आलं. उत्तरादाखल नकार

मिळालेले ते काही सर्वसाधारण व्यक्ती नव्हते. त्यांनी आपल्या वरिष्ठ पातळीवरील विपणन अधिकाऱ्यांपैकी एकाला विमानाने मुंबईला धाडले आणि ताजने किंगफिशर द्यायला सुरुवात केली आहे ना याची खात्री त्यांनी करुन घेतली.

तो अधिकारी तत्काळ पुढच्या विमानाने मुंबईला आला आणि कॅनेलिया पंजाबी या अन्न आणि पेय विभागाच्या व्यवस्थापकाबरोबर त्याची बैठक पार पडली. काही समग्र वाटाघाटी झाल्यानंतर हॉटेलने आपल्या पाहुण्यांना किंगफिशर बिअर द्यायला सुरुवात करण्याचं मान्य केलं. त्याबदल्यात युनायटेड ब्रुवरीजनं हॉटेलच्या मेन्यू कार्डच्या छपाईचा खर्च करण्याची तयारी दर्शवली. विचित्र गोष्ट म्हणजे ताजमध्ये प्रवेश मिळायच्या आधी किंगफिशर ज्या स्थानी होती त्या जागेवर आज लंडन पिल्सनेर आहे. त्याचा बाजारपेठेतला हिस्सा अगदीच नगण्य आहे. (कालांतराने युनायटेड ब्रुवरीजने लंडन पिल्सनेरची निर्माती कंपनी असोसिएट ब्रुवरीज ताब्यात घेतली.)

युनायटेड ब्रुवरीजचा बाजारपेठीय हिस्सा वाढता असला आणि त्यांच्या ब्रँड्सच्या पोर्टफोलिओचा सातत्याने विस्तार होत असला तरी देशात कडक (स्ट्राँग) बिअरला वाढती मागणी असल्याचं ओळखण्यात त्यांना अपयश आलं. सुरुवातीच्या अनिश्चिततेमुळे कंपनीला कोट्यावधी रुपयांची किंमत चुकवावी लागली आणि त्या विभागात आघाडीही घेता आली नाही. कंपनीच्या काही वरिष्ठ अधिकाऱ्यांनी कडक बिअरच्या क्षेत्रात कंपनीला किती मोठ्या प्रमाणावर संधी आहे याची जाणीव करुन दिली होती परंतु एकतर मानापमानाच्या काही गोष्टी किंवा उभरत्या प्रवाहाशी जुळवून घेण्यात आलेलं अपयश यामुळे व्यवस्थापनाने त्या सूचना वा प्रस्तावांकडे संपूर्ण दुर्लक्ष केलं.

आतल्या गोटातील सूत्रानुसार, कंपनीतील एका वरिष्ठ अधिकाऱ्याने कंपनीच्या नेपाळमधील काठमांडू येथे झालेल्या एका बैठकीत बाजारपेठेत कडक बिअर सादर करण्यासंदर्भात आग्रही भूमिका मांडली होती. परंतु ही गोष्ट काळाच्या पुढची

आहे आणि त्यामुळे ती चालणार नाही असं व्यवस्थापनाला वाटलं आणि त्याचा प्रस्ताव नाकारण्यात आला. काही झालं तरी बिअर पिण्यामागची कल्पना ही लौकिकार्थानं 'दारु ढोसणं' अशी नव्हती. त्यामुळे त्यामधील अल्कोहोलच्या प्रमाणात बदल केला तर कदाचित त्याच्या उद्दिष्टपूर्तीत अडथळा आणण्यासारखंच झालं असतं.

परंतु भारतातील बऱ्याचतशा राज्य सरकारांची बिअर आणि स्पिरिट्स याकरिता वेगळी कररचना नाही. त्यामुळे ग्राहक त्याच किंमतीला थोड्या जास्त प्रमाणात अल्कोहोल असलेले मद्य पसंत करत होते असं अधिकाऱ्यांना वाटलं.

कडक बिअरला मोठ्या प्रमाणावर संधी आहे ही गोष्ट युनायटेड ब्रेवरीजला जाणवण्याआधी काही स्थानिक मद्य उत्पादक कंपन्यांना ही गोष्ट जाणवली आणि अल्कोहोलचं जास्त प्रमाण असलेले ब्रँड्स त्यांनी सादर केले. हेवर्ड्स ५०००, थंडरबोल्ट आणि बुलेट सारखे ब्रँड्स सादर करण्यात आले. सर्वसाधारण बिअमध्ये अल्कोहोलचं प्रमाण ५ टक्के असताना या ब्रँड्समध्ये अल्कोहोलचे प्रमाण ८ टक्के इतकं होतं. या ब्रँड्सना बाजारपेठेत मोठे यश मिळालं.

दरम्यानच्या काळात, मल्ल्यांनी त्यांच्या मूळच्या मद्य व्यवसायाशी संबंधित नसलेल्या जसे की, मंगलोर केमिकल्स अँड फर्टिलायझर्स (एमसीएफ) आणि बेस्ट अँड क्रॉम्प्टन इंजिनिअरिंग सारख्या कंपन्या ताब्यात घ्यायला सुरुवात केली होती. त्याचवेळी त्यांच्या वडिलांनी खरेदी केलेल्या यूबी मेक, बॅटरी व्हेंचर आणि किसान सारख्या कंपन्यांतून ते बाहेर पडले होते. या कंपन्या ताब्यात घेताना अपयश पदरी येत होतं. या सगळ्या अपयशाच्या डोंगरात त्यांचे एकमेव मोठे यश म्हणजे बर्जर पेंट्सचा ताबा होता. रश, थ्रिल आणि स्प्रिंट सारख्या ब्रँड्सबरोबर मोठ्या धूमधडाक्यात त्यांनी शीतपेय उद्योगात उडी घेतली. त्यात मोठे यश लाभेल अशी शक्यता होती परंतु थोड्याच काळात त्याचा फुगा फुटला. या अपयशामुळे समूहाला ३३ कोटी रुपयांचा तोटा सहन करावा लागला. त्या

काळाच्या दृष्टीने ही खूपच मोठी किंमत होती. परंतु मद्य व्यवसायात मात्र मल्ल्या आत्मविश्वासाने ठामपणे पुढे होते. विठ्ठल मल्ल्यांकडून त्यांच्या मुलाकडे चालत आलेली गोष्ट म्हणजे पुरवठा–पूरक घनता म्हणजेच इतर कोणत्याही कंपनीपेक्षा त्यांच्या कंपनीला अधिक चांगला पुरवठा आणि त्याचबरोबर वितरणही करता आले पाहिजे असं धोरण राबवणं. त्यात विजय मल्ल्यांनी असं धोरण आणलं की पुरवठापूरक परिस्थितीचे रुपांतर मागणीपूरक परिस्थितीत झालं.

मद्यसेवन करणं ही एखाद्याची जीवनशैली असते ही कल्पना मल्ल्यांनी नेहमी सांभाळली आणि त्या कल्पनेचं प्रवर्तन केलं. त्यामुळे आपल्या ब्रँड्सची प्रसिध्दी जाहिरातींच्या माध्यमातून करण्यासाठी ते नियमितपणे चित्रपट नायकांना घ्यायचे. या प्रसिध्दीतंत्राचे कामकाज सांभाळणाऱ्यांपैकी काही जणांनी सांगितलं की या जाहिरातींवर अक्षरश: करोडो रुपये खर्च झाले आणि या सगळ्या खर्चातून काय साध्य होणार आहे याची सुरुवातीला तर त्यांनाही माहिती नव्हती. उदाहरणार्थ, क्रीडा क्षेत्र आणि मद्य व्यवसाय यांचा थेट काहीच संबंध नसला तरी मुंबईत डर्बीला प्रायोजकत्व देण्यात लाखो रुपये खर्च होतात. पण ब्रँड उभारणीसाठी अशी गुंतवणूक करायला मल्ल्यांचा नेहमीच पाठिंबा असतो. लांबच्या पल्ल्याचा विचार केला तर हा दृष्टिकोन फायद्याचा ठरतो असं त्यांचं म्हणणं असतं आणि अखेरीस तसंच झालं.

आपल्या ब्रँडच्या प्रसिध्दीसाठी मल्ल्यांनी केलेल्या मोठ्या गोष्टींपैकी एक म्हणजे किंगफिशर स्वीमसूट कॅलेंडर. मर्यादित आवृत्तींच्या या कॅलेंडरला फॅशन विश्वातील ‘हूज हू’ कडून मोठ्या प्रमाणावर मागणी असते. २००३ मध्ये हे कॅलेंडर प्रकाशित करण्यात आलं. गोव्यातील समुद्रकिनारे, फ्रेंच रिव्हिएरा आणि अशाच इतर निसर्गरम्य, हटके स्थळांवर स्वीमसूट परिधान केलेल्या आकर्षक मॉडेल्सची छायाचित्रं काढण्यात आली. या कॅलेंडरच्या निर्मितीमध्ये निष्णात छायाचित्रकार अतुल कसबेकर सहभागी आहेत. या कॅलेंडरमध्ये ज्या मॉडेल्सच्या

छायाचित्रांची निवड झाली त्यांच्या करिअरला पुढे मोठा हातभार लागल्याचं दिसतं. दीपिका पदुकोण आणि कतरिना कैफ यांनीही चित्रपटात पदार्पण करण्यापूर्वी या कॅलेंडरसाठी मॉडेलिंग केलेलं आहे.

मल्ल्या हे फॉर्म्युला वन रेसिंगशीही संबंधित आहेत आणि त्यांचा स्वत:चा संघ आहे. याचाही उपयोग त्यांनी आपल्या ब्रँड्सच्या प्रसिध्दीसाठी केला. लहानपणापासूनच स्वत:ची फेरारी असावी अशी त्यांची इच्छा होती. रेसिंगमधला मल्ल्यांचा रस हा त्या बालपणीच्या आवडीतून आलेला असू शकतो. ते जेव्हा फक्त चार वर्षांचे होते तेव्हा त्यांना एक फेरारी मिळाली होती. पण ती खेळण्यातली गाडी त्यांना त्यांच्या वडिलांनी भेट म्हणून दिली होती.

मोटारींची त्यांना असलेली प्रचंड आवड त्यांना मद्रास नजीक असलेल्या शोलावरम् या भारतातील तेव्हाच्या एकमेव रेसिंग ट्रॅक पर्यंत घेऊन गेली. १९६० ते १९८० च्या अखेरीपर्यंतच्या मधल्या काळात हे भारतातील मोटार रेसिंगचे प्रमुख केंद्र होतं. त्यानंतर शहरापासून अजून लांब असलेल्या इरंगतुकोट्टई येथे ते हलविण्यात आलं आणि नंतर नवी दिल्ली जवळील नॉयडा येथे फॉर्म्युला वन रेसिंग ट्रॅक बनविण्यात आला आहे.

जेव्हा मल्ल्या केवळ त्यांच्या विशीत होते तेव्हा त्यांनी मोटार रेसिंग स्पर्धेत भाग घ्यायचं ठरवलं. मद्रास मोटर रेसिंग क्लब मार्फत त्यांनी स्वत:चं नाव नोंदवलं आणि शोलावरम् मधील एका शर्यतीसाठी प्रशिक्षण घ्यायला सुरुवात केली. पण त्यांचं पदार्पण खूपच निराशाजनक झालं. गोंडळच्या महाराजाकुमार यांच्याकडून त्यांना पहिल्या शर्यतीत पराभव स्वीकारावा लागला. गोंडळच्या महाराजांची मोटार ही रेसिंगच्या स्पर्धेसाठी केवळ चांगली होती असं नाही तर त्याचं इंजिनही खूप चांगलं दणकट होतं. शोलावरम् ट्रॅकच मुळात दुसऱ्या महायुध्दाच्या काळापासून वापरला न गेलेला टी आकारातील असा खास मोटार रेसिंग प्रेमींसाठी बनविलेला होता. एखादा चार आणि सहा लॅप्सवर गाडी चालवू

शकायचा. सुंदर करीवर्धन आणि विकी चंडोक यांचा लोकप्रिय मोटारीस्टमध्ये समावेश होता. हे नंतर मल्ल्यांचे मित्र बनले. चंडोक आता भारताच्या मोटार स्पोर्ट्स क्लब्ज फेडरेशनचे अध्यक्ष आहेत. मल्ल्यांकडून मोठे आर्थिक सहकार्य घेऊन त्यांनी भारतात फॉर्म्युला १ जागतिक अजिंक्यपद स्पर्धा आणली. मल्ल्यांनीसुध्दा सहारा इंडिया परिवारच्या सुब्रतो राय या उद्योगपतींच्या साथीत फोर्स इंडिया या फॉर्म्युला १ संघाची सहमालकी मिळविली. काही वर्षांपूर्वी लखनौ स्थित कंपनीने अंदाजे १०० दशलक्ष डॉलरला फोर्स इंडियामधील ४२.५ टक्के हिस्सा खरेदी केला आणि या रेसिंग संघाला आता सहारा फोर्स इंडिया या नावाने ओळखले जाते. मल्ल्या आणि नेदरलँड्सच्या मॉल कुटुंबाने त्याआधी २००७ मध्ये अंदाजे ८८ दशलक्ष युरो किंमतीला स्पायकरकडून सिलव्हरस्टोनस्थित फॉर्म्युला १ संघ खरेदी केला. फोर्स इंडियाची कार व्हीजेएम–०१ चे नाव मल्ल्या आणि मॉल कुटुंबातील सदस्य जॅन आणि मायकेल यांच्या नावावरुन पडले आहे.

सहारा फोर्स इंडियाची कामगिरी काही फारशी चांगली झाली नाही. २०१२ मध्ये जागतिक अजिंक्यपद स्पर्धेत १३ गुण मिळवून संघ नवव्या स्थानावर होता. त्यात अजून एक दुर्दैवाची गोष्ट म्हणजे, सहमालक असलेला सहारा इंडिया सध्या सेबीच्या कचाट्यात सापडलेला आहे. नुकतेच सर्वोच्च न्यायालयाने सहारा इंडियाचे प्रवर्तक सुब्रतो राय यांना अटक करुन त्यांना देश सोडून जाण्यास वा त्यांची मालमत्ता विकण्यास बंदी घातली आहे.

आता पुन्हा जरा शोलावरम्च्या रेसिंगकडे परत जाऊ या : मल्ल्यांनी अखेरीस आपल्या मोटार इंजिनाच्या सर्वोत्तम गुणवत्तेच्या आधारावर गोंडाळच्या महाराजाकुमार यांच्याविरुध्दची शर्यत जिंकली. 'आधी झालेल्या पराभवामुळे मल्ल्यांनी आणखी चांगली रेसिंग मोटार खरेदी केली होती,' त्यांच्या निकटवर्तीयांपैकी एकाने नंतर ही गोष्ट सांगितली.

मल्ल्यांकरता ब्रुवरी (मद्य गाळण्याची भट्टी) आणि डिस्टीलरीज (मद्यार्क

कारखाना) यांचा व्यवसाय आणि त्यांचं व्यक्तिमत्व हे परस्परांना अत्यंत पूरक होते. यातली प्रत्येक गोष्ट ही दुसऱ्या गोष्टीचं विस्तारित रुप होतं. त्यांच्याशी संबधित जवळपास प्रत्येक जण असं म्हणायचा की त्यांना भेटलेल्या व्यक्तींमध्ये मल्ल्या हे सर्वाधिक चाणाक्ष आहेत. या माणसाला त्याच्या क्षमतांची संपूर्ण जाणीव आहे, ते प्रचंड काम करतात आणि त्याच मापात प्रचंड खेळीही करतात. कोणत्याही फाईलला एक दिवसही ते उशीर करत नाहीत. कशालाही फक्त एकाच दृष्टिक्षेपात कायमचं लक्षात ठेवणारी फोटोग्राफिक मेमरी आणि उत्कृष्ट वाक्पटुत्व यांची दैवदत्त देणगी त्यांना लाभलेली आहे.

अर्थात त्यांच्या इतक्या साऱ्या व्यवसायांचं बारीकसारीक व्यवस्थापन त्यांनी कधी केलं नाही. त्यांना जे ऐकायला आवडतं तेच बोलणारी माणसं त्यांनी आपल्या आजूबाजूला ठेवायला सुरुवात केली होती अशी टीका त्यांच्या टीकाकारांनी त्यांच्यावर कायमच केली.

त्यांनी स्वत:साठी अनिवासी भारतीयत्व स्वीकारण्यामागच्या कारणांमध्ये आंतरराष्ट्रीय व्यवहार करणं सोयीचं जावं हे एक मुख्य कारण होतं. अनिवासी भारतीयांना परदेशी भूमीत मिळवलेल्या मिळकतीतून परदेशात स्थावर मालमत्ता खरेदी करायची परवानगी असते. परदेशात त्यांनी मिळविलेल्या मिळकतीला देशातही वेगवेगळ्या करांतून सवलत/माफी मिळते.

अनिवासी भारतीय बनल्यानंतर बर्जर पेंट्स ताब्यात घेतानाही नाट्यमय गोष्टी घडल्या नाहीत असं झालं नाही. मद्य उद्योगाशी संबंधित नसलेल्या व्यवसायात त्यांनी पैसे मिळवणं या काही मोजक्या घटनांपैकी ही एक घटना होती.

बर्जर पेंट्स ही जगाच्या वेगवेगळ्या भागातील वेगवेगळ्या प्रवर्तकांच्या मालकीची कंपनी होती. वेगवेगळ्या देशांत ती विक्रीसाठी ठेवण्यात आली होती. एखाद्या विभागासाठी लिलावात उतरायचं मल्ल्या यांनी ठरवलं आणि आपल्या वरिष्ठ

अधिकाऱ्यांपैकी एकाला प्रवर्तकांशी चर्चा करण्यासाठी नियुक्त केलं. हा व्यवहार अखेरीस १५ दशलक्ष युरो इतक्या किंमतीला झाला आणि कंपनी ताब्यात घेण्यासाठी तातडीने निधी उभारण्याची गरज असल्याची माहिती घेऊन तो अधिकारी मल्ल्यांकडे परत आला. अधिकाऱ्याचं काम अजून पूर्ण झालेलं नाही आणि त्याला पैसे उभे करण्याचे कामही करावं लागेल असं मल्ल्यांनी त्याला सांगितलं. आपल्या संपर्कांचा वापर करुन एचएसबीसी बँकेकडून कर्ज उभं करण्यात त्या अधिकाऱ्याला यश आलं. बँकसुध्दा मदतीस तत्पर होती आणि कायदेविषयक शुल्कासाठी वाढीव कर्जही त्यांनी दिलं. बर्जर पेंट्स मल्ल्यांच्या पोर्टफोलिओत फार काळ राहिली नाही. १९९६ मध्ये अखेरीस ६६ दशलक्ष डॉलरच्या नफ्यासाठी त्यांनी ती कंपनी विकून टाकली. कंपनी विकल्यानंतर अत्यंत आनंदित झालेल्या मल्ल्यांनी आपल्या आईला फोन केला आणि आता जर त्यांनी एखादी आलिशान नौका वा विमान खरेदी केलं तर कोणी त्यांना प्रश्न विचारु शकणार नाही असंही त्यांनी अभिमानाने सांगितले.

अर्थात असं असलं तरी चेन्नईस्थित असलेल्या १९८९ मध्ये खरेदी केलेल्या बेस्ट अँड क्रॉम्प्टन इंजिनिअरिंग या औद्योगिक पंप आणि औद्योगिक आणि स्वयंचलित सुविधा उत्पादन कंपनीबाबत मात्र मल्ल्यांना अपयश आलं. कंपनी ताब्यात घेण्याकरता निधी उभारणीसाठी युनायटेड ब्रुवरीजने पुन्हा एकदा कर्जाचा मार्ग धुंडाळला. ही कंपनी ताब्यात घेणं शहाणपणाचं ठरणार नाही असा इशारा त्यांच्या अनेक सहकाऱ्यांनी त्यांना दिला असला तरी हा व्यवहार पार पडला.

'मी त्याला सांगितलं होतं की या कंपनीतली प्रत्येक गोष्ट चुकीची आहे. तुझा या कंपनीबाबतचा अभ्यास पूर्ण व्हायचा बाकी राहिलेला असतानाच तू ही कंपनी कशी काय ताब्यात घेऊ शकतोस? याचं पुनरुज्जीवन करणं महाकर्मकठीण काम होऊन बसेल. जेव्हा त्यांना तोटा झालेला होता तेव्हाच नफा झाल्याचे ते दर्शवत आहेत आणि त्याहून वाईट गोष्ट म्हणजे तू त्यावर कर भरत आहेस,' त्या

व्यवहारात सहभागी असलेल्या एका माजी सहकाऱ्याने नंतर एकदा ही गोष्ट सांगितली. काही वर्षांनंतर, आपली चूक झाल्याचं मल्ल्यांनी मान्य केलं. कंपनीतल्या सुमार कार्यसंस्कृतीमुळे ते व्यवहारकार्य करु शकले नाहीत. नंतर १९९८ मध्ये बेस्ट अँड क्रॉम्प्टन इंजिनिअरिंग कंपनी इंडोनेशियन पॉलिसिंडो समूहाला विकण्यात आली.

मल्ल्यांचा नेहमीच राजेशाही जीवनशैलीकडे कल होता. उदाहरणच द्यायचं झालं तर जेव्हा जेव्हा ते लंडनला भेट द्यायचे तेव्हा तेव्हा लंडनच्या टोनी मेफेअर भागातील भव्य अशा ग्रॉसव्हेनॉर हॉटेलमध्ये रहायचे. माजी ड्यूक ऑफ वेस्टमिन्स्टरचं ते निवासस्थान होतं.

आयुष्यात चांगल्या गोष्टींना त्यांचं प्राधान्य कसं असायचं हे सांगणारा एक प्रसंग त्यांच्या माजी अधिकाऱ्याने कथन केला. एका प्रसंगी मल्ल्या बर्जर पेंट्सच्या लंडनमधील कार्यालयाला भेट देण्यासाठी आले होते. लंडनमधला तो एक आठवड्यातला व्यग्र कामकाजाचा दिवस होता. ब्रिटिश अर्थव्यवस्थापक घाईघाईने त्यांच्या मुख्यालयाच्या कार्यकक्षात आला: 'व्हीजेएम'कडे किती मोटारी आहेत असं तुम्हांला वाटतं?' आपल्या साहेबांच्या कक्षात प्रवेश केल्याकेल्या त्यांनी हा प्रश्न विचारला होता.

'कदाचित शंभर एक असतील. का काय झालं?'

'आपल्या स्वतःच्या पार्किंग क्षेत्रात आधीपासूनच पुष्कळ गाड्या आहेत. खरं तर, आता सुध्दा दोन नव्या मर्सिडीज बेंझ तिथे उभ्या आहेत.'

'मग? तू मला का हे सगळं सांगत आहेस?'

'कारण 'व्हीजेएम'ना दुसरी नवी मर्सिडीज हवी आहे आणि ती आजच हवी आहे.'

'मग त्यांना ती कार घेऊन द्या.'

'काय? आपल्याकडे आधीपासूनच इतक्या मोटारी असताना अजून एक मोटार खरेदी करण्यासाठी आपण आपले पैसे कशाला खर्च करायचे? आपल्याला इतर गोष्टींसाठी पैशांची गरज आहे. मी जातो आणि त्यांच्याशी बोलतो,' तो इंग्रज गृहस्थ म्हणाला.

'हे पहा, मी 'व्हीजेएम'ला अनेक वर्षांपासून ओळखतो. त्याला जर एखादी गोष्ट हवी असेल तर त्याला ती मिळवून दिलेलीच बरी.'

पण त्या इंग्रजाने आपल्या कार्यकारी प्रमुखाच्या सल्ल्याकडे साफ दुर्लक्ष केलं आणि अजून एक मोटार खरेदी करण्याच्या विचारापासून व्हीजेएम अर्थात् विजय मल्ल्यांना परावृत्त करण्यासाठी त्यांच्या खोलीत तो गेला.

तासाभरानंतर, कार्यकारी प्रमुखाला 'व्हीजेएम'कडून फोन आला आणि त्यांनी त्याला भेटायला बोलावलं. ते त्याच्याशी हिंदीत बोलले आणि थोडक्यात सांगायचं तर ते वक्तव्य अशाप्रकारचं होतं: 'त्या इंग्रज सद्गृहस्थांना सांग की मला आता एक नाही तर दोन मर्सिडीज मोटारी हव्या आहेत. आणि संध्याकाळपर्यंत जर का मला माझ्या कार्यालयात त्या गाड्या पार्क केलेल्या दिसल्या नाहीत तर त्याला माहिती आहे की दुसऱ्या दिवशी त्याला काय करावं लागेल.'

संध्याकाळपर्यंत दोन नवीन कोऱ्या मर्सिडीज कार कार्यालयाबाहेर पार्क केलेल्या होत्या आणि अशा रीतीनं त्या इंग्रज गृहस्थानं आपल्या बॉसच्या साथीत यशस्वीपणे निकरावर आलेली गोष्ट टाळली होती.

त्यांच्या कंपनीमध्ये असेही लोक होते की जे त्यांच्याबरोबर ठामपणे उभे रहायचे आणि असं मानलं जातं की ते त्यांच्याशी भांडायचेसुध्दा. पण महत्वाची गोष्ट म्हणजे मल्ल्यांनी त्यांना कधीच कंपनी सोडून जायला सांगितलं नाही.

विजय मल्ल्या म्हणजे दिखाऊपणा अशी जरी त्यांच्याबाबतीत सार्वत्रिक समजूत

असली तरी ठराविक प्रसंगी त्यांच्या व्यक्तिमत्त्वाची संपूर्णपणे विरुध्द बाजू दिसून यायची. अशाप्रसंगी त्यांच्या मनाचा उदारपणा, औदार्य बघून त्यांच्या वडिलांची आठवण यायची. एकदा कामानिमित्त जेव्हा ते झुरिकला (स्वित्झर्लंड) गेले होते तेव्हा त्यांच्या कंपनीतला अधिकारीही त्यांच्यासमवेत त्या प्रवासात होता. त्याला घेऊन ते तिथल्या शाही घड्याळं बनविण्यासाठी प्रसिध्द असलेल्या पॅटेक फिलीप एसए या विक्री दालनात गेले. तेथे त्यांनी तब्बल २ लाख रुपये किंमतीचं घड्याळ खरेदी केलं. (आजच्या काळात तर त्या घड्याळाची किंमत ५० लाख रुपये इतकीही असू शकते.) पण तशाच प्रकारचं घड्याळ त्या अधिकाऱ्यासाठीही खरेदी करण्याची तयारी त्यांनी जेव्हा दाखवली तेव्हा तो अधिकारी पुरता गोंधळून गेला. त्या अधिकाऱ्याने अतिशय नम्रपणे त्यांच्या प्रस्तावाला नकार दिला.

मल्ल्या जेव्हा हर्बर्टसन्सच्या आंतरराष्ट्रीय व्यवहाराचे प्रमुख होते तेव्हा त्यांच्या व्यक्तिमत्त्वाशी साधर्म्य सांगणाऱ्या महत्वाकांक्षी उद्योगपती असलेल्या राजन पिल्लई यांच्यांशी त्यांचा संपर्क आला. या दोन्ही व्यक्तींना आयुष्यात मोठं बनायचं होतं, ते दोघेही प्रचंड महत्वाकांक्षी होते, आयुष्य संपूर्णत्वाकडे नेण्याचा त्यांचा प्रयत्न होता आणि आपल्या संपत्तीचे प्रदर्शन करण्याचे त्यांना अकारण स्तोम होते.

राजन पिल्लई हे केरळमधील काजू व्यापारी असलेल्या जनार्दन पिल्लई यांचे सुपुत्र. (त्या काळात मल्ल्यांच्या कंपनीला पिल्लई यांच्या एका कारखान्यातून प्रक्रिया झालेले काजू मिळत होते.) गुळगुळीत दाढी केलेल्या, भारदस्त व्यक्तिमत्त्वाच्या राजनकडे बघून नेहमीच ते आशियातली प्रत्येक मंडळ जिंकण्याच्या मार्गावर आहेत असं वाटायचं.

आपली महत्त्वाकांक्षा पूर्ण करण्यासाठी त्यांनी उचललेल्या पहिल्या काही पावलांमधलं एक पाऊल म्हणजे त्यांनी आपल्या व्यवसायाचा तळ केरळ येथून हलविला. एक मोठा उद्योगपती होण्याची आपली स्वप्ने पूर्ण करण्यासाठी

आपल्या स्वतःच्याच राज्यात राहून चालणार नाही याची जाणीव त्यांना झाली होती. त्यामुळे त्यांनी त्यांची कार्यालयं सिंगापूरला थाटली. विजय मल्ल्यांनीही त्यांच्या आंतरराष्ट्रीय विभागाचे मुख्य कार्यालय सिंगापूरमध्येच थाटलं होतं. तिथेच अनेकविध देशांना निर्यात व्हायच्या आधी काजूच्या बियांवर प्रक्रिया व्हायची. त्यांनी ऑस्ट्रेलियात पदार्पण केलं. तिथे त्यांनी काजूची शेतं खरेदी केली. आपल्याला नव्याने लाभलेल्या संपत्तीचे जाहीर दर्शन सर्वांना घडविण्याची त्यांची इच्छा होती.

एका वेळी जेव्हा पिल्लई यांना विंम्बल्डनमध्ये खाजगी जागा मिळाली तेव्हा लंडनच्या वृत्तपत्रांनी त्याची जोरदार दखल घेतली होती. त्या प्रसंगाने त्यांना तत्काळ मान्यता आणि प्रसिध्दी लाभली होती.

विस्तार धोरणाचा भाग म्हणून पिल्लई यांनी अमेरिकास्थित आरजेआर नॅबिस्कोचे प्रमुख रॉस जॉन्सन यांच्याशी हातमिळवणी केली. हीच चाल त्यांच्या सगळ्या कर्तृत्वावर बोळा फिरवणारी ठरली. आरजेआर नॅबिस्को ही न्यूयॉर्कबाहेरील तंबाखू आणि अन्न उत्पादन कंपनी होती. जॉन्सनच्या मदतीसह राजनने ब्रिटानिया इंटस्ट्रीज प्रायव्हेड लिमिटेड (बीआयपीएल) नावाची कंपनी चालू केली. तिच्या माध्यमातून विविध कंपन्यांवर त्यांचं नियंत्रण होतं. त्यात भारतातील ब्रिटानिया इंडस्ट्रीजचा समावेश होता.

इंडिया टुडे मधील अहवालानुसार, जॉन्सकडून घेतलेल्या कर्जाची परतफेड करण्यात पिल्लई यांना अपयश आल्यानंतर जॉन्सनने सिंगापूरमध्ये त्यांच्याविरुध्द याचिका दाखल केली होती. बीआयपीएलच्या पैशांचा गैरवापर झाल्याचा आणि त्यांच्या काही परदेशी कंपन्यांच्या व्यवहारात त्या पैशांचा अयोग्य वापर झाल्याचा आरोप सिंगापूर न्यायालयाने केला होता. त्यामुळेच बीआयपीएल वरील पिल्लई यांचे संपूर्ण नियंत्रण काढून टाकण्याचा आदेश न्यायालयाने दिला होता.

पिल्लई यांनी ब्रिटानिया ब्रँड्स (होल्डिंग्ज) प्रायव्हेट लिमिटेडची बीएसएन या अन्नउद्योगातल्या बड्या फ्रेंच कंपनीबरोबरही भागीदारी केली होती. भारत, पाकिस्तान आणि आशियातील काही इतर देशांतील कार्यावर नियंत्रण ठेवण्यासाठी ही योजना होती. परंतु ब्रिटानियातील त्यांचा हिस्सा खरेदी करण्याचा ग्रुप बीएसएनचा प्रस्ताव पिल्लई यांनी नाकारल्यानंतर भागीदारी संपुष्टात आली. ग्रुप बीएसएनने पिल्लईंवर फिर्याद लावली. भारतातील ब्रिटानियाच्या कारभारातून त्यांनी निधी वळविला असा त्यांचा आरोप होता. भारतातील न्यायालयाने पिल्लई यांनी ब्रिटानियाकडून घेतलेला पैसा परत करावा अन्यथा भारतातील ब्रिटानिया इंडस्ट्रीजचे संचालकपद गमावण्याचा धोका पत्करावा अशा कडक सूचना केल्या. बऱ्याच कायदेशीर लढाईनंतर, अखेरीस पिल्लई यांना ब्रिटानिया वरील आपले नियंत्रण ग्रुप बीएसएनला स्वाधीन करावं लागलं.

दरम्यानच्या काळात, सिंगापूरच्या स्थानिक सरकारची १७.२ दशलक्ष डॉलरची फसवणूक केल्याप्रकरणी पिल्लई दोषी आढळल्यामुळे सिंगापूर न्यायालयाने त्यांच्याविरुध्द अटक वॉरंट जारी केलं. बऱ्याच नाट्यपूर्ण गोष्टी घडल्यानंतर राजन भारतात सुटून आले आणि केरळ मधल्या न्यायालयाद्वारे अटक होण्याच्या कृतीवर स्थगिती मिळविणं त्यांनी जमविलं. अखेरीस भारतीय पोलिसांनी जून १९९५ मध्ये त्यांना दिल्ली येथील हॉटेलमधून अटक केली आणि त्यांची रवानगी तिहार तुरुंगात झाली. काही दिवसांनंतर ते संशयास्पदरीत्या तुरुंगाच्या कोठडीत मृतावस्थेत आढळले. ते तुरुंगात आजारी पडलेले असताना तुरुंगाधिकाऱ्यांनी त्यांना वाईट वागणूक दिली आणि त्यांच्याकडे दुर्लक्ष केलं; त्यामुळेच त्यांचा अकाली मृत्यू झाल्याचा आरोप त्यांच्या पत्नीने केला.

कोका कोला कंपनी १९९३ मध्ये परत भारतात आणण्याचे श्रेयही पिल्लई यांच्याकडेच जातं अमेरिकास्थित कोला कंपनीला मोरारजी देसाई सरकारमधील केंद्रीय मंत्री जॉर्ज फर्नांडीस यांच्यामुळे १९७७ मध्ये भारतातून गाशा गुंडाळावा

लागला होता. पिल्लई यांच्या या चालीची माध्यमांसह उद्योगजगताकडूनही प्रशंसा झाली होती. पण लवकरच कोका कोला कंपनीने पिल्लई यांच्याबरोबरील भागीदारी मोडली आणि स्वत:चे स्वतंत्र कामकाज सुरु केले. जर राजन पिल्लई यांनी स्वत:च्या महत्त्वाकांक्षेला थोडा आवर घातला असता तर अगदी सहजपणे त्यांना त्यांच्या व्यवसायाचा विस्तार करता आला असता आणि कदाचित देशातल्या आघाडीच्या उद्योगपतींपैकी ते एक बनले असते.

मल्ल्यांची पिल्लईंबरोबरची मैत्री जरी अल्पजीवी ठरली तरीही केरळमधील जनार्दन पिल्लई व्यवसायाशी त्यांचा सातत्यपूर्ण संबंध राहिला. युनायटेड ब्रुवरीजच्या एका बुजुर्ग अधिकाऱ्याच्या सांगण्यानुसार यूबी समूहाची जबाबदारी मल्ल्यांनी घेतल्यानंतर दशकभर ही एक पारदर्शक संस्था होती. अतिशय व्यावसायिक पध्दतीने कामकाजाचे आढावे घेतले जात होते आणि त्यासंदर्भातील सक्षम कार्ययंत्रणा राबवली जात होती. कोणत्याही विशिष्ट ब्रँडची किंमत कितीही असली तरी प्रत्येक ब्रँडच्या मार्जिनची एकूणात टक्केवारी अबाधित राहिली पाहिजे हा दीर्घकाळ टिकलेला अलिखित नियम होता. त्यामुळे नाट्यमय पध्दतीने उच्चस्तरीय वाढ (महसूली) व्हायची नाही पण निम्नस्तरीय (नफा) वाढीचं प्रमाण चांगलं रहायचं.

परंतु एकदा का व्यवस्थापनाने युनायटेड स्पिरिट्सला जगातला सर्वात बडा खिलाडी बनविण्याचा निर्णय घेतला तेव्हा कंपनीचे अधिकारी जितक्या लवकर शक्य होईल तितक्या लवकर उद्दिष्टप्राप्ती करण्याच्या प्रचंड दबावाखाली आले. हा मैलाचा दगड पार करण्यासाठी केरला मॉल्ट व्हिस्की सारखे कमी मार्जिनचे, जास्त प्रमाणातील उत्पादन नफ्यामध्ये फारशी भर घालत नसले तरी बाजारपेठेत घुसवायला सुरुवात झाली.

उद्योगक्षेत्रात आघाडीवर राहण्यासाठी या शर्यतीत कंपनी कमी मिळकतीलाही का तयार होत आहे हे पुरेसं स्पष्ट नव्हतं. परंतु नंतरच्या उपक्रमांनी हे दाखवून दिलं

की बाजारपेठेत कंपनीचे मूल्यांकन वाढलेलं आहे असं दर्शविण्यासाठी केलेला तो प्रयत्न होता.

आपल्या वडिलांच्या मूत्यूनंतर दोन वर्षांनी विजय यांनी सकीना यांच्याशी विवाह केला. रवी जैन आणि नीना पिल्लई या आपल्या मित्रांच्या माध्यमातून विजय यांची त्यांच्याशी भेट झाली होती.

सकीना या बोहरा मुस्लिम होत्या आणि त्या हवाईसुंदरी म्हणून काम करायच्या. विवाहाआधी त्यांनी हिंदू धर्म स्वीकारला आणि समीरा असे नाव धारण केले. गोव्यामध्ये त्यांचा विवाह झाला आणि त्यानंतर मल्ल्यांच्या मुंबई येथील नीलाद्री बंगला आणि बंगळूरु, दिल्ली आणि कोलकता येथे पार्ट्या आयोजित करण्यात आल्या होत्या.

१९८६ मध्ये समीरा यांनी मल्ल्यांचा एकुलता एक मुलगा सिध्दार्थ याला जन्म दिला. १९९० च्या सुरुवातीला मल्ल्या आणि समीरा यांनी घटस्फोटासाठी अर्ज केला. मल्ल्यांच्या निकटवर्तीयांच्या म्हणण्यानुसार मल्ल्यांच्या प्रचंड प्रमाणातील कार्यबाहुल्यामुळे त्यांच्या वैवाहिक जीवनात दरी निर्माण झाली होती. ते वेगळे झाले तरी मल्ल्यांनी समीराला काही कमी पडू दिले नाही.

मल्ल्यांनी पुन्हा विवाह केला. त्यांची द्वितीय पत्नी रेखा ही शर्यतीच्या घोड्यांचे मालक कुमार सिध्दाना यांची कन्या होती. सध्या रेखा आपल्या कन्या लीना आणि तनया यांच्यासमवेत अमेरिकेत राहातात.

२. शॉ वॉलेसची लढाई

विजय मल्ल्या यांनी एक अखखी रात्र बंगळुरुच्या इनफ्रंटी मार्गावरील पोलिस कमिशनरच्या कार्यालयात घालवली. ५ जून १९८५ च्या रात्री कोलकत्याहून परत येताना त्यांना परकीय विनिमय नियमन कायद्याचे (फेरा)उल्लंघन केल्याप्रकरणी अटक करण्यात आली होती.

निर्भिड पत्रकार ॲलेन मंडोन्सा यांनी या घटनेबद्दल इंडियन एक्स्प्रेसमध्ये लिहिलेल्या बातमीचा अपवाद वगळता बंगळुरुच्या प्रसारमाध्यमांत कोठेही ही बातमी आली नाही. एकतर माध्यमांना त्यांच्या अटकेची माहितीच मिळाली नाही किंवा त्याबद्दलचे वार्तांकन न करण्याचा पर्याय त्यांनी निवडला. मधल्या काळात दुसऱ्या दिवशी सकाळी इंडियन एक्स्प्रेस वितरणासाठी बाहेर पडला. तीस वर्षीय मल्ल्यांची आधीच त्यांच्या एका व्यवस्थापकाच्या हवाल्यावर सुटका झालेली होती. त्या

व्यवस्थापकाला पोलीस कमिशनरच्या कार्यालयातून आपल्या बॉसची सोडवणूक करण्यासाठी त्याच्या घराची कागदपत्रे सुपूर्द करायला लागली होती.

त्या काळात परकीय चलनासह सगळ्या व्यवहारांची सूक्ष्म छाननी व्हायची. कारण भारताकडे तेव्हा पुरेसा फॉरेक्स साठा नव्हता. अशा प्रकारच्या व्यवहारांना रिझर्व्ह बँक ऑफ इंडियाची मान्यता लागायची आणि कोणत्याही प्रकारचे उल्लंघन हा फौजदारी गुन्हा मानला जायचा. मल्ल्यांचा नियामकांबरोबर संघर्ष झालेला होता परंतु त्यांना अटक होईपर्यंत पडद्यामागे काय घडलं हे थोड्याच जणांना ठाऊक होतं. (दुसऱ्या वेळेला मल्ल्यांना ऑक्टोबर २०१२ मध्ये अटक झाली होती. किंगफिशर एअरलाईन या त्यांच्या विमानकंपनीने हैद्राबाद विमानतळाचे कार्य बघणाऱ्या जीएमआर समूहाला दिलेला धनादेश वटला नव्हता. विमानतळाने आकारलेले विनियोग दर भरण्यात अपयश आल्याबद्दल मल्ल्या आणि इतर चार जणांच्या विरोधात अजामीनपात्र अटक वॉरंट काढण्यात आलं होतं. आश्चर्याची गोष्ट म्हणजे त्यांच्यावर आरोप ठेवण्यात आले आणि मल्ल्या त्याच वेळी भारतात फॉर्म्यूला १ रेसिंग कार्यक्रमासाठी सहारा फोर्स इंडिया या त्यांच्या रेसिंग संघाला प्रोत्साहन देण्यासाठी आले होते.) पोलीस कमिशनरच्या कार्यालयात मल्ल्यांना घालवाव्या लागलेल्या रात्रीची बातमी फुटली तेव्हा राष्ट्रीय प्रसारमाध्यमांनी ती बातमी उचलून धरली. त्यांनी त्या बातमीच्या मुळाशी जाण्याचा प्रयत्न केला आणि या सगळ्या प्रकरणात मल्ल्या कसे अडकले हे त्यांनी शोधूनच काढलं.

या सगळ्यातून कॉर्पोरेट कटकारस्थानाची खळबळजनक कथा, शह-काटशह आणि कौटुंबिक झगडा हे सगळं शॉ वॉलेस अँड कंपनीच्या केंद्रस्थानी होते हे उघडकीस आलं. शॉ वॉलेसची लढाई हे विजय मल्ल्या यांच्या आयुष्यातील महत्त्वाचं प्रकरण आहे.

ज्या दिवसापासून त्यांनी आपल्या वडिलांकडून आपल्या उद्योगसमूहाची सूत्रं हातात घेतली होती तेव्हापासून त्यांना या कंपनीची अभिलाषा होती. कंपनीवर

नियंत्रण मिळविण्याच्या लढाईत त्यांनी आपल्या तारुण्याचा सर्वोत्तम काळ आणि त्यानंतरची दोन दशकं घालवली होती. या लढाईतील आगळीवेगळी गोष्ट म्हणजे मल्ल्या हे कदाचित अशा मोजक्याच कॉर्पोरेट सम्राटांपैकी एक असतील ज्यांनी एकच कंपनी दोनदा विकत घेतली: एकदा ५५ कोटी रुपयांना आणि दोन दशकांनंतर १५४५ कोटी रुपये इतक्या प्रचंड किमतीला.

शॉ वॉलेस अँड कंपनीची सुरुवात १८८६ मध्ये इंग्लंड स्थित रॉबर्ट गॉर्डन शॉ आणि चार्ल्स विल्यम वॉलेस यांनी कोलकता येथे केली. कंपनीचे पूर्व भारतात चहाचे मळे होते, बर्मा ऑईल कंपनीसाठी ते गॅस स्टेशन चालवायचे आणि कंपनीच्या काही दारुभट्ट्या (डिस्टीलरीज) आणि मद्यार्क (ब्रुवरीज) बनविणारे कारखानेही होते. जुन्या काळातल्या लोकांच्या म्हणण्यानुसार कारकीर्दीच्या ऐन बहराच्या काळात शॉ वॉलेस ही सर्वाधिक तत्त्वनिष्ठ कंपन्यांपैकी एक होती आणि कंपनीचं व्यवस्थापनही एकदम उत्तम होतं. कर्मचारी समभाग पर्याय योजना (एसॉप) ही संकल्पना सर्वमान्य होण्याच्या खूप आधीपासूनच शॉ वॉलेसने आपल्या कर्मचाऱ्यांसाठी अशाच प्रकारची एसडब्ल्यू स्टाफ पार्टिसिपेशन ट्रस्ट ही योजना सादर केली होती. कंपनीच्या नफ्यापैकी ५ ते ६ टक्के रक्कम ट्रस्टमध्ये बाजूला ठेवली जायची. ट्रस्टचे समभाग वरिष्ठ कर्मचाऱ्यांना त्यांच्या सेवेबद्दल दिले जायचे.

कर्मचारी आणि भागधारकांवर अशा प्रकारे लक्ष केंद्रित केल्यामुळे शॉ वॉलेसचे रुपांतर एका ब्ल्यू-चीप कंपनीत झालं होतं. १९७० च्या काळात तिचा भांडवलावरचा परतावा १६५ टक्के इतका जास्त होता आणि तिची नोंदणीकृत कर्जे पंधरा दिवसांहून अधिक राहात नव्हती. एस.पांडुरंग आचार्य हे शॉ वॉलेसचे पहिले भारतीय अध्यक्ष होते. त्यांनी सर अँथनी हेवर्ड यांच्याकडून सूत्रं स्वीकारली होती. त्यांच्या नावावरुन काही ब्रँड्सचं नामकरण करण्यात आलं होतं.

आचार्य यांनी असिस्टंट अकाऊंटंट म्हणून शॉ वॉलेस मधील आपल्या करियरला

सुरुवात केली आणि अखेरीस ते कंपनीचे अध्यक्ष आणि व्यवस्थापकीय संचालक (सीएमडी) बनले. ते उद्योगपतीपेक्षा अकाऊंटंट जास्त होते अशी आठवण जरी त्यांच्याबरोबर काम करणारे सांगत असले तरी त्यांनी कंपनी सक्षमपणे चालविली. विस्तार करण्यासाठी आणि इतर क्षेत्रांत घुसण्यासाठी जेव्हा कंपनीकडे पुरेसा पैसा होता आणि कंपनीचे व्यवस्थापक आचार्य यांना सातत्याने इतर कंपन्या ताब्यात घेण्याच्या संधीविषयी सांगत होते तरीही त्यांनी सगळा जादाचा पैसा इतर उद्योग ताब्यात घेण्याऐवजी आणि इतरत्र गुंतवणूक करण्याऐवजी बँकेत ठेवला. अर्थात असं असलं तरी रॉयल चॅलेंज, हेवड्‌र्स, डायरेक्टर्स स्पेशल, ऑफिसर्स चॉईस, अँटिक्विटी आणि अँटिक्विटी ब्ल्यू हे त्या त्या काळाची लज्जत सांभाळणारे हेवा वाटण्याजोगे मद्याचे ब्रँड्स शॉ वॉलेसच्या पोर्टफोलिओ मध्ये होते. स्वच्छ कारभार, भागधारकांना मोठ्या प्रमाणावर परतावा, चांगले ब्रँड्स आणि भरपूर रोख रक्कम अशा सगळ्या चांगल्या गोष्टींमुळे महत्त्वाकांक्षी उद्योजकांसाठी ताब्यात घेण्याकरता ती एकदम परिपूर्ण कंपनी होती.

सुरुवातीला शॉ वॅलेसचे अनेक मालक होते. मलेशियाच्या बाहेरील साईम डर्बी हे मालकांपैकी एक होते तर लंडनस्थित आर.जी.शॉ कंपनी यांच्याकडेही कंपनीची मालकी होती. शॉ वॅलेस मध्ये या कंपनीचा ४० टक्के वाटा होता. साईम डर्बी आणि शॉ वॅलेस या दोघांकडेही इंटरलॉकिंग समभाग होते. १९७१ मये साईम डर्बीने आर.जी. शॉचा कारभार ताब्यात घ्यायचं ठरवलं आणि उलट्या प्रकारच्या विलीनीकरणातून ते साध्य केलं. याचा परिणाम असा झाला की शॉ वॅलेस कंपनी साईम डर्बीच्या नियंत्रणाखाली आली. परंतु जेव्हा साईम डर्बीने मलेशियातील टायर बनविणारी डनलॉप कंपनी ताब्यात घेण्याचा निर्णय घेतला तेव्हा त्या प्रक्रियेसाठी निधी उभा करण्याकरता त्यांनी शॉ वॅलेस मधील ४० टक्के समभाग विकण्याचा निर्णय घेतला. त्यावेळेला शॉ वॅलेसची मालमत्ता ही सुमारे ६ कोटी रुपयांच्या आसपास होती आणि कंपनीची वार्षिक उलाढाल २०० कोटी रुपये

इतकी होती.

मल्ल्या प्रदीर्घ काळ शॉ वॅलेसकडे डोळे लावून बसले होते. कंपनीतील परकीय समभाग विक्रीसाठी काढण्यात येणार असल्याचे कळल्यावर मल्ल्यांचा उत्साह दुणावला. पण स्थानिक कायद्यानुसार ते भारतीय नागरिक असल्यामुळे परदेशस्थित कंपनी ताब्यात घेण्याचा अधिकार त्यांच्याकडे नव्हता. हा अडथळा पार करण्यासाठी अनिवासी भारतीय असलेल्या व्यावसायिक भागीदाराशी स्वत:ला जोडून घ्यायचे त्यांनी ठरविले. अशातऱ्हेने शॉ वॅलेसचे परकीय समभाग ताब्यात घेण्यास ते पात्र ठरत होते. अनिवासी भारतीय असलेल्या कोणत्याच उद्योपतीला ते ओळखत नसल्यामुळे ग्रिंडलेज बँकेत काम करणाऱ्या ब्रिजेश माथूर या आपल्या मित्राला अशी व्यक्ती शोधण्याचं काम त्यांनी सोपविलं.

माथूरांना सांगितलेलं काम साधं सरळ होतं: शॉ वॅलेस कंपनीतील परकीय समभाग खरेदी करण्यास उत्सुक असलेला अनिवासी भारतीय व्यावसायिक शोधायचा आणि जेव्हा मल्ल्यांना अनिवासी भारतीयत्व मिळेल तेव्हा घेतलेले समभाग त्यांच्याकडे विहित करायचे. पण कधीकधी सर्वोत्तम आराखडा आखून तयार केलेल्या गोष्टीही भयानक पध्दतीने चुकतात. आणि याबाबतीतही तसंच झालं. जगातल्या सगळ्या व्यावसायिकांमधून माथुरांनी मनोहर राजाराम उर्फ मनू छाब्रिया या सिंधी व्यावसायिकाची निवड केली. त्यांना मल्ल्यांबरोबर भागीदारी करण्यासाठी इलेक्ट्रॉनिक्स आणि इतर काही कंपन्यांमध्ये रस होता.

शिडशिडीत उंच सडपातळ असे अनिवासी भारतीय छाब्रिया हे अत्यंत कजाग होते आणि ज्या कंपन्यांमध्ये परकीय समभाग होता त्या भारतीय कंपन्या ताब्यात घेणारे अशी त्यांची ओळख होती.

मल्ल्यांचा माथुरांच्या निर्णयावर ठाम विश्वास होता असे दिसते. त्यामुळे छाब्रियांबरोबर भागीदारी करण्याआधी त्यांनी त्यांची पार्श्वभूमी नीट तपासली

होती की नाही याबाबत पुरेशी माहिती नाही. संपूर्ण योजना कार्यान्वित करण्याचा निर्णय घेण्याआधी मल्ल्या आणि छाब्रिया यांची असंख्य वेळा भेट झाली होती. शॉ वॉलेस ताब्यात घेण्यासाठी करण्यात येणाऱ्या जॉईंट व्हेंचरची नोंदणी हाँगकाँग मध्ये करण्याचा निर्णय त्यांनी घेतला. त्या बदल्यात कंपनी कॅरॅस्को हे विशिष्ट हेतूचे व्हेईकल सुरु करणार होती –ज्यामध्ये भागीदारांना समान समभाग हिस्सा मिळणार होता.

परंतु शॉ वॉलेसच्या विक्रीतील सामर्थ्य जाणून असणारे मल्ल्या हे काही एकमेव उद्योगपती नव्हते. सीग्राम कंपनी ही कॅनडातील महत्त्वाची मद्य कंपनी आणि नॅबिस्को ही अमेरिकास्थित कुकी कंपनी याही शॉ वॉलेस ताब्यात घेण्याच्या स्पर्धेत होत्या. पण एक वेळ अशी आली की हा व्यवहार जिंकण्यातले प्रमुख दावेदार असलेल्या सीग्रामला एकतर या व्यवहारात काही रस राहिला नाही किंवा लिलावात ठाम निर्णय घेण्यात त्यांना उशीर झाला. काही कारणाकरता नॅबिस्कोला महत्वाचा स्पर्धक मानलं जात नव्हतं. अखेरीस साईम डर्बीने मल्ल्यांशी संपर्क साधला आणि लिलावातली बोली वाढविण्यास ते उत्सुक आहेत का अशी विचारणा त्यांनी मल्ल्यांकडे केली. शॉ वॉलेस खरेदी करण्यात त्यांना विशेष रस असल्यामुळे मल्ल्यांनी किंमत वाढवायला मान्यता दिली. दरम्यानच्या काळात, शॉ वॉलेस हस्तगत करण्याच्या प्रयत्नात साईम डर्बी आणि सीग्राम या दोन्हीच्या बड्या अधिकाऱ्यांना काही प्रमाणात भरपाई देण्यात आली अशा अफवाही पसरल्या होत्या. पण अशा प्रकारचे स्वरुप असलेल्या व्यवहारांत अशा तऱ्हेच्या अफवा पसरविल्या जातातच आणि त्या कधीच फार काळ टिकू शकत नाहीत.

याबाबतीत मल्ल्यांनी दोन गृहितके धरली होती: पहिले गृहितक म्हणजे त्यांना अनिवासी भारतीयत्वाचा दर्जा लवकरच मिळेल. त्यामुळे त्यांनी कोणत्याही प्रकारे कायद्याचा भंग केला नाही याची खात्री देता आली असती. दुसरे गृहितक म्हणजे

शॉ वॉलेसच्या भारतीय व्यवस्थापनाकडून किंवा त्यांच्या प्रतिनिधींकडून त्यांना मोठ्या प्रमाणावर विरोध सहन करावा लागणार नाही.

आतापर्यंत मल्ल्याच लिलाव जिंकणार हे जवळपास निश्चित मानले जात होते. पण त्यानंतर अशा काही गोष्टी उघडकीस आल्या ज्यामुळे आपण कोठून छाब्रियांबरोबर भागीदारी केली असा विचार मल्ल्यांना करावा लागला.

साईम डर्बीला एकतर भारतीय कायद्यांची पुरेशी माहिती नव्हती वा त्यांनी त्याबाबत कधी फिकीर केली नाही. शॉ वॅलेसचे तत्कालीन अध्यक्ष आणि व्यवस्थापकीय संचालक (सीएमडी) असलेल्या आचार्य यांना कंपनीचा संपूर्ण हिस्सा साईम डर्बीने भारत निवासी उद्योगपतीला आणि एका अनिवासी भारतीयाला विकल्याचे साईम डर्बीच्या संचालकांपैकी एक जण तरी आपल्याला सांगेल असा विश्वास वाटत होता. पण आलेल्या बातमीने आचार्य हतबुध्दच झाले. शॉ वॅलेसला इतक्या मजबूत स्थानावर पोहोचवण्यात त्यांचा मोठा सहभाग होता. त्यामुळे साईम डर्बी कदाचित कंपनीचा प्रस्ताव सर्वांत प्रथम आपल्यासमोर मांडेल अशी त्यांची समजूत होती. परंतु या सगळ्या निर्णय प्रक्रियेत जेव्हा त्यांना संपूर्णपणे बाजूला ठेवलं गेल्याचं स्पष्ट झालं तेव्हा संघर्षाशिवाय कंपनी हातातून जाऊ न देण्याचा निर्णय त्यांनी घेतला. कंपनीमध्ये ज्या वित्तीय संस्थांचा मोठा समभाग हिस्सा होता त्यांच्या मदतीने ते शॉ वॉलेस वर नियंत्रण राखू शकतील अशी त्यांची समजूत होती.

साईम डर्बीशी झालेल्या व्यवहारानुसार मल्ल्यांना आता शॉ वॉलेस मधील परकीय समभाग खरेदी करण्यासाठी २६ दशलक्ष डॉलर निधी उभा करायचा होता. त्यामुळे या कोलकतास्थित कंपनीवर त्यांना जास्तीत जास्त नियंत्रण राखता येणार होतं. कंपनी हस्तगत करण्यासाठी निधी उभारण्याकरता काही प्रमाणातील निधी कर्जाच्या माध्यमातून उभा करायचा असा निर्णय मल्ल्या आणि छाब्रिया यांनी मिळून घेतला. उरलेली प्रत्येकी ६ दशलक्ष डॉलर रक्कम त्यांच्या स्वत:च्या

खिशातून घालायची असं ठरलं होतं.

या व्यवहाराच्या स्वरुपाबद्दल विविध मतप्रवाह चर्चेत आले होते. एका मतप्रवाहानुसार शॉ वॉलेस हस्तगत करण्याची कल्पना आणि त्याची कार्यवाही या सगळ्या गोष्टी मल्ल्यांकडून झालेल्या होत्या त्यामुळे उर्वरित सर्व रक्कम भरण्याची जबाबदारी मल्ल्यांची होती; छाब्रियांची नाही. परंतु मल्ल्यांना अजून अनिवासी भारतीयत्वाचा दर्जा मिळाला नसल्याकारणाने त्यांचे हात बांधले गेले होते. पण आश्चर्याची गोष्ट म्हणजे गरजेच्या निधीत वाढ झाली आणि कॅरोस्को हे शॉ वॉलेसचे ४० टक्क्यांचे भागीदार बनले. हे कसं काय झालं? त्याच वेळेला कॉर्पोरेट वर्तुळात अशाही वावड्या उठायला सुरुवात झाली होती की मल्ल्यांची कदाचित ६ दशलक्ष डॉलर उभे करण्यात दमछाक झाली होती.

खरेतर आचार्य आणि त्यांच्या माणसांनीच मल्ल्यांनी फॉरेक्स कायद्याचा भंग केल्याची माहिती भारतातील पोलिसांना पुरविली अशाही अफवा पसरल्या होत्या. अर्थात या अफवांना कोणता पुरावा नव्हता. या सर्वसाधारण घटनास्वरुपावरुन मल्ल्यांविरोधात आरोपपत्र दाखल करता येईल असं पोलिसांनी ठरविलं आणि त्यामुळे जेव्हा ते कोलकता येथून बंगळूरुला पोहोचले तेव्हा त्यांना तातडीने अटक करण्यात आली. तर या एकत्रित भागीदारीचे संचालक, मनू यांचे बंधू किशोर छाब्रिया यांनाही दिल्ली येथून अटक करण्यात आली.

जरी त्या दोघांची जामिनावर मुक्तता झाली तरीही मल्ल्यांचा हा गुप्त व्यवहार आता एकदम खुला झाला. पण मल्ल्यांनी खरोखरच शॉ वॉलेस खरेदी करायला गरजेचे असणारे पैसे भरले होते? जर त्यांनी तसं केलं होतं तर त्यांनी फेराच्या नियमांचा भंग केला होता हे स्पष्टच होते.

जोवर मल्ल्यांनी छाब्रियांनी आपल्या कामात आपल्याला मदत करावी म्हणून त्यांचं मन वळविलं नव्हतं तोवर मनू छाब्रियांना शॉ वॉलेस कंपनी खरोखरच किती

फायद्याची आणि महत्वाची आहे याची जाणीव नव्हती. मल्ल्यांनी सांगेस्तोवर या सिंधी उद्योगपतीला इतकी मोठी कंपनी विकायला काढल्याची पुसटशी बातमीसुध्दा लागलेली नव्हती ही बाब कालांतराने छाब्रियांच्या एका जवळच्या नातेवाईकाने उघडपणे सांगितली होती. इतकी चांगली कंपनी छाब्रिया आपल्या हातातून जाऊ देण्याची सुतराम शक्यता नव्हती हे तर उघडच होतं. या व्यवहाराकरिता मल्ल्या–छाब्रियांनी अनैतिक वर्तन केलं होतं याची मल्ल्या कधीही जाहीर कबुली देणार नाही याचीही त्यांना जाणीव होती.

मोठ्या संधीचा सुगावा लागल्यानंतर त्या कावेबाज उद्योजकाने शॉ वॅालेस खरेदी करण्यासाठी लागणारा अतिरिक्त पैसा उभा करण्याची जबाबदारी मल्ल्यांवर सोडून दिली नाही. त्यांनी स्वत: बँकांकडे विचारणा करायला सुरुवात केली आणि जानेवारी १९८५ पर्यंत स्वत:च्या एकट्याच्या जीवावर शॉ वॅालेस हस्तगत करायला लागणारा निधी उभारण्यात त्यांनी यश मिळविलं.

अंमलबजावणी संचालनालयाच्या अधिकृत माहितीनुसार अखेरीस मल्ल्यांना कॅरॅस्को मधला त्यांचा हिस्सा काढून घ्यावा लागला आणि अशाप्रकारे कंपनीचं संपूर्ण नियंत्रण छाब्रियांकडे आलं.

शॉ वॅालेसचे नियंत्रण छाब्रियांकडे आल्यावर कदाचित या कथेचा शेवट झाला असता पण तसं झालं नाही. आचार्यांनी कठीण कायदेशीर लढाई लढायला घेतली होती. पण यातही मागे न राहाता, छाब्रिया यांनी कंपनी कायदा ३९७ अन्वये कंपनी कामकाज विभागावरच उलट याचिका दाखल केली होती. आचार्य यांनी कंपनीच्या मालमत्तेची लुबाडणूक आणि निधीचा चुकीचा विनियोग केल्याची तक्रार करत आचार्य यांची सीएमडीच्या पदावरुन ताबडतोब हकालपट्टी व्हावी अशी मागणी त्या याचिकेद्वारे करण्यात आली होती.

या दोघांमधली कायदेशीर लढाई दोन वर्षांहून अधिक काळ सुरु होती. त्या

कालावधीत, आचार्य यांनी कंपनीतल्या सुमारे १७ टक्के अतिरिक्त समभाग आपल्याकडे वळविण्यात यश मिळविलं होतं. आता त्यांना छाब्रियांना शह देण्यासाठी केवळ वित्तीय संस्थांच्या पाठिंब्याची गरज होती.

परंतु १९८७ मध्ये मालकी प्रश्नाचा वाद सोडविण्यासाठी बोलाविण्यात आलेल्या महत्त्वाच्या भागधारकांच्या बैठकीत आतापर्यंत कायम आचार्य यांना पाठिंबा देणाऱ्या वित्तीय संस्थांनी मतदानापासून अलिप्त राहण्याचा निर्णय घेतला. त्याचं कारण सर्वज्ञातच होतं. छाब्रियांनी मतदानात विजय मिळविला आणि कंपनी त्यांच्या ताब्यात आली. आचार्य त्यांच्या कार्यालयात परत गेले आणि त्यांनी आपल्या पदाचा राजीनामा दिला. त्याबरोबर शॉ वॅलेस बरोबर तीन दशकांहून अधिक काळ असलेले त्यांचे प्रदीर्घ ऋणानुबंध संपुष्टात आले. पाठोपाठ आचार्य यांनी एका पत्रकाराला दिलेल्या मुलाखतीत हेही सांगितले की त्यांना सीएमडीच्या पदावर राहण्याचा प्रस्ताव छाब्रिया यांनी दिला होता पण त्यांनी या प्रस्तावाला नकार दिला. आचार्य आता बंगळूरु मध्ये रहातात आणि विविध स्वयंसेवी संस्थांच्या कार्याशी ते निगडीत आहेत.

काही वर्षांनंतर २००२ मध्ये मनू छाब्रिया यांच्या निधनानंतर त्यांना श्रध्दांजली अर्पण करताना आचार्य यांचं वक्तव्य इकॉनॉमिक्स टाईम्स वृत्तपत्रामध्ये छापून आलं होतं. शॉ वॅलेसचे नियंत्रण मिळविण्यासाठी त्यांनी तत्त्वाच्या मुद्दद्यावर लढा दिला. कंपनीचा हिस्सा खरेतर बंगाली वकिलाला विकल्याची माहिती साईम डर्बीनी त्यांना दिली होती असा जरी त्यांचा दावा असला तरी इतकी महत्वाची कंपनी ताब्यात घेण्याचा व्यवहार पारदर्शक पध्दतीनेच व्हायला हवा होता.

छाब्रिया अधिकारपदावर होते तेव्हा आपल्या हिश्श्याची मागणी करण्याची वेळ मल्ल्यांवर आली. छाब्रियांनी आपल्याला शॉ वॅलेसची ५० टक्के मालकी द्यावी अशी मागणी त्यांनी केली. परंतु छाब्रियांनी ही मागणी धुडकावून लावली. मल्ल्यांनी त्यांच्या वाटणीचे सगळे पैसे भरलेले नाहीत त्यामुळे अर्धी मालकी ते

घेऊ शकत नाहीत असं छाब्रिया यांचं म्हणणं होतं. इतकंच काय पण, मल्ल्यांनी ही गोष्ट तर केली नाहीच आणि शिवाय त्यांना कॅरोस्कोचे अर्ध मालक या नात्याने कोणत्याही व्यवहाराबदद्दल काहीच माहिती नाही याचीही आठवण छाब्रियांनी त्यांना करून दिली. ऑगस्ट १९८५ मध्ये मुंबईत अंमलबजावणी संचालनालयासमोर त्यांनी हे जाहीर केलं होतं की त्यांचा छाब्रिया आणि शॉ वॉलेसशी काहीही संबंध नाही; याचीही आठवण त्यांनी मल्ल्यांना करुन दिली.

छाब्रियांना ओळखण्यात आपली घोडचूक झाली ही गोष्ट मल्ल्यांनी कधीच नाकबूल केली नाही. शॉ वॉलेस ताब्यात घेण्यासाठी लिलावात आपली बोली लावण्याआधी मल्ल्या यांनी पुरेसा गृहपाठ केला नव्हता, योग्य तयारी केली नव्हती हेही स्पष्ट झालं. जेव्हा छाब्रियांनी शॉ वॉलेस मधला मल्ल्यांचा हिस्सा त्यांना परत द्यायला नकार दिला तेव्हा मल्ल्यांनी त्याऐवजी त्यांना त्यांचे पैसे परत करण्याबद्दल विचारणा केली. परंतु कायदेशीर शुल्क भरण्यासाठी मल्ल्यांचा पैसा वापरण्यात आल्याचं छाब्रियांनी त्यांना सांगितलं.

कोणत्याही लिखित पुराव्याचं पाठबळ मल्ल्यांच्या दाव्याला पुष्टी देण्यासाठी मिळू शकत नव्हतं. छाब्रियांनी याच पळवाटेचा आधार घेत त्यांना त्यांच्याकडून कधीच कोणतेच पैसे मिळाले नव्हते असं सांगितलं.

अधीर झालेल्या मल्ल्यांनी तातडीने दिल्ली गाठली. राजकारण्यांकडून हस्तक्षेप होईल आणि ते छाब्रियांचे मतपरिवर्तन करतील अशी त्यांना आशा होती. पण तसं काहीच झालं नाही.

अनिवासी भारतीयत्वाचा दर्जा प्राप्त होईपर्यंत वाट बघण्यावाचून मल्ल्यांकडे दुसरा काहीच पर्याय नव्हता. १९९० मध्ये जेव्हा भारतात आर्थिक सुधारणा झाल्या तेव्हा शॉ वॅलेस पुन्हा हस्तगत करण्यासाठी लढा लढायला त्यांनी स्वतःला तयार केलं.

हाँगकाँमध्ये ही न्यायालयीन लढाई लढली गेली. कारण कॅरॅस्को या टेकओव्हर व्हेईकलची नोंदणी तिथेच झाली होती. आधारखेरीजची ती कॉर्पोरेट लढाईच सिध्द झाली. तोपर्यंत छाब्रियांनी शॉ वॅलेसमधला आपला हिस्सा सुमारे ५५ टक्क्यांपर्यंत वाढविला होता. उरलेल्यापैकी २२ टक्के हिस्सा वित्तीय संस्थांकडे होता.

७ टक्के हिस्सा परकीय संस्थात्मक गुंतवणूकदारांकडे होता आणि सर्वसामान्य जनतेकडे १६ टक्के हिस्सा होता. विजय कुमार कौशल यांच्या कॉर्पोरेट टेकओव्हर्स इन इंडिया नुसार शॉ वॉलेसचे समभाग हे आर.जी.शॉ आणि थॉमस राईस मिलिंग कंपनी लिमिटेड, शॉ स्कॉट अँड कंपनी लिमिटेड आणि शॉ डर्बी अँड कंपनी लिमिटेड या त्यांच्या तीन उपकंपन्यांकडे होते.

शॉ वॉलेस ताब्यात घेण्यासाठी छाब्रियांनी खरेतर त्यांच्या केसबर्ग लिमिटेड या सिंगापूर कंपनीच्या माध्यमातून कॅरॅस्कोची खरेदी केल्याचा दावा कौशल यांनी केला. त्याबदल्यात कॅरॅस्कोने अमेरिकन एक्स्प्रेस बँकेकडून १५ दशलक्ष डॉलरचे कर्ज घेतले. ११.१४ दशलक्ष डॉलरची बाकी रक्कम छाब्रियांकडून कॅरॅस्कोकडे कर्जाऊ होती. त्यापैकी ९.६७ दशलक्ष डॉलर इतकी रक्कम केसबर्ग कडून आणि १.४७ दशलक्ष डॉलर रक्कम थेट त्यांच्याकडून देण्यात आली. पुस्तकांनुसार कॅरॅस्कोची अर्ध मालकी छाब्रियांकडे होती पण उरलेल्या अर्ध्या भागाची मालकी कोणाकडे होती ते त्यानंतरही कळू शकलं नाही. मल्ल्यांचा हिस्सा व्यवहारात परावर्तित झाला असं वरकरणी तरी वाटतं. मल्ल्यांनी बँकेकडे जमा केलेल्या रोख ठेवींच्या आधारावरच अमेरिकन एक्स्प्रेस बँकेने कॅरॅस्कोला १५ दशलक्ष डॉलरपर्यंत कर्ज वाढवून दिलं. परंतु मल्ल्यांनी छाब्रियांना जेव्हा न्यायालयात खेचलं आणि जेव्हा सगळी केस पडताळणीसाठी पुढे आली तेव्हा छाब्रियांनी त्यावर आक्षेप घेतला. छाब्रिया यांनी भारतीय कंपनी कायदा मंडळासमोर बँकेच्या उपाध्यक्षांनी लिहिलेलं पत्र सादर केलं. बँकेतर्फे हे कर्ज मनू छाब्रिया यांचे

नातेवाईक आर.आर. छाब्रिया यांच्या वैयक्तिक हमीच्या आधारावर देण्यात आल्याचं त्या पत्रात नमूद करण्यात आलं होतं.

१५ दशलक्ष डॉलर बद्दलचा मुद्दा निकाली निघाल्यानंतर छाब्रियांकडून केसबर्गला दिलेल्या ९.६७ दशलक्ष डॉलर्सच्या रकमेचा मुद्दा पडताळणीसाठी पुढे ठेवण्यात आला. कॅरॅस्कोकडे हा पैसा कदाचित तेंतुरा लिमिटेड या सिंगापूरच्या फर्मने दिलेल्या १०.३ दशलक्ष डॉलरच्या कर्जातून आला असण्याचा ठपका ठेवण्यात आला होता. तेंतुरा लिमिटेडचा मल्ल्यांच्या युनायटेड ब्रुवरीजच्या फार इस्टर्न या उपकंपनीशी व्यवस्थापन करार होता. सिंगापूरमधील स्टेट बँक ऑफ इंडियाकडून तेंतुरा लिमिटेडने हे कर्ज घेतलं असल्याचाही ठपका ठेवण्यात आला होता.

अशा प्रकारचा कुठलाही व्यवहार झाल्याचा मल्ल्या यांनी साफ इन्कार केला. १०.३ दशलक्ष डॉलर पैकी ९ दशलक्ष डॉलर हे पत हमीपत्राच्या (लेटर ऑफ क्रेडिट) आधारावर मिळाल्याचं त्यांनी निदर्शनास आणून दिलं. तेंतुराशी संबंधीत व्यवहारात त्यांना विनाकारणच ओढण्यात येत आहे आणि कंपनीबरोबर त्यांचे कोणतेच आर्थिक संबंध नाहीत असाही दावा त्यांनी केला. युनायटेड ब्रुवरीजचा या फर्मशी संबंध केवळ व्यवस्थापकीय करारापुरता होता.

शॉ वॉलेस ही केवळ छाब्रियांच्या मालकीची नव्हती. मिळालेल्या यशामुळे अजून जास्त कंपनी ताब्यात घेण्यासाठी त्यांना धीर आला. त्यापैकी एक कंपनी म्हणजे डनलॉप टायर्स. ही कंपनी त्यांनी आर.पी.गोयंका यांच्या साथीत खरेदी केली परंतु मल्ल्यांप्रमाणेच त्यांच्याबरोबरही छाब्रिया यांचं फिसकटलं.

त्यानंतर अशाप्रकारे अज्ञानाच्या छत्ताखाली आणि भारतातील कमजोर नियमन वातावरणाचा गैरफायदा घेत भारतातील कॉर्पोरेट लढाया लढल्या गेल्या.

३. पुन्हा एकदा शॉ वॉलेस

छाब्रियांनी जरी आचार्य यांच्याकडून असलेला धोका यशस्वीपणे परतवला होता आणि आता ते अधिकारपदावर होते तरीही शॉ वॉलेसवर पुन्हा नियंत्रण मिळविण्यासाठी मल्ल्या कसा प्रयत्न करतील याची त्यांना सातत्याने काळजी वाटायची. काही झालं तरी ही कंपनी ताब्यात घेण्याची संपूर्ण कल्पना मल्ल्यांची होती आणि त्यांना साहाय्यक म्हणून कार्यरत राहाणं एवढंच खरंतर छाब्रियांचं काम होतं.

परंतु या सगळ्या व्यवहाराची रचना आणि त्याची कार्यवाही इतकी गुंतागुंतीची होती की शॉ वॉलेसवर नियंत्रण मिळविणं ही तितकीशी सोपी गोष्ट नव्हती याची जाणीव मल्ल्यांना होती. त्यामुळे शॉ वॉलेसच्या महत्त्वाच्या ब्रँड्ससाठी बोली लावण्यातच शहाणपण आहे, असं त्यांनी आणि कंपनीच्या धोरणात्मक विभागानं ठरवलं. पण हा दृष्टिकोनही सरळसोपा

नव्हता. काही झालं तरी, छाब्रिया कशाला त्यांच्या ब्रँड्समध्ये हिस्सा देतील?

पण प्रयत्न करुन बघण्यात काही धोका नाही असं मल्ल्यांना ठामपणे वाटत होतं. ब्रँड्सकरीता विरोधी बोली लावल्यामुळे विरोधी पक्षात काही प्रमाणात तरी गोंधळाची परिस्थिती निर्माण झाली आणि त्यांचा संशय बळावला.

१९९९ मध्ये मल्ल्या यांनी २५० कोटी रुपयांना रॉयल चॅलेंज, डायरेक्टर्स स्पेशल आणि हेवडर्स व्हिस्कीज खरेदी करण्याचा प्रस्ताव मांडला. हे तीनही आपापल्या विभागातले आघाडीचे ब्रँड्स होते. १९८५ मध्ये मल्ल्यांची प्रत्यक्ष शॉ वॉलेस ५५ कोटी रुपयांना (२७ दशलक्ष डॉलर) खरेदी करण्याची इच्छा होती आणि आता शॉ वॉलेसच्या पोर्टफोलिओ मधील केवळ तीन ब्रँड्ससाठी त्या किंमतीपेक्षा जवळपास पाचपट जास्त किंमत मोजण्याची त्यांची तयारी होती. खरंतर, छाब्रियांनी जर या ब्रँड्सच्या विक्रीला मान्यता दिली असती तर हा व्यवहार सुरळीत होणार होता. छाब्रियांनाही त्यांच्या समूह कंपन्यांना जो तोटा झाला होता तो थोडाफार आटोक्यात आणता आला असता.

पण अत्यंत कावेबाज उद्योगपती असणाऱ्या छाब्रियांना मल्ल्या काय चीज आहे याची पूर्ण जाणीव होती. आता उलटा प्रस्ताव सादर करण्याची त्यांची पाळी होती.

इकॉनॉमिक टाईम्समधील वृत्तानुसार, मल्ल्यांना त्यांची जागा दाखवून देण्यासाठी एक मोहीम राबविण्याकरता त्यांनी एका जाहिरात कंपनीला नेमलं. त्या जाहिरात कंपनीनं दूरचित्रवाणीसाठी जाहिरात बनवली. त्यात मल्ल्यांचा खरंतर एका उध्दट प्रकाराने उपहास करण्यात आला होता. त्या जाहिरातीत क्लबमधला बार दाखविण्यात आला होता. त्याठिकाणी काही लोकं मद्याचे वेगवेगळे ब्रँड्स खरेदी करण्यासाठी एकमेकांना ओरडत असतात. तिथे एक माणूस गर्विष्ठपणे चालत येतो.

तो टाचेनेच स्वत:ची सिगरेट विझवतो आणि बारविक्रेत्याकडे जाऊन त्याला

म्हणतो: 'मला आरसी, डीएसपी आणि हेवर्ड्स खरेदी करायची इच्छा आहे.' बारविक्रेत्याचे डोळे चमकतात आणि तो आश्चर्याने म्हणतो: 'विजय साहेब, तुम्ही सुध्दा?'

त्यानंतर कॅमेरा त्या बार जवळ लावलेल्या डायरेक्टर्स स्पेशल आणि रॉयल चॅलेंजच्या कार्टून्सनजीक जातो आणि मागून व्हॉईसओव्हर येतो: 'भारताचा सर्वाधिक मागणी असणारा (इंडियाज मोस्ट वाँटेड)'

या जाहिरातीमुळे सकृतदर्शनी तरी हे ब्रँड्स खरेदी करण्याच्या मल्ल्यांच्या आशांना खीळ बसली. असं असलं तरी युनायटेड ब्रुवरीज लिमिटेडला कधीच पैसे द्यायची इच्छा नव्हती असा दावा छाब्रियांनी नंतर केला. जर मल्ल्यांचा हेतू खरोखरच स्वच्छ असता तर त्यांनी त्या प्रस्तावाचा गंभीरपणे विचार केला असता, असं छाब्रियांनी एका पत्रकाराला सांगितलं.

मनू छाब्रियांप्रती मल्ल्यांचे वैर सर्वज्ञात होते परंतु या मद्यसम्राटाचे नंतरच्या काळात मनूचा बंधू किशोर याच्याशीही शत्रुत्व निर्माण झालं.

किशोर आणि मनू छाब्रिया हे एकमेकांचे सख्खे भाऊ असले तरी काही कौटुंबिक गैरसमजांमुळे या दोन्ही भावंडांमध्ये अजिबात प्रेम, जिव्हाळा उरलेला नव्हता. याचा परिणाम म्हणजे, किशोरने आपल्या भावापासून वेगळं होण्याचा निर्णय घेतला होता. शॉ वॉलेसच्या उपकंपन्यांपैकी एक असलेल्या बीडीए डिस्टीलरीजसह किशोर वेगळा झाला. किशोर यांनी बाजारात समभाग खरेदी करुन या उपकंपनीतला आपला हिस्सा वाढविल्यानंतर कंपनीचा एकूण महसूल साधारण १२० कोटी रुपये इतका होता.

छाब्रिया कुटुंबातल्या घडामोडींकडे मल्ल्या यांचं बारीक लक्ष होतं. त्यांनी किशोर यांच्याशी बोलायचं ठरवलं. जर किशोर यांनी मल्ल्यांच्या हरबर्टसन्स कंपनीत त्यांची बीडीए कंपनी विलीन करायला मान्यता दिली तर त्यांना त्या कंपनीत २६

टक्के हिस्सा देण्याचा प्रस्ताव मल्ल्या यांनी त्यांच्यासमोर ठेवला. मल्ल्यांचा काही काळ बीडीए वर डोळा होताच कारण त्यांच्या ब्रँड्सपैकी एक असलेला ऑफिसर्स चॉईस व्हिस्की हा ब्रँड व्हिस्कीच्या विभागातला सर्वाधिक विक्री होणारा ब्रँड होता.

मल्ल्यांनी किशोर छाब्रियांना हा प्रस्ताव सादर करण्यामागे अजून मोठा आराखडा होता. किशोर जरी बीडीएसह बाहेर पडून आपल्या भावापासून वेगळा झालेला असला तरी मनू छाब्रियांनी कंपनी परत ताब्यात मिळण्यासाठी आपल्या भावाविरुध्द न्यायालयात धाव घेतली होती. जर किशोर ही केस हरले असते तर बीडीए परत मनू यांच्या ताब्यात गेली असती आणि हरबर्टसन्स ही छाब्रियांच्या साम्राज्यात प्रवेश करण्याचे साधन बनली असती. किशोर यांनी मल्ल्यांचा प्रस्ताव स्वीकारला आणि त्यांची हरबर्टसन्सच्या उपाध्यक्षपदी नेमणूक करण्यात आली. ठरलेल्या व्यवहारानुसार, मल्ल्यांनी त्यांच्या हरबर्टसन्स मधील ४६.९ टक्के समभागाच्या २५.५२ टक्के विहित केले आणि ७५,००० कनव्हर्टिबल कर्जरोखे किशोर छाब्रिया यांना दिले.

अर्थात, असे असले तरी मल्ल्या आणि धाकट्या छाब्रियांमधली मैत्रीही फार काळ टिकू शकली नाही. छाब्रियांनी खुल्या बाजारातून हरबर्टसन्सचे समभाग खरेदी करुन कंपनीतला त्यांचा हिस्सा वाढवायला सुरुवात केली होती ही गोष्ट मल्ल्यांच्या लक्षात आली.

परंतु किशोर छाब्रिया यांचा मल्ल्यांबरोबर अजूनच वेगळ्या गोष्टीवरुन वाद होता. जरी त्यांना हरबर्टसन्स कंपनीचे उपाध्यक्षपदी नेमलेले असले तरी आपल्याला अजून जादा अधिकार देण्याचे आश्वासन मल्ल्यांनी पाळलेले नाही असा किशोर छाब्रिया यांचा दावा होता. त्यामुळे खुल्या बाजारातून समभाग खरेदी करुन हरबर्टसन्स मध्ये आपला हिस्सा वाढविणं हा कंपनीवरील पकड मजबूत

करण्याचा एकमेव मार्गच त्यांच्याकडे शिल्लक राहिला. १९९४ आणि १९९७ दरम्यान किशोर छाब्रियांनी हरबर्टसन्स मध्ये अजून २०.२७ टक्के हिस्सा मिळविला. किशोर हरबर्टसन्सचे अजून समभाग खरेदी करत आहेत हे लक्षात आल्यानंतर मल्ल्या यांनी खुल्या बाजाराच्या माध्यमातून स्वत:चा हिस्सा जो आधी २१.३८ टक्के इतका होता तो वाढवून ३७.८८ टक्के इतका केला.

यातले काही व्यवहार तर नियंत्रक आणि कायदे बनविणाऱ्यांची नापसंती असली तरी सर्रास पुढे रेटले गेले.

हे सगळे प्रकरण पुढे न्यायालयात गेले आणि एक वेळ अशी आली की मल्ल्या एकाच वेळी दोन्ही भावांच्या विरोधात वेगवेगळ्या याचिकांसंदर्भात लढत होते. जर मल्ल्या यांनी आपल्याला १२० कोटी रुपये दिले आणि त्याचवेळेला आपल्या मालकीच्या समभागाच्या किंमतीची रोख रक्कम दिली तर हरबर्टसन्स मधील आपला सगळा हिस्सा सोडण्याची तयारी आहे असा प्रस्ताव किशोर छाब्रिया यांनी मांडला होता. अर्थातच, मल्ल्यांनी यातलं काहीच केलं नाही. दावा तसाच पुढे सुरु राहिला आणि सर्वोच्च न्यायालयात गेला. त्यानंतर सेबीने चुकीच्या पध्दतीने हस्तगत केलेले समभाग लोकांमध्ये विकून आपला हक्क काढून घेण्याची सूचना या दोघांनाही केली.

परंतु २००५ च्या सुरुवातीला, मल्ल्या आणि किशोर छाब्रिया या दोघांनाही त्यांच्या दीर्घकालीन वादातून पुढे जाऊन त्यांचेच नुकसान होणार असल्याची जाणीव झाली. त्यामुळे, त्या दोघांनीही वाटाघाटी करण्याचं आणि मतभेद मिटविण्याचं ठरविलं.

किशोर छाब्रियांनी हरबर्टसन्स मधला आपला सगळा हिस्सा ४९ टक्क्यांपेक्षा थोडासा जास्त युनायटेड ब्रुवरीजला विकला आणि ते हबरर्टसन्स मधून बाहेर पडले. तर मल्ल्या यांनी बीडीए डिस्टीलरीज पुन्हा छाब्रिया यांच्याकडे सुपूर्द

केली. हा व्यवहार अखेरीस किशोर छाब्रियांच्या बाजूने त्यांना १३१ कोटी रुपये देऊन पार पडला. त्याबदल्यात, मल्ल्यांनी त्यांचा संपूर्ण मद्यउद्योग युनायटेड स्पिरिट्स या एका छताखाली सामावण्याचा निर्णय घेतला तर किशोर छाब्रियांनी बीडीएची पुनर्रचना करण्याचं ठरविलं.

२००० पर्यंत छाब्रिया बंधूंनी समेट घडविण्याच्या प्रयत्नांना सुरुवात केली आणि दशकाहून अधिक काळ चाललेलं वैर संपुष्टात आलं. शॉ वॉलेस आणि मनू छाब्रिया यांनी किशोर छाब्रिया यांच्या विरोधात लावलेले सगळे २०० दावे मागे घेतले. पण एक दावा तसाच ठेवला. त्याने किशोर छाब्रियांना नंतर धक्का दिला.

परंतु त्यानंतर लवकरच छाब्रिया कुटुंबावर दु:खाचा डोंगर कोसळला. काही काळापासून मनू छाब्रिया आजारी होते आणि त्यांची बायपास शस्त्रक्रियाही करण्यात आली होती. त्यातच ६ एप्रिल २००२ मध्ये अचानक त्यांचं निधन झालं. छाब्रियांच्या निधनापूर्वी काही दिवस आधी मल्ल्यांनी रुग्णालयात जाऊन त्यांच्या तब्येतीची विचारपूस केल्याची अफवाही पसरली होती.

छाब्रिया त्यांचं संपूर्ण उद्योगसाम्राज्य, १.५ अब्ज डॉलरचा हा प्रचंड उद्योगसमूह त्यांची पत्नी विद्या आणि किरण, कोमल आणि भाविका या त्यांच्या तीन कन्यांच्या नावावर ठेवून गेले होते.

भारतातील पहिल्या 'कॉर्पोरेट रेडर'चं निधन झालं होतं पण शॉ वॉलेस आणि मल्ल्या यांच्यामधील संघर्ष संपुष्टात आला नव्हता. हा संघर्ष पुढे आणखी तीन वर्षे सुरु राहिला आणि हा संघर्ष संपेपर्यंत त्यादरम्यान न्यायालयात आणि बोर्डरुममध्ये असंख्य लढाया लढल्या गेल्या.

पतीचं निधन झाल्यानंतर जरी विद्या छाब्रिया शॉ वॉलेसच्या अध्यक्ष बनल्या तरी इतक्या प्रचंड मोठ्या प्रमाणावरील उद्योगसाम्राज्य चालविण्याचा अनुभव त्यांच्याकडे नव्हता आणि त्यांच्या कन्या सुध्दा स्वत:ला मोठा हिस्सा कसा

मिळेल हे बघण्यात गुंतलेल्या होत्या. अखेरीस कुटुंबाने आपल्या असंख्य उद्योगातून बाहेर पडायचं ठरवलं आणि शॉ वॉलेसचं विभाजन बिअर आणि मद्य अशा दोन स्वतंत्र विभागात करण्याचं ठरवलं. त्या दोन्ही विभागासाठी भागीदार शोधायला सुरुवात केली.

शॉ वॉलेस जॉईंट व्हेंचर भागीदाराच्या शोधात असल्याची बातमी ज्याक्षणी मल्ल्यांना लागली तेव्हा लगेचच त्यांनी कंपनी विरुध्द फिर्याद दाखल करण्याचा निर्णय घेतला कारण मालकीहक्काच्या वादाची केस अजूनही हाँगकाँगच्या न्यायालयात सुरुच होती. त्याशिवाय त्यांच्या कंपन्यांपैकी एक कंपनी असलेल्या मॅक्डॉवेलचाही शॉ वॉलेस मध्ये थोडा हिस्सा होता. त्यामुळे छाब्रियांना कंपनीच्या मालमत्तेचे विभाजन करण्यापासून रोखण्याची त्यांना कायदेशीर परवानगी होती. शॉ वॉलेसच्या मद्यउद्योगापर्यंत त्यांनी हा खुला प्रस्ताव पुढे रेटला.

शॉ वॉलेसच्या बिअर उद्योगाच्या बाबतीत, मल्ल्यांनी मुंबई उच्च न्यायालयात धाव घेतली. लिलावाची बोली लावणाऱ्यांपैकी एक आणि जगातील दुसऱ्या क्रमांकाची सर्वात मोठी बिअर कंपनी असलेल्या साऊथ आफ्रिकन ब्रेवरीज (एसएबी मिलर)कंपनीला शॉ वॉलेसमध्ये कोणताही करार करण्यापासून रोखण्यासाठी त्यांनी हा दावा लावला होता.

हे दावे दाखल केल्याबद्दल जरी मल्ल्यांना कठोर टीकेचा भडिमार सहन करावा लागला असला तरी शॉ वॉलेसचे भागधारक आणि क्रेडिटर्स यांच्या संरक्षणासाठी ते असं करत असल्याचं त्यांनी भासवलं. पण त्यांचं हित जपण्याचा प्रयत्न यूबी समूह का करेल हे एखाद्याच्या कल्पनाशक्तीच्या पलीकडचं होतं.

शॉ वॉलेसचे उद्योग साम्राज्य पुरतं हादरवून सोडण्याचं काम मल्ल्या स्पष्टपणे करत होते. वारंवार असे प्रयत्न केले तर कंपनीचे नवीन सर्वेसर्वा असलेली साहेब मंडळी अस्वस्थ होतील अशी त्यांना आशा होती. कंपनीच्या अध्यक्ष विद्या

छाब्रिया आणि नवीन व्यवस्थापकीय संचालक (एमडी) कोमल वझीर छाब्रिया यांचाही समावेश होता.

पण अखेरीस भागीदारी झाली आणि शॉ वॉलेस आणि सॅबमिलर या दोन्ही कंपन्या ५०-५० टक्के भागीदार झाल्या. दक्षिणी आफ्रिकी कंपनीने १३२.८ दशलक्ष डॉलरला कंपनीतील ५० टक्के भागीदारी आणि त्याचबरोबर व्यवस्थापन नियंत्रण अशा दोन्ही गोष्टी खरेदी केल्या. त्या वेळेला शॉ वॉलेसच्या ताब्यात २२ ब्रेवरीज होत्या आणि एकूण बाजारपेठेच्या सुमारे ३६ टक्के म्हणजे ३२ दशलक्ष केसेसची विक्री होती.

मल्ल्या आणि विद्या छाब्रिया यांनी एकमेकांतील वैर थांबविण्याचा निर्णय घेतला होता आणि त्यामुळेच सॅबमिलरला भागीदारी करण्याची परवानगी देण्यात आली. ती कंपनी अखेरीस ताब्यात घेण्यात आली.

परस्परांमध्ये समझोता करण्याच्या त्यांच्या निर्णयानंतर दोन महत्त्वाच्या घडामोडी घडल्या: पहिली गोष्ट म्हणजे जानेवारी २००४ मध्ये हाँगकाँग उच्च न्यायालयात सुरु असलेली महत्वाची कायदेशीर लढाई अखेरीस मल्ल्यांनी जिंकली. त्याचा परिणाम असा झाला की शॉ वॉलेस हस्तगत करण्यासाठी जे जॉईंट व्हेंचर सुरु करण्यात आलं होतं त्या कॅरॅस्कोचे ते समसमान भागीदार झाले. आणि दुसरी महत्त्वाची घडामोड म्हणजे जम्बो समूह या शॉ वॉलेसवरही मालकी असलेल्या समूहाने या आदेशाला आव्हान द्यायचं ठरवलं. 'भारतीय कायद्याचा स्पष्टपणे भंग होत आहे' असे वाटून त्यांनी न्यायालयात याचिका दाखल केली.

या अखंड सुरु राहणाऱ्या दाव्यांचा विचार करुन विद्या छाब्रिया यांनी अखेरीस स्वतःच्या दूरदर्शीपणाचा वापर केला आणि मल्ल्या यांच्याबरोबर समझोता करुन भारतातील सर्वात मोठे कॉर्पोरेट युध्द संपविण्याचा निर्णय घेतला. त्यामुळे अखेरीस २००४ मध्ये युनायटेड ब्रेवरीज आणि शॉ वॉलेस या दोन्ही कंपन्यांनी

मिळून परस्परांतील सगळे मतभेद संपुष्टात आल्याची एकत्रितपणे जाहीर घोषणा केली. एकदा त्यांनी संमतीठराव सादर केल्यानंतर जून २००४ मध्ये हाँगकाँग न्यायालयातील दावाही रद्दबातल करण्यात आला.

पण असं असलं तरीही शॉ वॉलेसच्या मद्य उद्योगात त्यांचा भागीदार कोण असेल हा मुद्दा अजूनही सोडवायचा बाकी होता.

शॉ वॉलेसला त्यांच्या बिअर व्यवसायासाठी आधीच भागीदार मिळालेला असल्यामुळे २००४ मध्ये आपल्या मद्य उद्योगासाठी लिलाव आयोजित करण्याचं त्यांनी ठरवलं. मल्ल्यांनी आणि छाब्रियांनी आपापसातील सगळ्या न्यायालयीन लढाया संपवलेल्या असल्या तरी त्यांचं दिलखुलास स्वागत काही त्यांच्या विभागात झालं नव्हतं ही गोष्ट मल्ल्यांना लगेच जाणवली होती. मल्ल्या आता पुन्हा कधीही छाब्रियांना त्रास देणार नाहीत यासाठी हा समझोता करण्यात आला होता. पण शॉ वॉलेस ताब्यात घेण्याची पहिली संधी हुकल्यानंतर आता ती कंपनी हस्तगत करता येण्याची दुसरी संधी मल्ल्या सोडू शकत नव्हते. मनू छाब्रियांचे नसणे ही मल्ल्यांसाठी फायद्याची गोष्ट होती.

मद्य उद्योगाकरता त्यांनी लिलावात १२५१ कोटी रुपयांची बोली लावली. लिलावात बोली लावणाऱ्या इतर कंपन्यांमध्ये न्यू ब्रिज कॅपिटलचा समावेश होता. सीग्राम इंडियाचे आणि व्हाईट अँड मॅकेचे माजी प्रमुख रमेश वंगळ यांच्याशी त्यांची भागीदारी होती. लिलावात मल्ल्यांची बोली सर्वात जास्त होती. मल्ल्यांनी दावा केलेल्या रकमेचा आकडा हा शॉ वॉलेसचे सल्लागार मॅक किन्सी यांनी त्यांच्यापर्यंत तोंडी पोहोचवला होता. हा लिलाव नद्य उद्योगाकरता नाही तर छाब्रिया कुटुंबाच्या ताब्यात असलेल्या ५५ टक्के हिश्श्याकरता असल्याची माहिती सांगण्यात आल्याचा दावाही त्यांनी केला.

गेल्या दोन दशकांच्या प्रखर विरोधानंतर अखेर कंपनी मल्ल्यांच्या ताब्यात जाऊ

देणे ही सगळ्या छाब्रियांना वाटणारी सगळ्यात शेवटची गोष्ट होती. त्यामुळे जरी लिलाव संमत झाला असला तरी शॉ वॉलेसने जितका शक्य होईल तितक्या जास्त वेळ उद्योगाची विक्री करण्यात उशीर करायचा असं ठरविलं होतं.

अर्थात, असं असलं तरी मल्ल्या हे काही साधेसरळपणे सगळं सोडून देणारे नव्हते. फेब्रुवारी २००५ मध्ये ते नवा प्रस्ताव घेऊन आले. प्रत्येक समभागासाठी २५० रुपये या दराने २५ टक्के हिस्सा ताब्यात घेण्याचा खुला प्रस्ताव त्यांनी मांडला. जर हा प्रस्ताव मान्य झाला असता तर १२०० कोटी रुपये कंपनीचे मूल्यांकन होताना ३०० कोटी रुपयांचा हा व्यवहार ठरला असता. एखाद्याला ही फाजील आत्मविश्वासाची चाल वाटली असती पण त्याची भरपाई झाली तर त्यातून मोठ्या प्रमाणावर लाभांश मिळाला असता.

या खुल्या प्रस्तावाला शॉ वॉलेसने तत्काळ प्रतिसाद दिला होता. प्रवर्तकांची संमती न मिळणारी ही विरोधी लिलाव बोली असल्याचं त्यांनी मानलं. पण लिलावाच्या प्रक्रियेला खूप जास्त वेळ लागत असल्यामुळे युनायटेड स्पिरिट्स, मॅक्डॉवेल अँड कंपनी आणि फिप्सन डिस्टीलरी या स्वत:च्या तीन कंपन्यांच्या माध्यमातून आपण हा खुला प्रस्ताव देण्याचं ठरविल्याचं मल्ल्यांनी स्पष्ट केले.

अर्थातच, मल्ल्या यांचा स्वाभाविक फायदा असा होता की जर त्यांना शॉ वॉलेस ताब्यात मिळाली असती तर शॉ वॉलेसच्या १५ दशलक्ष केसेसचा समावेश असलेल्या एकूण ५३ दशलक्ष केसेसची विक्री करणारी जगातील महत्वाची स्पिरिट्स कंपनी म्हणून त्यांची कंपनी उदयाला आली असती. जोडीला मल्ल्यांना २५ टक्क्यांची मालकी मिळाली असती तरी ते शॉ वॉलेसच्या बिअर उद्योगाचे अप्रत्यक्ष मालक बनले असते. त्या कंपनीवर निम्मी मालकी सॅब मिलरची होती. महत्त्वाचे अल्पसंख्य भागधारक या नात्याने त्यांच्या संमतीशिवाय शॉ वॉलेसला मद्य व्यवसाय दुसऱ्या कोणाला विकण्यापासून रोखण्याचा अधिकार त्यांना प्राप्त

होत होता.

जसजसे दिवस पुढे जात होते, तसतसे खुल्या प्रस्तावाच्या माध्यमातून मांडलेले मल्ल्यांचं दबावतंत्र काम करायला लागलं होतं. ते केवळ विद्या छाब्रियांशी बोलणी करतील, त्यांच्या मुलींबरोबर नाहीत ही त्यांची भूमिकाही त्यांच्याबाजूनेच कार्यरत व्हायला लागली होती.

मार्च २००५ मध्ये विद्या छाब्रिया शरण यायला तयार असल्याचा शब्द विद्या छाब्रिया गटाकडून मल्ल्या यांना मिळाला. मल्ल्या दुबईत आले आणि विद्या छाब्रियांबरोबर असंख्य बैठका झाल्यानंतर अखेरीस शॉ वॉलेस पासून वेगळं होण्यासाठी त्यांना तयार करण्यास त्यांना यश आलं.

त्यानंतर आयसीआयसीआय बँकेचे प्रमुख के. व्ही. कामथ यांनी हा ३०० दशलक्ष डॉलर– १३०० कोटी रुपयांचा करार मध्यस्थ म्हणून पार पाडला असं मानण्यात येतं. व्यवहार पूर्ण झाल्यावर लगेचच मल्ल्यांनी त्यांच्या आईला लंडन येथे दूरध्वनी करुन अखेरीस शॉ वॉलेस मद्य उद्योग ताब्यात घेतलाच ही बातमी दिली.

अत्यंत आनंदित झालेल्या ललिता मल्ल्यांनी नुकत्याच मिळविलेल्या या यशाबद्दल आपल्या मुलाचं अभिनंदन केलं.

यूबी समूहासाठीची अंतिम रक्कम ही १५४५ कोटी रुपये इतकी होती. खुल्या प्रस्तावाच्या माध्यमातून २५ टक्के वाट्याकरता ३१२ कोटी रुपयांचा त्यात समावेश होता. हा संपूर्ण निधी आयसीआयसीआय बँकेने दिला होता.

शॉ वॉलेसच्या बिअर उद्योगात आपल्याला रस नसल्याचे मल्ल्या यांनी आधीच स्पष्ट केलेलं होतं. त्यानुसार, सॅबमिलरने बिअर उद्योगातील ९९ टक्के भाग हस्तगत करण्यासाठी नंतर अजून १५८ कोटी रुपये (३६ दशलक्ष डॉलर) खर्चून उर्वरित ५० टक्के वाटाही खरेदी केला.

शॉ वॉलेस नंतर युनायटेड स्पिरीट्स मध्ये विलीन झाली. अशा प्रकारे कॉर्पोरेट भारतातील सर्वात मोठ्या लढायांपैकी एकाचा शेवट झाला.

'अगदी नेमक्या शब्दांत सांगायचे झाले तर शॉ वॉलेसवर माझी नजर असल्यापासून आतापर्यंत वीस वर्षे, तीन महिने आणि चार दिवस झाले. त्यासाठी लढली गेलेली लढाई योग्यच होती आणि आज दिमाखदारपणे मी ही लढाई जिंकलो आहे,' नंतर घेतलेल्या पत्रकार परिषदेत विजय मल्ल्यांनी अशी प्रतिक्रिया व्यक्त केली होती.

पण मल्ल्यांना अजून काही गोष्टी निस्तरायच्या होत्या. यावेळेला त्यांचा निशाणा आधी शत्रू असलेल्या नंतर मित्र बनून पुन्हा शत्रू झालेल्या किशोर छाब्रियांकडे होता. शॉ वॉलेस हस्तगत केल्यानंतर एका वर्षाने २००६ मध्ये त्यांनी किशोर छाब्रियांच्या विरोधात याचिका दाखल केली. बीडीए डिस्टीलरीजचे मालक असलेल्या छाब्रियांकडून त्यांना त्यांची ऑफिसर्स चॉईस व्हिस्की परत हवी होती.

पण आता जेव्हा त्यांनी स्वतःच हरबर्टसन्स मधील समभाग परत करण्याच्या बदल्यात बीडीए डिस्टीलरीजवर ताबा घेण्याची अनुमती किशोर छाब्रिया यांना दिली होती तेव्हा ते असं कसं काय करु शकत होते? असं घडलं कारण मनू छाब्रियांनी शॉ वॉलेसच्या माध्यमातून आपला भाऊ किशोर याच्यावर जे २०० दावे दाखल केले होते त्यातला ऑफिसर्स चॉईस संदर्भातील दावा अजूनही न्यायालयात पडून होता. ही गोष्ट एकतर नजरचुकीतून राहिली होती किंवा मुद्दामहून करण्यात आली होती. पण जेव्हा शॉ वॉलेस मल्ल्यांच्या ताब्यात आली तेव्हा त्यांनी या गोष्टीचा उपयोग करुन घ्यायचं ठरवलं.

दीड दशकाहून अधिक काळ सुरु असलेल्या या कॉर्पोरेट लढायांनंतर मल्ल्यांनी किशोर छाब्रियांबरोबर असलेले आपले मतभेद संपुष्टात आणण्याचा निर्णय घेतला. याचे मुख्य कारण त्यांना डिआजिओ (जी युनायटेड स्पिरीट्स ताब्यात

घेणार होती) करार अंतिम टप्प्यात आणायचा होता आणि ती प्रक्रिया लांबायला कारणीभूत ठरतील असे कोणतेच खटले, दावे त्यांना नको होते.

ऑक्टोबर २०१२ मध्ये मल्ल्यांनी ब्रँडशी संबंधित सर्व न्यायालयीन खटले मागे घेण्याचं मान्य केलं. असे करण्यासाठी किशोर छाब्रियांकडून त्यांना सुमारे ८ कोटी रुपये म्हणजेच २ दशलक्ष डॉलर इतकी रक्कम मिळाली.

अशाप्रकारे छाब्रिया कुटुंबाबरोबरील सर्व मतभेद संपुष्टात आले. किमान अजून एखादा मतभेदाचा मुद्दा मल्ल्या काढत नाहीत तोवर तरी.

४. 'एमसीएफची' कहाणी

'तुझ्यापुढे पर्याय आहे, पण इलाज नाही,' मल्ल्यांनी अगदी ठामपणे सांगितलं. हा तर त्यांचा स्थायीभावच होता.

यूबी समूहातल्या तिशीच्या आसपास असलेल्या त्या अधिकाऱ्याला त्याक्षणी कळून चुकलं होतं की त्याच्यासाठीचा निर्णय झालेला होता. मल्ल्यांनी अलीकडेच कर्नाटक सरकारकडून मंगलोर केमिकल्स अँड फर्टिलायझर्स (एमसीएफ) कंपनी ताब्यात घेतली होती. आता त्यांच्या उद्योगसमूहातील एक कंपनी असलेल्या एमसीएफ मध्ये रुजू होण्याचा प्रस्ताव मल्ल्यांनी त्या अधिकाऱ्यासमोर ठेवला होता. तो अधिकारी तो प्रस्ताव नाकारूही शकत होता पण म्हणजे त्याचा अर्थ त्या उद्योगसमूहातून बाहेर पडण्याचा पर्याय स्वीकारण्यासारखेच होते. पण हे पाऊल उचलण्यापासून तो खूप लांब होता हे त्याला ठाऊक होतं. काही झालं तरी मल्ल्या त्याला कंपनीत

चांगली वागणूक देत होते. ॲस्ट्रा आयडीएल (आता ॲस्ट्रा झिंका) या औषधनिर्माणकंपनीतून हा अधिकारी मल्ल्यांच्या उद्योगसमूहात रुजू झाला होता. त्यानंतर काही वर्षातच नाशिकमधील एक डिस्टीलरी ताब्यात घेण्याची महत्त्वपूर्ण कामगिरी त्याच्यावर सोपवून मल्ल्यांनी त्याच्यावर खूप विश्वास दाखविला होता.

'मी जे बघतो ते मला आवडतं,' डेरियस मेहता यांच्या नेमणुकीवेळी त्यांच्याशी झालेल्या बैठकीनंतर आपले मित्र आणि मुख्य वित्तीय अधिकारी (सीएफओ) नरेश मल्होत्रा यांच्याशी बोलताना मल्ल्या म्हणाले होते.

बऱ्याच लोकांची अशी समजूत असते की भारतातील मद्य उद्योगात बहुतांश गोष्टी या टेबलाखालून होत असतात असे वाटून आयआयटी पदवीधर अथवा चार्टर्ड अकाउंटंट्स यांची या व्यवसायात गरज लागत नाही. पूर्वी मद्यकंपन्या अशाचप्रकारे आपला व्यवसाय करत होत्या. पण या सगळ्यात जो बदल झाला तो केवळ मल्ल्यांमुळेच. त्यांनी हुशार, उच्चशिक्षित, उच्च कार्यक्षमता असलेल्यांना कामावर घ्यायला सुरुवात केली. त्यामुळे त्यांनीही आपल्या कामातून या उद्योगक्षेत्राची व्यावसायिक प्रतिमा निर्माण केली.

अशा लोकांची केवळ नेमणूक करुन विजय मल्ल्या थांबले नाहीत. त्यांनी या नवोदितांना चांगला पगार दिला आणि कोणतीही ढवळाढवळ न करता त्यांना त्यांचे विभाग वा व्यवसाय चालविण्याची अनुमती दिली. त्या दिवशी संध्याकाळी तो अधिकारी त्या दिवशी घडलेल्या घडामोडींसंदर्भात आपल्या पत्नीबरोबर चर्चा करण्यासाठी घरी परतला तेव्हा त्याच्या पत्नीची अशी समजूत झाली की आपला पती आपल्याला लंडनला निघण्यासाठी आवराआवरीच करायला सांगत आहे. मल्ल्यांनी त्या अधिकाऱ्याची सुरुवातीला यूबी समूहाच्या लंडन येथील कार्यालयाचे प्रमुख म्हणून नेमणूक केली होती.

आजारी कंपनी असलेल्या मंगलोर केमिकल्स ॲंड फर्टिलायझर्स कंपनी खरेदी करण्यासाठी मल्ल्यांनी वारेमाप पैसा उधळला होता. तीन वर्षात कंपनीची स्थिती

सुधारेल असं त्यांना वाटत होतं. राज्य सरकारबरोबर असलेल्या त्यांच्या संबंधांमुळे त्यांना ही कंपनी मिळवता आली असं काहींचं म्हणणं आहे. 'तुला माहिती आहे ना, मला तीन वर्षात ही कंपनी नफा मिळवेल हे पक्कं ठाऊक आहे,' असं मल्ल्यांनी एमसीएफशी जोडलं जायला राजी झाल्यानंतर आपल्या एका अधिकाऱ्याला सांगितलं होतं. कंपनीला आजारी अवस्थेतून बाहेर काढू शकतील अशा त्यांचा विश्वास असलेल्या पाच जणांची टीम त्यांनी तयार केली.

जगातल्या बाकी सगळ्या गोष्टी बाजूला ठेऊन मल्ल्यांना खतउद्योगात प्रवेश करण्याची इच्छा का होती? कारण या उद्योगक्षेत्राला सरकारचं संरक्षण होतं. खतांच्या किंमती सरकारकडून नियंत्रित करण्यात येतात. याचाच अर्थ या क्षेत्रात नफ्याचे प्रमाण वर्षभर कमीच असतं कारण शेती हा प्रमुख व्यवसाय असताना राष्ट्राचं हित लक्षात घेऊन सामाजिक सेवेची बांधिलकी जपत केला जाणारा एक स्वतंत्र अस्तित्व असलेला उद्योग म्हणून या क्षेत्राकडं बघण्यात येतं.

त्यावेळेला संसदेचं सदस्यपद मिळवणं ही मल्ल्यांची महत्वाकांक्षा होती. त्यामुळे देशाच्या सामाजिक गरजांप्रती संवेदनशील असणारी व्यक्ती अशी स्वत:ची प्रतिमा घडवणं त्यांच्यासाठी महत्त्वाचं होतं.

एमसीएफ सारख्या कंपनीची मालकी मिळविणं हे काही खूप थरारक वाटलं नाही तरी एमसीएफची कथा सांगायलाच हवी. यूबी समूहाच्या मूळ व्यवसायाशी संबंधित नसलेली आणि अजून बंद न पडलेली ही बहुदा एकमेवच मोठी नोंदणीकृत कंपनी आहे.

सुरुवातीच्या काळातील कंपनीचा विकास आणि तिने घेतलेलं वळण बघता मल्ल्यांना त्यांच्या कंपन्या चालविण्यासाठी बहुतांश करुन योग्य माणसे मिळाली होती हे स्पष्ट होतं. मल्ल्यांनी जेव्हा एमसीएफ हस्तगत केली तेव्हा सार्वजनिक क्षेत्रातील ती आजारी कंपनी होती. अगदी पहिल्यापासूनच कंपनीची सुरुवात चुकीच्या पध्दतीने झाली होती. टाटांनी उत्तर भारतीय कंपनी दुग्गल

एंटरप्रायजेसकडून १९६९ मध्ये एमसीएफ चालविण्याचा परवाना खरेदी केला आणि त्यांच्या अत्यंत विश्वासू सहकार्‍यांपैकी असलेल्या पी. ए. नेरियलवाला या आपल्या सहकार्‍याकडे त्यांनी कंपनी सुपूर्द केली. नेरियलवाला यांचे भारताचे पहिले पंतप्रधान जवाहरलाल नेहरु यांच्याशी घनिष्ठ संबंध होते हे सर्वज्ञात आहे. इंदिरा गांधी नेरियलवाला यांना 'अंकल' असे म्हणायच्या आणि ते त्यांना प्रेमाने 'बेटी' म्हणायचे असं सांगितलं जातं.

पाणी आणि वीज पुरवठ्याचं आपलं आश्वासन पूर्ण करण्यात कर्नाटक सरकार अपयशी ठरणार नाही या समजुतीच्या आधारावर एमसीएफ प्रकल्पाची सुरुवात करण्यात आली होती. परंतु जवळून वाहणारी गुरपूर नदी उन्हाळ्याच्या महिन्यांत कोरडी पडायची. त्यामुळे अनेक महिने पुरेशा पाण्याअभावी प्रकल्प बंद ठेवावा लागत असल्यामुळे हे आश्वासन पाळणं काही शक्य झालं नाही. वीज हा राज्यासाठी कायमच महत्त्वाचा प्रश्न राहिला होता आणि निवडणुकीवेळी द्यायचं आश्वासन इतपतच या प्रश्नाकडे बघितलं जात होतं.

अखेरीस १९७१ मध्ये हा प्रकल्प सुरु झाला आणि कंपनीला उत्पादन सुरु करायला साधारण सहा वर्षे लागली. तोपर्यंत वेळ आणि खर्च कितीतरी पटीने वाढलेले होते. दुर्दैवाने प्रकल्प सुरु झाल्यानंतर थोड्याच कालावधीत पाण्याच्या अपुर्‍या पुरवठ्यामुळे बंद करावा लागला. त्यानंतर नियमितपणे सतत हा प्रकल्प बंदच पडत होता.

कोणताही खतप्रकल्प बंद पडणं, हे त्या प्रकल्पासाठी अत्यंत आत्मघातकी असतं कारण प्रत्येक बंदैमुळे उष्णतेचा मोठा धक्का बसतो. दुसर्‍या शब्दांत सांगायचं झालं तर, प्रकल्प बंद केल्यामुळे यंत्रसामुग्रीच्या तापमानात मोठ्या प्रमाणावर चढउतार होतो. त्यामुळे प्रकल्पातील यंत्रसामुग्रीवरील ताण वाढतो. वारंवार असे धक्के बसले तर अखेरीस तो प्रकल्पच नादुरुस्त होतो. टाटा असहाय्य होते पण आता यापुढे टाटा या प्रकल्पाचा भाग असणार नाहीत असं जेव्हा कर्नाटक सरकारनं

ठरवलं तेव्हा तो अखेरचा धक्का बसला. अविश्वासाचा प्रस्तावसुध्दा नेरियलवाला यांनी ते काम सोडून देण्यासाठी पुरेसा होता. त्यांनी ते काम सोडलं आणि ते परत आपल्या मूळ कंपनीत परतले. एमसीएफ प्रकल्प मात्र अडचणींनी वेढलेलाच राहिला. प्रकल्पातील कर्मचारीसंख्या खूप जास्त वाढलेली होती आणि वारंवार संपाची, बंदची हाक देणाऱ्या बहुविध संघटना कार्यरत होत्या.

भारत हा कृषीप्रधान देश असल्यामुळे खतांच्या दरात होणाऱ्या चढउतारांमुळे शेतकरी नाडला जाऊ नये यासाठी खतांच्या किंमती सरकारकडून नियंत्रित केल्या जातात. ही गोष्ट खाजगी कंपन्यांसाठी कधीकधी त्रासाची, अडचणीची ठरु शकते पण अशा अडथळ्यांचे मल्ल्यांना वावगे नव्हते. काही प्रमाणात, त्यांच्या विमानकंपनीच्या भागीदारीतही अशा समांतर गोष्टी घडू शकत होत्या.

संबंधित राज्य सरकारांकडून हवाईवाहतुकीसाठीच्या टर्बाईन इंधनावर मोठ्या प्रमाणावर करआकारणी होते हे मल्ल्यांना माहित होते. पण तरीही ते पुढे गेले आणि विमान उद्योगात त्यांनी प्रवेश केलाच.

खतउद्योगाची कंपनी चालविण्याचा धोका ते का घेत आहेत अशी विचारणा एका वरिष्ठ अधिकाऱ्याने जेव्हा मल्ल्यांकडे केली तेव्हा 'पण तुम्ही उद्योजकासारखा विचार करत नाही,'असं उत्तर मल्ल्यांनी त्याला दिलं.

यापुढे एमसीएफचा कारभार चालविणे निव्वळ अशक्य आहे, याची जाणीव जेव्हा कर्नाटक सरकारला झाली तेव्हा त्यांनी कंपनीचे खाजगीकरण करण्याचा निर्णय घेतला आणि एमसीएफचा लिलाव करायचं ठरवलं. हा लिलाव मल्ल्यांनी जिंकला. एका कानडी माणसाला कंपनी विकली गेली यामुळे कर्नाटक सरकारलाही आनंद झाला होता.

या व्यवहाराची रचनाच मुळात गुंतागुंतीची होती. मल्ल्यांना एमसीएफवर नियंत्रण मिळविण्यासाठी कंपनीमध्ये १० कोटी रुपयांचे भांडवल ओतायला सांगण्यात आलं होतं. ही गोष्टच मुळात विचित्र दिसत होती कारण कंपनीची उलाढाल १९९०

मध्येच २०० कोटी रुपयांच्या आसपास होती. पण त्याबरोबर मोठं ओझंही होतं. कंपनीची मालमत्ता प्रचंड होती पण सरकारवर बावीस बँका आणि वित्तीय संस्थांकडून घेतलेल्या १६२ कोटी रुपयांचं प्रचंड कर्ज होतं. हे पुरेसं नव्हतं म्हणून की काय सरकारने अजून कमजोर करणारा भाडेकरार केला होता: त्यांनी जपानी तंत्रज्ञानाने चालविण्यात येत असलेला डायमोनियम फॉस्फेट प्रकल्प विकला आणि पुन्हा आठ स्थानिक भाडेपट्टी कंपन्यांशी भाडेतत्वाचा व्यवहार करत खरेदी केला होता.

सरकारने २६ कोटी रुपयांच्या प्रकल्पासाठी ३२ कोटी रुपये मोजले होते आणि सेल म्हणून दर्शवत आणि महसूल मिळत असल्याचे दाखवत त्यावर लाभांशसुध्दा जाहीर केला होता.

आर्थिक गोष्टींच्या व्यवस्थापनात असा सगळा सावळा गोंधळ असताना मल्ल्यांनी कंपनीत ३० टक्के हिस्सा घ्यायची हिंमत दाखविली. कंपनीचे भवितव्य बदलण्यासाठी त्यांनी पाच सदस्यांची टीम नेमली. अंतस्थ वर्तुळातील लोक या टीमला बचाव कार्याला निघालेल्या सदस्यांची टीमच म्हणायचे.

या 'बचाव कार्याचे' नेतृत्व ट्रॅव्हॅनकोअर लिमिटेड या खते आणि रसायने कंपनीचे अध्यक्ष आणि व्यवस्थापकीय संचालक (सीएमडी) एन.बी.चंद्रन करत होते. कंपनीचा कायापालट करण्याचे श्रेय त्यांच्याकडेच जाते. बचाव कार्यातील इतर सदस्यांमध्ये कंपनीतल्या विविध विभागातल्या प्रतिनिधींचा समावेश होता. १९९१ मध्ये यूबी समूहाने कंपनी ताब्यात घेतल्यानंतर कर्मचाऱ्यांकडून बऱ्याचदा संप पुकारले गेले. त्यानंतर मुख्यमंत्री एच.डी.देवेगौडा यांनी कामगार संघटना आणि व्यवस्थापन यांची बैठक बोलाविली. व्यवस्थापनाने लवकरच कंपनी पुन्हा नव्याने सुरु करावी आणि संपातला पगारही द्यावा असं त्या बैठकीत ठरविण्यात आलं. अर्थात, कंपनीने स्वत:च्या बळावर निधी उभारणी केली पाहिजे नाहीतर कंपनी बुडाली तरी चालेल असा पवित्रा घेत यूबी समूहाने अधिकाधिक रोख रक्कम

वाटायला नकार दिला.

त्यानंतर बँकांनीही कर्ज देण्यास नकार दिला. त्याचा परिणाम कंपनीचे रुपांतर आजारी कंपनी होण्यात झालं. त्यानंतर व्यवस्थापनाने कंपनीला औद्योगिक आणि वित्तीय पुनर्रचना मंडळासमोर (बीआयएफआर)सादर करण्यास भाग पाडलं. बीआयएफआरकडे गेलेल्या कंपन्या एकतर विकण्यात येतात, कर्जदारांचे कर्ज वसूल करण्यासाठी कंपनीची मालमत्ता काढून घेण्यात येते किंवा सरकारी अधिकाऱ्यांच्या कडक देखरेखीखाली कंपनीचे नव्याने पुनर्वसन करग्यात येऊन कंपनीला चांगल्या स्थितीत आणण्यात येते.

एमसीएफच्या अडचणींत एकामागून एक भर पडत असताना चंद्रन यांची तब्येत बिघडायला सुरुवात झाली. ते क्वचितच कार्यालयात उपस्थित राहू शकत होते. असे असले तरी त्यांनी राजीनामा दिला पाहिजे असे अवाक्षरही चुकूनही मल्ल्यांनी कधी काढले नाही. परंतु जहाल, खरंतर कट्टू झालेल्या वार्षिक सर्वसाधारण बैठकीत जेव्हा संघटनेच्या नेत्याने चंद्रन यांच्यावर भ्रष्टाचाराचा आरोप केला त्यानंतर चंद्रन यांची तब्बेत अजूनच जास्त बिघडली आणि ऑक्टोबर १९९६ मध्ये त्यांचं निधन झालं.

त्यानंतर काही दिवसांनी मल्ल्यांनी व्यवस्थापकीय संचालक म्हणून डेरियस मेहता यांची नेमणूक केली आणि एमसीएफला बीआयएफआरमधून बाहेर काढण्याची मोठी जबाबदारी त्यांच्यावर सोपवली. उत्पादन प्रकल्प चालविण्याचे ज्ञान असलेल्या एखाद्या व्यक्तीपेक्षा मेहता हे अकाऊंटंटच जास्त होते. असं असलं तरी कर्मचारी संघटनांच्या (त्या बऱ्याच होत्या) कामगारांना परत कामावर यायला राजी करण्यात त्यांना यश आले. कंपनीच्या दैनंदिन कामकाजात मल्ल्या कधीच ढवळाढवळ करायचे नाहीत. पण जेव्हाजेव्हा सरकारकडून मान्यता मिळवायची असेल वा निधी उभारण्यात मदत हवी असेल तर ते स्वतःच्या प्रभावाचा वापर करुन मदत करायचे.

एका वेळेला त्यांनी त्यांची शक्ती वापरुन यूटीआय बँकेला (आताची ॲक्सिस बँक) ४० कोटी रुपये चालू भांडवली कर्ज देण्यास राजी केले. इतर बँकांनी अजून कर्ज वाढवून देण्यास नकार दिल्यानंतर यूबी समूह हमीदार म्हणून उभा राहिला होता.

त्यानंतर एमसीएफ स्थिरस्थावर झाली. असं असलं तरी कंपनीच्या पनर्वसनाचाच एक भाग म्हणून व्यवस्थापनाबरोबर मतभेद असलेले फुटिरतावादी टीमचे काही सदस्य कंपनीबाहेर पडले. त्यानंतर बऱ्याच काळाने एमसीएफ पुन्हा चर्चेत आली. कंपनीच्या कर्जदारांच्या पैशांच्या वसुलीसाठी अजून जास्त रोख रक्कम गोळा करण्याचा मल्ल्या जरी प्रयत्न करत असले तरी कंपनीच्या विक्रीची शक्यता असल्याचं बोललं जाऊ लागलं. पण मल्ल्यांना सक्षम प्रतिसाद मिळाला नाही आणि कंपनी यूबी समूहाबरोबरच कायम राहिली.

असं असलं तरी मल्ल्या हे एमसीएफचे सर्वात मोठे भागधारक नाहीत. दीपक फर्टिलायझर्स अँड पेट्रोकेमिकल्स कॉर्पोरेशन लिमिटेडने बाजारातून खरेदी करुन एकूण २४.४ टक्के हिस्सा ताब्यात घेतला आहे, तर मल्ल्यांकडे साधारण २१ टक्के हिस्सा आहे. कोलकातास्थित झुआरी फर्टिलायझर्स कडे १६ टक्क्यांची मालकी आहे. पुणेस्थित दीपक फर्टिलायझर्सचे मालक शैलेश मेहता असे वारंवार सांगत आले आहेत की जर मल्ल्यांनी त्यांना परवानगी दिली तर त्यांना एमसीएफमधला हिस्सा वाढवायची इच्छा आहे.

जर मल्ल्यांनी या गोष्टीला मान्यता दिली तर खुल्या प्रस्तावाद्वारे दीपक फर्टिलायझर्स ५१ टक्क्यांहून अधिक हिस्सा खरेदी करु शकेल आणि त्यामुळे यूबी समूहाचा या कंपनीवरील अंमल संपुष्टात येईल.

८. टिपू सुलतानाची तलवार

काहीतरी वादविवाद झाल्याशिवाय कोणताच लिलाव कधी पूर्ण होत नाही. आणि त्यातही तो लिलाव जर महात्मा गांधींच्या वस्तूंचा होत असेल तर असंच होणार. त्यांच्या प्रसिध्द गोल आकाराच्या फ्रेमच्या चष्म्याचाही त्यात समावेश होता. भारत सरकारला हा लिलाव खरेतर पसंद नव्हता आणि तो बंद पाडण्याचा प्रयत्न त्यांनी केला होता. इतकेच काय तर त्याविरुध्द न्यायालयाची स्थगितीही आणली होती. हा एक प्रकारचा जुगारच असल्याचे मानले जात असल्यामुळे सरकार कधीच कोणत्या लिलावात सहभागी होत नाही.

पण विजय मल्ल्यांसारखा नियमितपणे डर्बी प्रायोजित करणारा माणूस जेव्हा महात्मा गांधी यांनी वापरल्यामुळे मौल्यवान बनलेल्या गोष्टींच्या लिलावात भाग घ्यायचे ठरवतो तेव्हा या सगळ्या गोष्टींकडे वेगळ्या नजरेने ते बघत असल्याचं स्पष्ट होतं. महात्मा गांधींनी त्यांच्या वस्तू स्वतःचे मृत्युपत्र

लिहायच्या बरेच आधी १९३० मध्ये जुनागढच्या राजांना दिल्या होत्या.

'चल, हे घेऊ यात टोनी!,' मल्ल्या आपले मित्र आणि सहकारी टोनी बेदी यांना म्हणाले होते. बेदी हे यूबी समूहाच्या अमेरिकेतील ऑपरेशन्सचे अध्यक्ष होते.

पुराणकालीन वस्तूंच्या विक्रीसाठी प्रसिध्द असलेल्या अँटिक्कोरम ऑक्शनिअर्स यांच्यातर्फे न्यूयॉर्कच्या ५९५ मॅडिसन चौकात ५ मार्च २००९ च्या सकाळी लवकर लिलावाला सुरुवात झाली. स्टीलच्या चौकटीचा चष्मा, सँडल्सची जोडी, वाटी, थाळी आणि खिशातील घड्याळ या गोष्टींचा संग्रह अमेरिकी चित्रपटनिर्माते आणि शांतता चळवळीतले कार्यकर्ते जेम्स ओटिस यांच्या मालकीचा होता. पण या गोष्टी लिलावात काढण्याबद्दल ओटीस आनंदी नव्हते. एवढेच काय पण त्यांची विक्री थांबविण्यासाठी त्यांनी वकीलाचीही नियुक्ती केली होती पण लिलाव पुकारणाऱ्यांबरोबर त्यांनी कायदेशीर करार केलेला असल्यामुळे आता या घडीला या सगळ्यातून बाहेर पडणं अशक्य होतं. इतकंच काय तर त्यांच्याकडचा सगळा संग्रह भारत सरकारला द्यायचीही त्यांची इच्छा होती. पण त्यांच्या काही अटी मान्य झाल्या असत्या तर ते ही गोष्ट करणार होते. या सगळ्या वस्तूंचे सार्वजनिक प्रदर्शन उभारावं आणि त्याचबरोबर सरकारने गरिबांच्या भल्यासाठी जादा पैसे खर्च करावेत अशा त्यांच्या काही अटी होत्या.

लिलावाला एकदम वेळेवर सुरुवात झाली. मध्यान्हीपर्यंत महात्मांच्या ३६४ वस्तूंचा संग्रह लिलावासाठी समोर आणण्यात आला आणि लिलावाच्या दमवणाऱ्या फेऱ्यांना सुरुवात झाली. लवकरच, १ दशलक्ष डॉलरचा टप्पा ओलांडला गेला.

त्यातून केवळ मल्ल्या आणि भारताचा माजी फिरकी गोलंदाज दिलीप दोशी हे दोघेच स्पर्धेत राहिले. महात्मा गांधींच्या सगळ्या गोष्टी भारताला परत करण्याच्या आशेने दोशी यांनी या लिलावात भाग घेतला होता. मल्ल्यांनाही तेच करायची

इच्छा होती.

अखेरीस मल्ल्यांनी १.८ दशलक्ष डॉलर एवढ्या किंमतीच्या बोलीला हा लिलाव जिंकला आणि ज्यांनी आयुष्यभर दारुपासून लांब राहण्याच्या तत्त्वाचा पुरस्कार केला होता अशा व्यक्तीच्या मालकीच्या वस्तूंचा ताबा मिळविला. पण त्यांनी हा लिलाव जिंकल्यानंतर भारत सरकारने असा दावा केला की त्यांनीच मल्ल्यांना त्यांच्या वतीने या गोष्टी खरेदी करण्यासंदर्भात विचारणा केली होती. पण अशा प्रकारचे कोणतेही बोलणे झाले नसल्याचे मल्ल्यांनी लगेच स्पष्ट केले. या लिलावात ते केवळ आपापलेच वैयक्तिक पातळीवर सहभागी झाले होते आणि सरकारचा या गोष्टीशी काही संबंध नाही असं त्यांनी सांगितलं.

इतिहासातील महत्त्वाच्या गोष्टीवर ताबा मिळविण्यासाठी लिलावात बोली लावण्याची मल्ल्यांची ही दुसरी वेळ होती.

'मी एक गूढ खरेदीदार आहे,' मल्ल्यांनी ही गोष्ट पण तितक्याच नाट्यपूर्ण पध्दतीने एप्रिल २००४ मध्ये बंगळुरु येथे झालेल्या पत्रकार परिषदेत जाहीर केली होती. विचारण्यात आलेला प्रश्न अठराव्या शतकातला म्हैसूरवर राज्य करणारा राज्यकर्ता टिपू सुलतानच्या तलवारीबद्दलचा होता.

ही घोषणा केल्यानंतर मल्ल्यांनी दिमाखात २०० वर्षे जुन्या असलेल्या तलवारीचं अनावरण केलं. लंडनमध्ये झालेल्या लिलावात सुमारे १.५ कोटी रुपयांना त्यांनी ही तलवार खरेदी केली होती आणि आता आश्चर्यचकित झालेल्या पत्रकारांसमोर दिमाखात ती तलवार सादर केली.

मल्ल्यांना अशा गोष्टींमध्ये विशेष रस होता असं दिसतं किंवा कदाचित त्यांच्यातील राष्ट्रीयत्वाची भावना उचंबळून येत असेल. अपार्टमेंट कॉम्प्लेक्स उभारण्यासाठी आता जरी विठ्ठल मल्ल्या मार्गावरील त्यांचे स्वतःचं घर पाडण्यात येणार असलं तरी अशा प्राचीन वस्तूंनी, जुन्या चित्रांनी ते घर भरलेलं आहे.

इतकेच काय तर मल्ल्याकलेक्शन डॉट कॉम नावाची त्यांची स्वत:ची वेबसाईटही आहे. त्यामध्ये त्यांच्याकडील संग्रहाची इत्यंभूत माहिती आहे. त्यामध्ये व्हिंटेज त्याचप्रमाणे लक्षवेधी मोटारींचाही समावेश आहे. वेबसाईटनुसार मल्ल्यांच्या संग्रहामध्ये रोल्स रॉईस सिल्व्हर घोस्टचे १९१३ चे मॉडेल, १९१७ची हार्ले डेव्हिडसन, १९२६ची व्हर्जन मर्सिडीज आणि फेरारी १९९० बायसिकल, तीन फेरारी आणि एका मॅक्लॉरेनचा समावेश आहे.

मल्ल्यांनी सुंदर हस्ताक्षरकला असलेली मूठ असलेली आणि चांदीचं म्यान यांच्यासह असलेली ४२ इंची तलवार खरेदी केल्यानंतर सहा महिन्यांनी सार्वजनिकरीत्या तिचं सादरीकरण केलं. लवकरच येणाऱ्या संसदीय निवडणुकांमध्ये जास्तीची मते मिळविण्यासाठी त्यांनी अशा प्राचीन गोष्टी खरेदी करण्याचा सपाटा लावला असल्याची टीका लगेचच टीकाकारांनी त्यांच्यावर केली.

त्यांच्या हेतूबद्दल शंका घेणारे प्रश्न उपस्थित केल्यानंतर जनता पक्षाचे अध्यक्ष असलेल्या मल्ल्यांनी 'यात काही डावपेच नाही,' असं घोषित केलं. 'मी ही तलवार सगळ्या कानडी लोकांसाठी खरेदी केली आहे,' असे उत्तर त्यांनी दिलं. राजकीय लाभ उठविण्यासाठी त्यांनी ही तलवार खरेदी केली नाही या त्यांच्या विधानावर टीकाकारांचं समाधान झालं नाही.

माध्यमांमधल्या प्रतिक्रिया फारशा उत्साहवर्धक नसल्या तरी जी गोष्ट खरोखरच देशाच्या मालकीची आहे ती परत मिळविण्यासाठी खरेदी करण्याकरता त्यांनी खरोखरच खूप मोठी किंमत मोजली होती ही गोष्ट तर कुणी नाकारू शकत नव्हते. ब्रिटिशांविरुध्द लढा दिल्यामुळे टिपू सुलतानला भारतात मोठ्या आदराचे स्थान आहे. टिपू आणि त्यांच्या वडिलांनी पुकारलेल्या लढ्यामुळे दक्षिण भारतात वसलेल्या म्हैसूरवर कब्जा मिळवायला इंग्रजांना तब्बल चाळीस वर्षे लागली. १७९९ मध्ये म्हैसूर जवळील कावेरी नदीच्या किनाऱ्यावर असलेल्या श्रीरंगपट्टण

येथे ब्रिटिशांशी लढताना टिपूला वीरमरण आले. ब्रिटिशांनी टिपू सुलतानची तलवार लंडनला नेली आणि सुलतानाविरुध्द आपल्या शौर्याचे प्रदर्शन दाखविणाऱ्या जनरल डेव्हिड बैर्द यांना सन्मानार्थ ती तलवार भेट दिली.

२००५ मध्ये मल्ल्यांनी टिपू सुलतानाच्या आणखी काही गोष्टींच्या लिलावातही बोली लावली आणि तो लिलावही त्यांनी जिंकला. त्यामध्ये टिपू सुलतानाच्या स्वत:च्या वैयक्तिक शस्त्रागारातील चांदीची मूठ असलेली फ्लिंटलॉक स्पोर्टिंग बंदूक आणि अजून वेगवेगळ्या तीस गोष्टींचा समावेश होता. साधारण ९.७ कोटी रुपयांना त्यांनी या गोष्टी जिंकल्या.

पण या गोष्टी मिळविणे हा म्हणजे कथेचा फक्त एकच भाग झाला. या वस्तू जर भारतात परत आणल्या तर त्यावरील कर माफ करण्यास भारत सरकारने नकार दिला. यातल्या काही गोष्टी सध्या अमेरिकेत मल्ल्यांच्या ताब्यात आहेत. जेव्हा कधी सरकार या गोष्टींवर कर लादणार नाही, तेव्हा या गोष्टी भारतात परत आणण्याचं आश्वासन या मद्यसम्राटाने दिलं आहे.

६. मुत्सद्दी राजकारणी

तो एक नेहमीपेक्षा वेगळा असा वादळी दिवस होता. पण जनता पक्षाचे 'कार्यरत' अध्यक्ष असणाऱ्या मल्ल्यांना घेऊन जात असलेल्या वैमानिकाला त्याच्या एमडी ६००-एन या आपल्या वाहनावर संपूर्ण विश्वास होता. वादळी हवामानाला तोंड देऊ शकेल असं दणकट असलेलं जगातल्या सर्वाधिक सुरक्षित विमानांमध्ये गणती होणारं ते एक सुरक्षित कॉप्टर होतं.

मल्ल्या कर्नाटकातल्या उत्तरी भागातील जिल्ह्यांच्या दौऱ्यावर होते. तिथे काही राजकीय प्रचारसभांना ते संबोधित करणार होते. आपल्या राजकीय महत्त्वाकांक्षेला प्रोत्साहन देण्यासाठी नुकताच त्यांनी जनता पक्षाचे कार्यरत अध्यक्ष म्हणून पदभार स्वीकारला होता. या प्रचारफेऱ्या या २००४ च्या कर्नाटक विधानसभा निवडणुकांच्या तयारीचाच एक भाग होत्या.

त्या सहा आसनी हेलिकॉप्टरमध्ये मल्ल्यांच्या

जोडीला त्यांच्या राजकीय सचिव तुषिता पटेल, चित्रपट अभिनेता संजय खान आणि दूरचित्रवाहिनीचे कॅमेरामन अजमल जमाई हेही होते. ते हेलिकॉप्टर निवडणूक माहिमेसाठी 'टाटा टी'कडून कर्जावर घेण्यात आले होते. उत्तर कर्नाटकातील हुबळी येथून हेलिकॉप्टरने उड्डाण केले. उड्डाण केल्यानंतर लगेचच हवा खराब असल्याचं वैमानिकाच्या लक्षात आलं. या सगळ्यातून सुखरुप पार पडण्यासाठी त्याला त्याच्याकडील सगळा अनुभव पणाला लावायची गरज होती. बागलकोट नजिक हेलिपॅडजवळ आता हेलिकॉप्टर उतरणारच इतक्यात अचानकपणे आलेल्या वाऱ्याच्या जोरदार तडाख्यानं हेलिकॉप्टरला अनियंत्रितपणे हलविलं आणि त्याचवेळी तातडीने निर्णय घेत वैमानिकाने हेलिकॉप्टर उजवीकडे गर्रकन वळवलं. पण अशा प्रचंड वादळी वाऱ्याला तोंड देत अचानकपणे वळण घेतल्यावर कितीही दणकट यंत्रालाही स्वत:ला नियंत्रणात ठेवणं अवघड जातं. काहीतरी अघटित घडणार असल्याची जाणीव होताक्षणीच मल्ल्या वैमानिकाला जोरात ओरडून म्हणाले: ''डावीकडचा सुकाणू ओढ, डावीकडचा सुकाणू ओढ!'' पण तोपर्यंत खूप उशीर झाला होता. नियंत्रणाबाहेर जाऊन हेलिकॉप्टर आधीच हेलखावे घ्यायला लागलं होतं.

एका शेतात तयार केलेल्या हेलिपॅडजवळ मल्ल्यांचे स्वागत करायला गर्दी जमली होती. हेलकावे खात खाली येत असलेल्या हेलिकॉप्टरचं भयानक दृश्य त्या गर्दीच्या दृष्टीस पडलं. काही मिनिटांत हेलिकॉप्टर जमिनीला जोरात धडकलं आणि त्याचे दोन तुकडे झाले.

मल्ल्यांचे माध्यम–सचिव सी.बी.यशवंत कुमार हे त्या शेताच्या दुसऱ्या बाजूला एक किलोमीटरपेक्षाही कमी अंतरावर गाड्यांचा ताफा घेऊन या मद्यसम्राटाच्या आगमनाचीच वाट बघत होते.

त्यांनी लोकांना हेलिपॅडच्या दिशेनं हेलिकॉप्टर कोसळलं असं ओरडत पळत जाताना पाहिलं. कुमार यांचा स्वत:च्या कानांवर विश्वासच बसला नाही. हादरुन गेलेल्या कुमार यांनीही हेलिपॅडच्या दिशेने पळायला सुरुवात केली. कोणत्याही

क्षणी आता हेलिकॉप्टर पेट घेईल असं त्यांना वाटत होतं. कोसळलेल्या हेलिकॉप्टर जवळ ते पोहोचले आणि त्याच्या बाहेर शांतचित्तानं उभ्या असलेल्या मल्ल्यांना निवांतपणे आजूबाजूला बघताना बघून ते जागीच खिळून राहिले. हेलिकॉप्टर जमिनीवर कोसळण्याच्या बेतात असताना धैर्य गमावून न बसलेली एकमेव व्यक्ती म्हणजे मल्ल्या होती हे कुमार यांना नंतर कळलं. त्यांच्या पायाला किरकोळ दुखापत झाली होती. स्थानिक सरकारी रुग्णालयात उपचार घेतल्यानंतर मल्ल्यांनी संध्याकाळी उशीरा त्यांचा निवडणूक मोहिमेचा कार्यक्रम पार पाडला.

मल्ल्या आणि त्यांचे सहप्रवासी आश्चर्यकारकरीत्या बचावले होते. सर्वात प्रथम हेलिकॉप्टरची शेपूट आधी जमिनीला धडकली आणि तिनं बहुधा शॉक ॲबसॉर्बर म्हणून काम केलं. त्यामुळेच त्या सगळ्यांचीच किरकोळ दुखापती होऊन त्या भयानक संकटातून सुटका झाली असण्याची शक्यता होती. पण तरीही या अपघाताचा परिणाम अजून भीषण वाईट होऊ शकला असता.

असं असलं तरी, देवावरील अगाध विश्वासामुळेच आपण वाचू शकलो अशी या मद्यसम्राटाची धारणा होती. वरकरणी त्यांचा दिखावू भडकपणा कितीही असला तरी मल्ल्या हे खूपच देवदेव करणारे आणि अंधश्रध्दाळू व्यक्ती आहेत. मल्ल्यांनी एकदा त्यांची दाढी अशाप्रकारे कापली होती की ती जणू काही गणपतीच्या सोंडेसारखीच भासत होती आणि आपल्या सगळ्या मित्रांना ते ही गोष्ट दाखवत होते अशी आठवण त्यांच्या कंपनीतल्या एका माजी अधिकाऱ्याने सांगितली.

मल्ल्या दरवर्षी न चुकता केरळ मधल्या सबरीमल येथील भगवान अय्यपा मंदिरात दर्शनासाठी जातात. भगवान अय्यपा ही हिंदू देवता असून शंकर आणि विष्णू (भगवान विष्णूंचा स्त्री अवतार मोहिनी) यांची संतती असलेल्या भगवान धर्मसंस्था यांचा अवतार मानली जाते.

त्याचबरोबर किंगफिशरच्या ताफ्यात दाखल होणारे प्रत्येक नवीन विमान हे सेवेत येण्याआधी मल्ल्या भगवान वेंकटेश्वराच्या चरणी तिरुपतीला जाऊन यायचे.

विविध प्रकारचे होमहवन करण्यासाठीही मल्ल्या ओळखले जायचे. होमहवन हा एक महत्त्वाचा हिंदू धार्मिक विधी असतो. वेगवेगळ्या देवदेवतांना आहुती समर्पित करुन हरतऱ्हेची सकारात्मक ऊर्जा निर्माण करण्यासाठी होमहवन केले जाते. एका प्रसंगी, मल्ल्यांनी ८० लाख रुपये किंमतीचे सोन्याचा मुलामा दिलेले द्वार सर्पांची देवता असलेल्या भगवान सुब्रमण्यम देवालयाला दान केले. दक्षिण कर्नाटकातील कुक्के सुब्रमण्यम येथे हे देवालय आहे.

हेलिकॉप्टरच्या अपघातातून मल्ल्या बचावले असले तरी २००४ च्या निवडणूका त्यांच्या पक्षासाठी काही लाभदायक ठरल्या नाहीत. त्यांच्या राजकीय महत्त्वाकांक्षेला सुरुंग लावत त्यांच्या पक्षाला एकही जागा जिंकता आली नाही. मल्ल्यांनी जेव्हा जनता पक्षाचे कार्यवाही अध्यक्ष म्हणून सूत्रे स्वीकारली तेव्हा ते स्वत: संसदेच्या वरिष्ठ सभागृहाचे म्हणजेच राज्यसभेचे स्वतंत्र सदस्य होतेच.

जेव्हा त्यांच्या पक्षाचा कर्नाटकातील निवडणुकांमध्ये सपशेल पराभव झाला तेव्हा मल्ल्यांनी राजकारणातून स्वत:ला दूर केलं. मल्ल्यांनी २००० मध्ये कधीतरी राजकारणात प्रवेश केला होता पण एकतर ते त्यासाठी फार वेळ देऊ शकले नाहीत किंवा त्या क्षेत्रातील खाचाखोचा समजून घेण्याबाबत ते भाबडे ठरले. राजकारण्यांना ओळखणं ही एक गोष्ट झाली आणि स्वतः राजकारणी असणं ही त्यापासून खूप वेगळी गोष्ट असते.

मल्ल्या हे ‘काम न करणारे, निद्रिस्त’ अध्यक्ष आहेत असा आरोप करत दहा वर्षांनंतर जनता पक्षाचे अध्यक्ष सुब्रमण्यम स्वामी यांनी मल्ल्यांना त्यांच्या कार्यकारी अध्यक्षपदापासून दूर केलं.

अर्थात, मल्ल्या सलग दुसऱ्यांदा स्वतंत्रपणे राज्यसभेचे सदस्य झाले. ‘मित्र’ पक्षांच्या मदतीने दुसऱ्यांदा त्यांनी कर्नाटकातून राज्यसभेची जागा जिंकली.

७. किंगफिशर एअरलाईन्स

‘सर्वाधिक वाईट प्रकाराने चाललेला व्यवसाय म्हणजे असा व्यवसाय ज्याची वाढ खूप वेगाने होते, हा विकास साध्य करण्यासाठी मोठ्या प्रमाणावर भांडवलाची गरज लागते आणि त्यानंतर कमाई मात्र खूप कमी होते वा पैसे मिळतच नाहीत. विमान कंपन्यांचा विचार करा. अगदी राईट बंधूंच्या काळापासून पाहिलं तरी टिकणारा चांगला भक्कम फायदा काही आठवत नाही. विमान उद्योगाची भांडवलाची मागणी ही अगदी पहिल्या विमान उड्डाणापासून अखंड अधाशीपणानं सुरुच आहे. गुंतवणूकदार अक्षरश: तळ नसलेल्या भांड्यात पैसा ओतत असतात. जेव्हा त्या विकासाने खरंतर त्यांना नाकारायला हवे त्याचवेळी त्या विकासाकडे गुंतवणूकदार आकर्षित होतात. आणि मला सांगायला कसेतरीच वाटते की १९८९ मध्ये जेव्हा माझ्याकडे बर्कशायरने यूएस एअर समभाग खरेदी केलेले होते तेव्हा मीसुध्दा या मूर्खपणात सहभागी

झालो होतो.

आमच्या धनादेशावरील शाई वाळायचच्या आतच विमान जसं खालच्या दिशेनं चक्राकार झेप घेतं तशा गटांगळ्या कंपनीने खाण्यास सुरवात केली. आम्हांला सांगण्यात आलेला लाभांश तर मिळालाच नाही. पण त्यानंतर आम्ही खूप सुदैवी ठरलो. विमान कंपन्यांबद्दलच्या वास्तवात दिशाभूल करणाऱ्या अशा परंतु तरीही बाजारपेठेत मोठ्या प्रमाणावर मूळ धरून असलेल्या भाबड्या आशावादामुळे १९९८ मध्ये आम्ही चक्क आमच्या कंपनीचे समभाग विकण्यात यशस्वी झालो. आमच्या या विक्रीनंतर दशकभरातच कंपनी दिवाळखोरीत गेली.'

– आपल्या भागधारकांशी वॉरेन बफे यांनी साधलेल्या संवादातील उतारा

बंगळुरुच्या सेंट्रल बिझनेस डिस्ट्रिक्टमधल्या रेसिडेन्सी मार्गावरील वाहतूक क्वचितच कमी रहदारीची असते. रेसिडन्सी मार्गावरुन विठ्ठल मल्ल्या मार्गाला जोडणाऱ्या मधल्या रस्त्याने प्रवास करताना विशेषकरुन मोटारी तर दुसऱ्या गिअर मध्येच चालवाव्या लागतात. कमी रहदारीमुळे रवी नेड्डुंनगडी यांच्या शोफरला त्यांच्या मर्सिडीजचा ॲक्सिलेटर वाढविणं शक्य होत होतं.

मोटारीमध्ये आत, बहुतेकवेळेला शांतचित्त असणारे नेड्डुंनगडी तेव्हा मात्र आपल्या मोबाईलवर कोणाशीतरी बोलत असताना अस्वस्थ दिसत होते.

होसूर मार्गावरील त्यांच्या अपार्टमेंटमधून यूबी समूहाच्या मुख्यालयात जाईपर्यंतच्या संपूर्ण प्रवासात ते फोनवरच बोलत होते. त्यांच्या दहाव्या मजल्यावरील अवाढव्य अशा कार्यालयात जाण्यासाठी लिफ्ट मधून जातानाही फोन त्यांच्या कानालाच होता.

आपल्या कार्यालयात प्रवेश केल्यावर त्यांचं फोनवरील संभाषण संपलं.

नेड्डुंनगडींचे त्यांच्या फोनवर जे संभाषण झालं होतं त्यामुळे त्यांना थोडी चिंता

लागून राहिली होती आणि त्यावर काही विचार करण्याच्या आतच मल्ल्या त्यांच्या कार्यालयात आले: 'मग, जाहीर घोषणा करायची आपली तयारी पूर्ण झाली ना?' मल्ल्यांनी विचारलं.

नेडुंनगडी हे मॅसनेईल अँड मॅगोर लिमिटेड या चहाच्या कंपनीतून १९९० मध्ये कॉर्पोरेट खजिनदार म्हणून यूबी समूहात रुजू झाले. संख्याशास्त्रात प्राविण्य असलेल्या नेडुंनगडी यांनी वेगाने पदोन्नती मिळविली आणि चौदा वर्षांपेक्षा कमी कालावधीत ते समूहाचे अध्यक्ष आणि मुख्य वित्तीय अधिकारी (सीएफओ) बनले.

इतक्या वर्षांत हे निश्चितच झालं होतं की मल्ल्यांचा समूहातील इतर कोणाहीपेक्षा त्यांच्यावर जास्त विश्वास होता. परंतु विमानक्षेत्रात उतरण्याच्या मल्ल्यांचा निर्णयाने नेडुंनगडी यांना चिंता लागून राहिली होती. फोनवर ते ज्यांच्याशी बोलत होते ती व्यक्ती विमान उद्योगातील बडे प्रस्थ होती आणि या क्षेत्रात गुंतवणूक करायला प्रोत्साहन देतील असं भारतीय सरकारचं धोरण नसल्याचं त्यांनी सांगितलं होतं.

मल्ल्यांना नेहमीच सगळ्या गोष्टींची घाई असायची. त्यांची बालपणीची मैत्रीण आणि सध्या बायोकॉनच्या सीएमडी असलेल्या किरण मुजुमदार शॉ एकदा म्हणाल्या होत्या, 'तो माझे ऐकून घ्यायचा, इतकंच काय पण महत्त्वाच्या प्रश्नावर माझ्याशी चर्चाही करायचा. पण तो काही करायला तयार असलेला स्वतंत्र विचारधारा असलेला माणूस आहे. आणि तो आता कित्येक खंडांत पसरलेल्या व्यवसायात आहे. त्यामुळे त्यानं तसंच असलं पाहिजे.' १५ नोव्हेंबर २००४ रोजी सकाळी नेडुंनगडी त्यांच्या कार्यालयात पोहोचण्यापूर्वी बऱ्याच आधी मल्ल्या त्यांच्या कार्यालयात आले होते.

वेगवेगळे कॉल्स करण्यात ते व्यस्त होते. पहिला कॉल त्यांनी गेली अनेक वर्षे युनायटेड ब्रुवरीजच्या पाठीशी उभ्या राहिलेल्या खाजगी क्षेत्रातील बँकेच्या वरिष्ठ

अधिकाऱ्याला केला होता. पण ते संभाषण जसं ठरवलं होतं तसं झालं नव्हतं. दुसऱ्या बाजूला असलेली व्यक्ती अखंडपणे मल्ल्यांच्या प्रस्तावित प्रकल्पाच्या विरोधात बोलत होती. अखेरीस संयम संपल्यानंतर मल्ल्यांनी त्यांना त्यांच्या पैशांची खरंतर गरज नाहीच असे सांगून त्या बँकरचा फोन बंद केला होता.

पुढचा फोन हा अजून महत्त्वाचा होता. तो फोन त्यांनी किरण राव यांना केला होता. राव भारताचे एअरबस प्रतिनिधी होते.

मल्ल्यांच्या घराशेजारीच असलेल्या प्रतिष्ठेच्या मानल्या जाणाऱ्या बिशप कॉटन स्कूल मध्ये राव यांचं शिक्षण झालं होतं. 'ठीक आहे, टोलूझला (एअरबस मुख्यालय) येईन. पण तुम्हांला व्यवहार माहित आहे, बरोबर?' मल्ल्या निर्भिडपणे म्हणाले.

पहिल्या दोन वर्षात त्यांना किमान दहा एअरबस ए ३२० आणि तीन ए ३१९ लागतील याचं सूतोवाच मल्ल्यांनी त्यांना केलेलं होतं. आणि अशाप्रकारे १ अब्ज डॉलरहून अधिक खर्च करण्याची त्यांची तयारी होती. जर हा व्यवहार झाला असता तर एअरबसनं आपला कट्टर प्रतिस्पर्धी बोईंगला मागे टाकलं असतं हे किरण राव यांना माहित होतं.

या फोनकॉल नंतर मल्ल्या घाईघाईनं त्यांच्या कार्यालयातून बाहेर पडले आणि नेडुंनगडी यांच्या खोलीत आले होते. त्या दिवशी दुपारी असणारी मंडळाची बैठक अवघ्या दोन तासांवर आली होती.

'विजय, बहुधा आपल्याला पुन्हा जरा थोडा विचार करायला हवा. आपण आता अलीकडेच काही कंपन्या ताब्यात घेतल्या आहेत आणि आपल्याला स्थिरस्थावर व्हायला काही काळ जाऊ द्यावा लागेल,' नेडुंनगडींना जितक्या शांतपणे आपलं म्हणणं मांडणं शक्य होतं तितक्या शांतपणे त्यांनी सांगितलं.

असं आहे तर! मल्ल्या स्वत:शीच विचार करत होते. रवीने म्हणजे हा अचानक

हल्लाच केला आहे, असं त्यांना वाटत होतं. पण पुढे जाण्यापासून ही गोष्ट त्यांना अडवून ठेऊ शकत नव्हती. 'चल, पुढे जाऊयात रवी. आपण कुठे चाललो आहोत हे मला पुरतं ठाऊक आहे,' मल्ल्या म्हणाले आणि कार्यालयातून बाहेर पडले. जाता जाता मंडळाच्या बैठकीच्या वेळी भेटू असं मल्ल्यांनी त्यांना सांगितलं.

मल्ल्या आता त्यांचा निर्णय बदलणार नाहीत ही गोष्ट नेडुंनगडी यांना माहित होती. युनायटेड डिस्टीलरीजच्या बोर्ड मिटिंग (मंडळाची बैठक) मध्ये काही नवीन कार्यक्रम नव्हता. व्यवस्थापकीय संचालक व्ही.के.रेखी हे सतत त्यांनी स्कॉच व्हिस्की असोसिएशनला (एसडब्ल्यूए) कसं एका कोपऱ्यात टाकलं हेच सांगत बसले होते. 'एसडब्ल्यूए आता काही वर्षे तरी आपल्या वाट्याला जाणार नाहीत,' अशी टिपण्णी रेखी यांनी केली आणि बैठकीत टेबलाच्या अध्यक्षस्थानी बसलेल्या मल्ल्यांकडे बघून ते सूचक हसले. त्यांच्या उजव्या हाताला समूहाचे उपाध्यक्ष सुभाष गुप्ते बसले होते.

यूबी समूहात रुजू होण्यापूर्वी शांत, सौम्य दिसणारे सुभाष गुप्ते हे भारताच्या अधिकृत विमानकंपनीत म्हणजेच एअर इंडियात कार्यरत सीएमडी होते. विमानउद्योगातील व्यावसायिक म्हणून पंचवीसहून अधिक वर्षांचा अनुभव असलेल्या गुप्ते यांना त्यांच्या व्यवस्थापकीय कौशल्यासाठी मल्ल्या यांनी आपल्या कामात ओढून घेतलं. आपण एक विमानकंपनी सादर करावी असं गुप्ते यांचं स्वप्न होतंच पण त्यासाठी लागणारी सर्व प्रकारची कुमक त्यांच्याकडे नव्हती. आपलं स्वप्न पूर्ण करण्याची संधी गुप्ते यांनाही लाभली होती.

स्कॉटलंडस्थित एसडब्ल्यूए ही कंपनी समूहाच्या व्हिस्की उद्योगासाठी कटकटीची बनली होती.

अयोग्य पध्दतीच्या व्यापार व्यवहारांकरिता भारतीय सरकारला जागतिक व्यापार

संघटनेसमोर खेचण्याची धमकी त्यांनी दिली होती. सरकारने स्कॉच व्हिस्कीवर ३०० टक्के कर लावला होता तर त्याचवेळी स्थानिक पातळीवर बनविल्या गेलेल्या व्हिस्कीला फारच कमी कर होता. त्यामुळे खरेदीसाठी या स्थानिक व्हिस्की खूपच स्वस्त पडायच्या.

बोर्डरुममध्ये बसलेल्यांचा रस हळूहळू कमी होत चाललेला असतानाच मल्ल्यांनी त्यांचा हात हवेत हलविला. 'ठीक आहे, मला एक घोषणा करायची आहे. विमान उद्योगात उतरायचं असं आपण ठरवलेलं आहे.' मल्ल्यांनी काहीशी अर्धवट घोषणा केली. त्या खोलीत बसलेला प्रत्येक जण एकदम शांत झाला. या घोषणेचा अर्थ काय, त्याचा परिणाम काय हे समजून घेण्याचा ते प्रयत्न करत होते. प्रदीर्घ काळच्या शांततेनंतर मल्ल्यांचे मित्र आणि युनायटेड ब्रुवरीजचे व्यवस्थापकीय संचालक कल्याण गांगुली यांनी एक प्रश्न केला: 'विजय, पुन्हा?' गांगुलींच्या स्वरातून त्यांना वाटत असलेली काळजी प्रतीत होत होती.

मल्ल्यांनी १९८० च्या अखेरीस यूबी एअर नावाची कंपनी सुरु केली. एके दिवशी भारत सरकार त्यांना व्यावसायिक कृती कार्यक्रम करण्याची अनुमती देईल अशी त्यांना आशा होती. परंतु सरकारने जेव्हा खाजगी विमान कंपन्यांसाठी आकाश खुलं केलं तेव्हा मल्ल्या शॉ वॉलेसवर नियंत्रण मिळविण्यासाठी छाब्रियांबरोबर लढत असलेल्या कॉर्पोरेट लढाईत गुंतलेले होते.

अर्थात असे असले तरी यूबी एअर तर्फे कॉर्पोरेट्सना तसेच अतिश्रीमंत व्यक्तींना चार्टर सेवा पुरवली जात होती. काही वर्षांनंतर यूबी एअर निष्क्रीय झाली पण विमान कंपनी सुरु करण्याचा मल्ल्यांचा उत्साह काही संपला नाही. १९९५ मध्ये त्यांनी अजून एक विमानकंपनी स्थापन केली आणि किंगफिशन एअरलाईन्स या नावाने या कंपनीची नोंदणी केली. कंपनीचं कॉर्पोरेट कार्यालय मुंबईत होतं. मल्ल्यांनी ती ऐतिहासिक घोषणा करेपर्यंत ही कंपनी कोषातच राहिलेली होती.

'सिध्दार्थच्या वाढदिवसाच्या मुहूर्तावर आपण कंपनीच्या कामाला सुरुवात करणार आहोत. ही माझ्यातर्फे त्याला भेट आहे,' मल्ल्यांनी अशा स्वरात सांगितलं की त्यातून त्यांचा अंतिम निर्णय झाल्याचंच सूचित होत होतं. सिध्दार्थच्या नावाचा मंडळाच्या बैठकीत मल्ल्यांनी तेव्हा पहिल्यांदाच उच्चार केला. कुटुंबांनी चालविलेल्या बहुतांश व्यवसायात कुटुंबातील सदस्यांना व्यवस्थापकीय मंडळावर स्थान असतं. पण मल्ल्यांच्या व्यवसायात तसं नव्हतं. सिध्दार्थ मल्ल्याचा अपवाद वगळता मल्ल्या कुटुंबातील सदस्यांकडे मंडळावरील कोणतंच पद, स्थान नव्हतं.

विमानकंपनी सुरु करण्याबाबतचं आपलं नियोजन मंडळासमोर सादर करण्याआधी त्यांनी या प्रकल्पासाठीचा आर्थिक आराखडा एकत्र करायला सुरुवात केली. या संदर्भात ते ज्यांना ज्यांना भेटले त्यातले पहिले म्हणजे उद्योजक किरण राव. मल्ल्यांच्या मुंबईतल्या कार्यालयात भेटायचं त्या दोघांनी ठरवलं. रेशमी किड्यांची शेती करणारे शेतकरी असलेले आणि नंतर मोठे उद्योजक बनलेले कॅप्टन जी.आर.गोपीनाथ यांना विकलेलं विमान हे राव यांचं मोठं यश होतं. गोपीनाथ यांनी एअर डेक्कनची दणक्यात सुरुवात करण्यासाठी ए ३२० च्या ऑर्डर नोंदविल्या होत्या.

विमानांच्या तिकिटांच्या किंमती जितक्या कमी ठेवता येतील तितक्या कमी ठेवायच्या जेणेकरुन आजवर ज्यांनी कधीच विमान प्रवास केला नाही अशा लोकांना, अधिकाधिक लोकांना विमानप्रवास करता येऊ शकेल या तत्त्वावर त्यांचं व्यावसायिक धोरण आखलेलं होतं.

भारतात विमान विकणं ही जगात दुसरीकडे कुठेही विमान विकण्याइतकी सोपी गोष्ट नव्हती याची जाणीव राव यांना झाली होती. एखादं विमान विकलं जाण्यासाठी सुध्दा विमानकंपन्यांच्या मालकांबरोबर तुमचे वैयक्तिक संबंध चांगले असणं ही गोष्ट भारतात प्रचंड महत्त्वाची होती. फ्रान्समधील ताऊलाऊझ येथे

एअरबसच्या मंडळासमोर सादरीकरण करताना राव यांनी हे स्पष्टीकरण दिलं होते: 'तुम्ही एखादे विमान हे विजय, नरेश (जेट एअरवेजचे गोयल) आणि गोपी (कॅप्टन गोपीनाथ) यांना विकत असता, त्यांच्या विमान कंपन्यांना नाही. युरोपमध्ये तुम्ही लुफ्तान्सा कंपनीला विमान विकत असता.' पण जर तुम्ही भारतात विमान विकू शकलात तर तुम्ही जगाच्या पाठीवर कोठेही ते विकू शकता.

भारतामध्ये विमानकंपनी सुरु करण्यासाठी त्या माणसाला विमान उद्योगातलं काही ज्ञान असणं गरजेचं नसतं असं राव यांना आढळलं. जर एक शेतकरी विमानकंपनी सुरु करु शकतो तर त्याहून अधिक चांगले स्त्रोत असलेला मद्यसम्राटसुध्दा विमानकंपनी सुरु करु शकत होता.

युनायटेड ब्रुवरीजच्या कार्यालयात संयम ठेऊन मल्ल्यांची वाट पहात असताना असे विचार त्यांच्या मनात चमकून जात होते. 'इतर सगळ्यांप्रमाणेच मलाही ती 'विशेष मल्ल्या वर्तणूक' लाभली,' असं राव यांनी नंतर एकदा सांगितलं.

'विशेष मल्ल्या वर्तणूक' म्हणजे ते थाटात बैठकीला येईपर्यंत दीर्घ काळ त्यांची वाट पहात बसणं. या प्रसंगावेळी त्यांना तीन तास उशीर झाला होता.

त्यांच्या समूहातील कंपन्यांच्या बातम्या देणारे वार्ताहरही असा विलंब खपवून घ्यायचे कारण त्यांना चांगली बातमी मिळणार अशी खात्री असायची. मल्ल्यांची विधाने आणि घोषणांना बहुतांशकरुन वृत्तपत्राच्या पहिल्या पानावर स्थान मिळायचे. त्यामुळे आपल्या वार्ताहरांनी त्यांच्याकडची मल्ल्यांची बातमी देईपर्यंत वृत्तपत्र छपाईला पाठविण्यापासून थांबवून ठेवायची संपादकांचीही तयारी असायची.

मोठ्या आणि अधिक विविधांगी कॉर्पोरेट समूहांच्या मालकांनाही वृत्तपत्रात मल्ल्यांना मिळाली तितकी प्रसिध्दी कधीच मिळाली नाही. मल्ल्या म्हणजे कॉर्पोरेट जगताने आजवर कधी पाहिलं नव्हतं असं अजब रसायन होतं त्यांचा

प्रभाव, त्यांचा दिखाऊपणा, अगदी उद्दामपणासुध्दा आणि अनेकविध मॉडेल्स आणि चित्रपट कलाकारांबरोबर असलेले त्यांचे संबंध यांमुळे त्यांचं व्यक्तिमत्त्व एकदम रंगीबेरंगी बनलं होतं. जवळपास प्रत्येक मध्यमवर्गीय भारतीय माणसाला त्यांच्यासारखे आयुष्य जगता आलं पाहिजे असं वाटायचं.

माध्यमांना आपलं किती महत्त्व वाटतं हे मल्ल्या जाणून होते आणि त्यांनी या गोष्टीचा लाभ करुन घेतला. अगदी वाईट काळांतही, कोणीही कधीही त्यांना आम्हांला इतका वेळ का ताटकळत ठेवलं, असं विचारलं नाही.

वाट बघण्यातली राव यांची उत्सुकता आता संपत चालली होती. त्याचं रुपांतर त्रास होण्यात होऊ लागलं. पण एअरबससाठी सेल्समन म्हणून त्यांनी काही वर्षे काम केलं होतं. त्या काही वर्षांच्या कामाच्या अनुभवानं त्यांना अशा प्रकारच्या परिस्थितीसाठी तयार केलं होतं.

राव यांना ब्रिटीश एरोस्पेसकडून मिळालेल्या शिष्यवृत्तीच्या आधारावर लंडन विद्यापीठाकडून एरोनॉटिकल इंजिनिअरिंगमध्ये डॉक्टरेट मिळाली होती.

एअरबसमध्ये करिअर करताना जेव्हा त्यांनी अभियांत्रिकी सोडून मार्केटिंगची निवड केली तेव्हा त्यांचा हा निर्णय काहीसा वेगळा वाटला होता. याचे कारण त्या काळात अभियंत्यांकडे आत्यंतिक आदराने बघितले जाई. पण जो माणूस मैत्री लवकर करु शकतो त्याच्यासाठी हा पर्याय योग्य वाटत होता. राव यांना त्यांच्या कामात लगेचच यश मिळाले. जॉन लिही यांच्याबरोबर काम करत असताना राव यांना अमेरिकेत विमान निर्मात्यांसाठी महत्त्वपूर्ण व्यवहार करणं शक्य झालं. जॉन लिहीच नंतर एअरबस इंडस्ट्रीचे मुख्य कार्यकारी अधिकारी (सीओओ) बनले. त्यांनी मिळविलेल्या यशामुळे प्रभावित होऊन एअरबसनं त्यांना भारतात पाठविलं. कंपनीकरता जगभरात खुले होण्यासाठीची भारत ही सर्वाधिक अवघड बाजारपेठ होती. तरी बोईंगसाठी अशी परिस्थिती नव्हती. तिथे ते सगळीकडे

होते. एअरबसने भारतात जी थोडीफार विमाने विकली होती त्यातील एक ए ३२० हे विमान सरकारच्या मालकीच्या इंडियन एअरलाईन्सला विकलेलं होतं. या विमानाला १९९० मध्ये बंगळूरु येथे अपघात झाला. त्यामध्ये विमानातील नव्वद प्रवाशांचा मृत्यू झाला. त्यात दोन्ही वैमानिकांचाही समावेश होता. यामुळे हबकून गेलेल्या सरकारने आपल्या ताफ्यातील सगळीच्या सगळी ए ३२० विमानं खाली उतरवायचं ठरवलं.

ठरल्यापेक्षा खूप वेळानंतर दुपारी कधीतरी मल्ल्यांचं अखेरीस आगमन झालं. त्यांनी तत्काळ राव यांची माफी मागितली.

जेव्हा ते पत्रकारांना वाट बघायला लावायचे तेव्हा क्वचितच ते कधी असे करायचे. पण काही झालं तर राव हे त्यांच्या व्यावसायिक इच्छापूर्तीचे मुख्य साधन होते. त्यांनी थोडा वेळ गप्पा मारल्या. बंगळुरु शहरातील बिशप कॉटन स्कूल या उच्चभ्रू शाळेत राव यांचे शिक्षण झाले होते. त्याबद्दल त्यांनी गप्पा मारल्या. मल्ल्यांच्या संभाषणाने राव प्रभावित झाले होते. त्यांनी आपल्याला इतका काळ वाट बघायला लावली होती हे ते विसरुनच गेले होते. 'मल्ल्या आणि माझी लगेच मैत्री झाली. विमानकंपनीसाठी आराखडा विकसित करण्यासाठी आम्ही एकत्रितपणे भरपूर वेळ व्यतीत केला. तुम्हांला आजवर भेटलेल्या सर्वाधिक चांगल्या, सुंदर व्यक्तींपैकी ते एक आहेत.'

मल्ल्यांबरोबर चांगले संबंध निर्माण करणे राव यांच्यासाठी महत्त्वाचं होतं. नाहीतर, कदाचित त्यांना त्यांचा प्रमुख स्पर्धक बोईंगचे दिनेश केसकर यांच्यासाठी मोठ्या कंत्राटावर पाणी सोडावे लागलं असतं.

'एकदा का तुम्ही इथे विक्री केलीत की मग ती गोष्ट थांबत नाही. विमानकंपन्यांच्या मालकांबरोबर वैयक्तिक पातळीवर संबंध निर्माण करणं गरजेचं असतं,' असं राव यांनी एकदा नंतर नमूद केलं आहे. एका मुलाखतीदरम्यान राव

यांनी एका पत्रकाराला एक किस्सा सांगितला. भारतामध्ये विमानतळावर एअरबसच्या विमानाला एका ट्रकने कशी धडक दिली याचा तो किस्सा. 'मी तेव्हा माझ्या कुटुंबियांसमवेत सुट्टीवर होतो. नाताळनंतरचा तो दिवस होता. विमानकंपनीच्या मालकाचा मला फोन आला आणि त्याने ती अडचण मला सोडवायला सांगितली. माझ्या पत्नीला गंमतच वाटली. ती म्हणाली, ''किरण, तुमच्याकडे साधा टूलबॉक्स पण नाहीये.'' पण अडचण तर सोडवायलाच हवी होती. राव यांनी मग आवश्यक त्या सगळ्या लोकांना गोळा केलं. आणि ते विमान त्याच्या ठरलेल्या वेळेतच उड्डाण करेल अशी सगळी व्यवस्था त्यांनी केली.'

राव यांच्या विक्रीकौशल्याने प्रभावित होऊन मल्ल्या व्यवहारावर स्वाक्षरी करण्यासाठी फ्रान्समधील चौथ्या क्रमांकाचे सर्वात मोठे शहर असलेल्या तोलूझ येथील एअरबसच्या मुख्यालयात गेले. २५ एप्रिल २००५ रोजी एअरबस फॅक्टरीमध्ये झालेल्या कार्यक्रमात किंगफिशर एअरलाईन्सने त्यांच्या नव्या कोऱ्या एअरबस ए ३२० या विमानाची डिलिव्हरी घेतली. त्या कार्यक्रमाच्या वेळी विमान कंपनीने प्रसारमाध्यमांना दिलेल्या निवेदनानुसार त्या विमानात आजवरची सर्वाधिक अत्याधुनिक मनोरंजन सेवा उपलब्ध करुन देण्यात आली होती. प्रत्येक सीटसाठी वैयक्तिक व्हिडीओ स्क्रीन (पडदा) होता आणि दहा श्राव्य आणि पाच दृक्श्राव्य वाहिन्या होत्या. भारतीय विमानप्रवासाच्या इतिहासात प्रथमच अशा प्रकारची वैशिष्ट्यपूर्ण सेवा देण्यात येत होती. त्या काळाच्या दृष्टीने विचार करता मनोरंजनाची ही साधने अत्यंत क्रांतिकारी होती. त्याकाळात बहुतांश विमानकंपन्या आपल्या प्रवाशांच्या मनोरंजनासाठी वा त्यांचा वेळ जावा यासाठी त्यांना विमान कंपनीच्या इनहाऊस मासिकाची मोफत प्रत वा फारतर काही मोजकी वृत्तपत्रे देत असत. त्या जोडीलाच हे विमान अत्याधुनिक अशा एअरबोर्न कम्युनिकेशन्स अॅड्रेसिंग अँड रिपोर्टिंग सिस्टीम– एसीएआरएस–ने सुसज्ज होते. त्यामुळे अधिक चांगले व्यवस्थापन ठेवण्यासाठी विमानातील कर्मचारी आणि विमानाबाहेरील कर्मचाऱ्यांना परस्परांमध्ये चांगला संवाद राखणे शक्य व्हायचे.

किंगफिशरमुळे भारतातील विमानप्रवासाची परिभाषाच आता बदलणार होती.

ए ३२० हे विमान म्हणजे मोठ्या ऑर्डरचा फक्त एक भाग होते. उर्वरित २००५ वर्षातील दर महिन्याला अशा प्रकारचं एक विमान मिळणार होतं.

सादरीकरण

तो दिवस वेगाने पुढे येत होता. आपल्या मुलाच्या अठराव्या वाढदिवसाला म्हणजेच ७ मे २००५ रोजी स्वतःच्या विमान कंपनीच्या पहिल्या विमानाने आकाशात भरारी घ्यावी यासाठी मल्ल्या खूप प्रयत्न करत होते. पण प्रशासकीय अडथळ्यांमुळे त्यांना तो मुहूर्त ९ मे पर्यंत पुढे ढकलावा लागला.

सादरीकरणाच्या आदल्या दिवशी मल्ल्यांनी मुंबईत एक जंगी पार्टी दिली होती. त्यामध्ये झगमगत्या दुनियेतले सितारे आणि धोरणकर्त्यांची उपस्थिती होती. दुसऱ्या दिवशी मल्ल्यांनी खास आमंत्रित केलेले अतिथी, राजकारण आणि उद्योगक्षेत्रातले मान्यवर किंगफिशर एअरलाईन्सच्या पहिल्या विमानाने बंगळूरुला गेले. अतिथींमध्ये तत्कालीन केंद्रीय नागरी हवाई वाहतूक मंत्री प्रफुल्ल पटेल आणि एअर इंडिया या सरकारी विमान कंपनीचे व्यवस्थापकीय संचालक व्ही. तुलसीदास यांचा समावेश होता.

बंगळुरुपर्यंतच्या विमान प्रवासाने मल्ल्यांना विमान प्रवाशांना कोणत्या दर्जाची सेवा द्यायची इच्छा होती याची झलक बघायला मिळाली.

आसनांची कुशन्स लाल रंगातली होती. प्रत्येक आसनाच्या मागच्या बाजूला छोटा टीव्हीचा पडदा होता. प्रवाशांना अत्यंत आदरातिथ्याने हवाईसुंदरी त्यांच्या आसनांपर्यंत पोहोचवत होत्या आणि सगळ्यांत महत्त्वाचे म्हणजे तुम्ही जेव्हा त्यांच्याकडे बघाल तेव्हा त्या तुमच्याकडे बघून हसत होत्या. आपापल्या जागांवर स्थानापन्न झाल्यानंतर सगळ्या प्रवाशांना चेन असलेला एक छोटा बटवा देण्यात येत होता. त्यामध्ये हेडफोन, डोळ्यावर ठेवायचा मास्क, पेन आणि टिश्यू पेपर

होता. देशांतर्गत विमानात अल्कोहोलवर बंदी असल्यामुळे त्यानंतर लगेचच फळांचा ज्यूस देण्यात येत होता.

प्रवाशांनी त्यांच्या सीट बेल्ट लावताच टीव्ही स्क्रीन सुरु झाला. त्यावर मल्ल्या सगळ्या प्रवाशांशी संवाद साधत होते: 'किंगफिशर एअरलाईन्स मध्ये आपल्या सर्वांचे स्वागत आहे. आपण ज्या दिवसापासून उडायला सुरुवात करु त्या दिवसापासून तुम्हांला सर्वोत्तम अनुभव द्यायचा माझा प्रयत्न आहे. प्रवासही कसा दिमाखात व्हायला हवा! तुमच्या विमानातील प्रत्येक कर्मचारी हा मी स्वत: निवडलेला आहे आणि माझ्या स्वत:च्या घरातील तुम्ही पाहुणे असल्यासारखी वागणूक त्यांनी तुम्हांला द्यावी अशी मी त्यांना सूचनाच केली आहे. तुमच्या जर काही तक्रारी असतीलच तर कृपया मला इथे लिहून....'

कोड नेम आयटी (मल्ल्यांना अभिमान असणारी गोष्ट होती कारण विमानकंपनीचा तळ देशाची आयटी राजधानी असलेल्या बंगळुरुच्या बाहेर होता.) असलेल्या आयएटीए विमान कंपनीचे विमान उतरण्याच्या आतच मल्ल्या आधीच प्रसिध्द झाले होते. विमान कंपनीची सेवा सर्वोत्तम दर्जाची आहे, अशा प्रकारच्या सुंदर सेवेचा अनुभव आजवर कधीच घेतला नव्हता अशीच चर्चा सगळीकडे सुरु होती.

'तुम्ही किंगफिशरच्या विमानात आहात का?' बोर्ड मिटिंग्ज मध्ये या प्रश्नानेच आता संवादाला सुरुवात होऊ लागली होती. मल्ल्यांना सदैव जो आदर आपल्याला मिळावा अशी आस होती तो हाच आदर होता का आणि अखेरीस तो त्यांना मिळाला का? कॉर्पोरेट क्षेत्राने त्यांना एका नव्या प्रकाशझोतात बघायला सुरुवात केली होती. त्यांच्या विमानकंपनीने सेवाक्षेत्रात एक नवाच मापदंड प्रस्थापित केला होता याची जाणीव व्हायला सुरुवात झाल्यावर कॉर्पोरेट क्षेत्र त्यांच्याकडे आदरानं बघायला लागलं होतं.

उदय

किंगफिशर एअरलाईन्सला सुरुवात झाल्यानंतर पहिली काही वर्षे ही विमान कंपनी म्हणजे कॉर्पोरेट जगतासाठी वा पेज ३ संस्कृतीसाठी अगदी महत्वाचा विषय होता.

मल्ल्या म्हणजे राष्ट्राची शान बनले होते आणि प्रत्येकालाच किंगफिशरने विमान प्रवास करायची इच्छा होती. त्यांच्या स्वत:च्या माणसांनी, त्यांच्या सर्वात विश्वासू सहकारी असलेल्या रवी नेडुंनगडी यांनी मल्ल्यांना विमानक्षेत्रात न उतरण्याचा सल्ला दिला होता. परंतु त्या घडीला हा विचार किती संकुचित होता, किती चुकीचा होता असंच दिसून येत होतं.

देशातल्या एका दिग्गज कॉर्पोरेट तज्ज्ञाकडून वैयक्तिक इमेल आली होती आणि अशा बहुसंख्य इमेल मध्ये विमानकंपनीचे खूप जास्त भरभरुन कौतुक केलेले होते: 'जेव्हा केव्हा मी तुमच्या विमानाने प्रवास करतो तेव्हा मला मी विजेता असल्यासारखे वाटते. केवळ तुमच्या विमानकंपनीनेच प्रवास करावा असे मी माझ्या वरिष्ठ अधिकाऱ्यांना सांगितले आहे. संपूर्ण वर्षासाठीच्या माझ्यासाठीच्या जागा आताच राखून ठेवाव्यात असे मला वाटत आहे.'

दुसऱ्या एका प्रसंगी, एका मोठ्या कॉर्पोरेट समूहाच्या उपाध्यक्षांना ए ३८० या विमान उत्पादक एअरबस इंडस्ट्रीज शोपीसच्या भारतातल्या विमानाच्या सादरीकरणाच्या वेळी आमंत्रित करण्यात आलं होतं. विमानाच्या पहिल्या मजल्यावरील लाऊंजमध्ये ड्रिंक तयार करत असलेल्या मल्ल्यांच्या जवळ जाणं त्यांनी जमवलं 'श्री.मल्ल्या, तुम्हांला माहित आहे का, काल तुमच्या कर्मचाऱ्यांनी माझं सामान उचललं नाही. तुम्ही तुमच्या कर्मचाऱ्यांना सूचना का देत नाही..'अशा प्रकारे उच्च दर्जाची सेवा हे किंगफिशर एअरलाईन्सचं वैशिष्ट्यच बनलं होतं आणि आपल्याला राजेशाही वागणूकच मिळणार या गोष्टीची प्रवाशांना चांगलीच सवय लागलेली होती.

इतर विमानकंपन्या अशा प्रकारच्या सेवेच्या जवळपासही पोहोचू शकत नव्हत्या.

मल्ल्यांनी ऑर्डर बुक केल्यानंतर एअरबस इंडस्ट्रीने ए ३८० हे जगातील सर्वात मोठे व्यावसायिक विमान २००७ मध्ये मुंबईला रवाना केलं. मल्ल्यांनी अशा प्रकारच्या दहा विमानांची मागणी केली होती. त्यातील पाच ठोक विक्रीवर आणि उर्वरित विमानांसाठी पर्याय खुला ठेवला होता.

ए ३८० या विमानाची किंमत प्रत्येकी २७५ दशलक्ष डॉलर ते ४०० दशलक्ष डॉलरच्या दरम्यान होती. या प्रकारचं विमान २००७ मध्ये व्यावसायिक कामासाठी सादर करण्यात आलं. आसनक्षमतेनुसार हे विमान साधारण ५२५ ते ८५० प्रवाशांना वाहून नेऊ शकत होतं.

दरम्यानच्या काळात, मल्ल्यांना त्यांच्या मेलबॉक्समध्ये नियमितपणे त्यांच्या विमानकंपनीबद्दल तक्रारीच्या नाहीत तर कौतुकाच्या मेल्स मिळत होत्या. असेच एक प्रवासी म्हणजे टॉम पिटर्स. इन सर्च ऑफ एक्सलन्स या बेस्टसेलर असलेल्या व्यवस्थापनविषयक पुस्तकाचे मान्यवर लेखक. या विमानकंपनीबद्दल पिटर्स यांनी लिहीलं होतं: 'वर्षानुवर्षे असलेल्या विमानकंपनीच्या सेवेच्या दर्जाला मी अत्युत्तमच म्हणतो. गेल्या आठवड्यात मुंबईला किंगफिशर एअरलाईन्सने राऊंड ट्रीप करायच्या आधीची ती गोष्ट होती. मला वाटतं तुम्ही त्यांना 'बटलर' म्हणत असाल. त्यांनी विमानात चढता उतरताना अगदी अदबीने आम्हां भाग्यवान बिझनेसक्लास मधल्या प्रवाशांचं सामान उचललं. सौजन्याचे एकावर एक जोरदार धक्के आम्हाला बसत होते. आणि मुख्य म्हणजे हे सगळं सौजन्य अत्यंत वाजवी किंमतीच्या मोबदल्यात होतं.

विमानात मिळालेलं जेवण फारच सुंदर होतं (अर्थात खरी गोष्ट ही आहे, की मला असं वाटतं की भारतात बनविलेलं सगळंच अन्न सुंदर असतं) पण तरीही विमानातलं जेवण फारच सुरेख होतं.'

'आम्ही आमच्या इच्छित स्थळी पोहोचायच्या जवळ येत असताना बिझनेस क्लासमधली हवाईसुंदरी आमच्या बाजूला येऊन थांबली आणि आमचे चष्मे तिने पुसून दिले तर चालतील का असं ती विचारत होती.'

'केवढा हा सौजन्याच्या कडेलोट!'

मल्ल्यांनी त्यांची विमानकंपनी सर्वोत्तम दर्जाची ठेवण्यात कोणतीच कसर सोडली नव्हती. आपल्या विमानकंपनीतील विमानांचा ताफा वाढविण्याच्याही ते विचारात होते. (ए ३२० विमानांचे कुटुंब) जानेवारी २००६ पर्यंत त्यांना १२ विमाने त्यांच्या ताफ्यात हवी होती. १९८८ मध्ये आपल्या सेवेला सुरुवात केलेली ए ३२० फॅमिली ही जगातील सर्वाधिक वेगवान जेट एअरलायनर होती. ए ३२० फॅमिली ही बोईंग विमानांच्या ७३७ फॅमिलीची कट्टर स्पर्धक होती. अरुंद आकाराचे ए ३२० प्रकारचे विमान त्याच्या इंधन क्षमतेबद्दल, वाजवी किंमतीबद्दल आणि त्याचबरोबर देशांतर्गत वाहतुकीसाठी योग्य क्षमतेचं, इंधन कमी लागणारं असं विमान असल्यामुळे स्थानिक ऑपरेटर्सची पसंती लाभलेलं असल्यामुळे विमानकंपन्यांमध्ये खूप लोकप्रिय होतं. एकच श्रेणी अशी बैठक व्यवस्था असलेल्या या विमानाची क्षमता १५० ते १८० प्रवासी वाहून नेण्याची होती. ८८ दशलक्ष डॉलर ही त्या विमानाची किंमत होती. जुलै २०१२ पर्यंत अशा प्रकारची ५००० हून जास्त विमाने विकली गेली होती.

किंगफिशर सुरु झाल्याच्या अगदी पहिल्याच वर्षी कंपनीने एकूण १.९ अब्ज डॉलर किंमत असलेल्या आणखी ३० नव्या ए ३२० विमानांची ऑर्डर दिली होती. चुकती करण्याच्या दृष्टीने ही किंमत प्रचंड मोठी दिसते. पण विमान उत्पादक कंपन्या खरेदीसाठी निधी उभारण्याकरता सर्वसामान्यपणे ज्याला भाडेपरतावा– अथवा– बाय बॅक सुविधा सेवा म्हणतात तसे घेण्याचा प्रस्ताव देतात. एअरबस विमान खरेदी करण्यासाठी निधी देणारी इंटरनॅशनल लिझ फायनान्स कॉर्पोरेशन वा बोईंग साठी निधी देणारी जीई कमर्शिअल एव्हिएशन सर्व्हिसेस

(जीईसीएएस)यांच्या माध्यमातून ही सुविधा देण्यात येते.

लिझ–कम–बायबॅक सुविधेचं काम अशाप्रकारे चालतं : विमानकंपनीच्या वतीनं विमान उत्पादकाकडून लीजिंग कंपनी विमान खरेदी करते. त्या बदल्यात, ती कंपनी महिन्याच्या शुल्कावर विमान कंपनीला ते विमान भाड्यावर देते. भाडेमुदतीच्या अखेरीस, लीजिंग कंपनीकडून विमान मुक्त होऊन ते विमानकंपनीला मिळते. अर्थात, विमान कंपनीला प्रत्येक विमानात घातलेला पैसा वसूल होण्यासाठी त्यांना आकारण्यात आलेल्या लीजिंग शुल्कापेक्षा जास्त पैसे मिळविणे गरजेचे ठरते.

अशा प्रकारच्या सोप्या प्रक्रियेमुळे, मल्ल्यांना विमान खरेदीसाठी मोठ्या ऑर्डर ठेवणं शक्य झालं होतं.

मल्ल्या ज्या प्रकारची सेवा देत होते त्याबद्दल देशातल्या बहुतांश विमान कंपन्यांना मत्सर वाटतच होता. तशीच सेवा पुढेही देता यावी या उद्देशानं मल्ल्यांनी दमानिया विमानकंपनीचे पूर्वीचे मालक परवेझ दमानिया यांना आपल्या कंपनीत ओढून घेतलं. दमानिया यांनी त्यांची दमानिया एअरवेझ ही विमानकंपनी चेन्नईस्थित अन्न आणि पवनऊर्जेच्या क्षेत्रातील एनईपीसी समूहाला विकली होती.

आंतरराष्ट्रीय दर्जाची सेवा देशांतर्गत विमानवाहतुकीत उपलब्ध करुन देण्याचं श्रेय अनेकजण मल्ल्यांना देत असले तरी अशा प्रकारची सेवा सर्वप्रथम देण्याचं खरं श्रेय दमानियांकडे जाते. त्यांनीच सर्वप्रथम त्यांच्या देशांतर्गत विमानसेवेत आंतरराष्ट्रीय दर्जाची सेवा देणं सुरु केलं होतं.

परवेझ आणि त्यांचे बंधू विस्पी दमानिया हे हॅचरी (कुक्कुटपालन केंद्र) चालवायचे. मुंबईच्या उच्चभ्रूंच्या पेज ३ वर्तुळात त्यांची नियमित उठबस होती. त्या दोघांनी मिळून १९९२ मध्ये विमानकंपनी सुरु केली. आपल्या प्रवाशांना पाहुण्यांप्रमाणे वागवणारी ही बहुधा पहिली विमानकंपनी होती. ग्वाल्हेरच्या

राजघराण्याचा वारसा असलेले आणि नंतर केंद्रीय विमान वाहतूक मंत्री बनलेले माधवराव सिंदिया (शिंदे) यांच्यामुळे स्वतःची विमानकंपनी सुरु करण्याची प्रेरणा त्यांना मिळाली होती.

आपल्या कारकीर्दीदरम्यान सिंदिया (शिंदे) हे पंतप्रधान पदासाठी इच्छूक मानले जात होते. त्यांनी खुले आकाश धोरण सादर करण्याचा निर्णय घेतला आणि खाजगी क्षेत्रासाठी आकाश खुले करुन दिले. कालबाह्य झालेल्या एअर कॉर्पोरेशन कायदा १९५३ मध्ये त्यांनी सुधारणा घडवून आणली आणि खाजगी क्षेत्राला सुरुवातीला एअर टॅक्सी सेवा देण्याची अनुमती देण्यात आली. ही सेवा ते कितपत यशस्वीपणे राबवितात त्याच्या आधारावर संपूर्णपणे सुसज्ज अशी विमानसेवा चालविण्यासाठी लागणारा परवाना मिळविण्यासाठी अर्ज करण्यास ते पात्र समजले जाणार होते.

या नवीन धोरणाचा लाभ घेऊ इच्छिणाऱ्यांमध्ये मोदीलुफ्त, जेट एअरवेज, ईस्ट–वेस्ट एअरलाईन्स आणि नंतर दमानिया एअरवेज यांचा समावेश होता. या विमानकंपन्यांच्या कामकाजाच्या पहिल्या वर्षी १९९० मध्ये खाजगी एअर टॅक्सी ऑपरेटर्सनी साधारण २०,००० प्रवाशांची वाहतूक केली. पुढच्या पाच वर्षात हा आकडा वाढून साधारण ५ दशलक्षापर्यंत जाऊन पोहोचला. त्यामुळे इंडियन एअरलाईन्स या सरकारी विमानकंपनीचे प्रवासी वाहतुकीचे प्रमाण साधारण ५५ टक्क्यांनी घसरले.

प्रवाशांना केवळ एका ठिकाणाहून दुसऱ्या ठिकाणी पोहोचवणे इतपतच ही सेवा पुरेशी नाही तर आपली विमानकंपनी टिकवून ठेवण्यासाठी प्रवाशांना अधिक चांगली सेवा देण्याची गरज असल्याची जाणीव दमानिया यांना झाली होती.

विमानात आत स्वच्छ, सुंदर अंतर्गत रचना, उच्च दर्जाची ग्राऊंड हँडलिंग सेवा, मनमिळाऊ कर्मचारी आणि विमानातील सुंदर कटलरी अशा विविध गोष्टी ज्या

एखाद्याला किंगफिशर एअरलाईन्स मध्ये मिळायच्या त्या सगळ्याची सुरुवात पहिल्यांदा दमानिया एअरवेजमध्ये झाली होती. एवढेच नाही तर– देशांतर्गत विमानप्रवासात प्रवाशांना विमानात मद्यसुध्दा दिले जायचे. पण नंतर हिंदुत्ववादी पक्षांच्या तीव्र विरोधामुळे ही पध्दत बंद करण्यात आली.

दमानिया एअरवेजची लोकप्रियता झपाट्याने वाढत होती. एअर टॅक्सी परवाना मिळाल्यानंतर दोन वर्षांनी दमानियाज्ना आणि इतर आठ जणांनाही नियोजित ठरवून दिलेला असा देशांतर्गत विमानकंपनीचा दर्जा मिळाला. पण विमान वाहतुकीसाठी वाढलेल्या इंधनाच्या किंमती आणि विमानतळ कर या सर्वांमुळे अस्तित्व टिकवून ठेवण्याची मोठी समस्या या विमानकंपन्यांसमोर उभी ठाकली. तोट्यात सुरु असलेल्या दमानिया एअरवेज मधून १९९५ मध्ये बाहेर पडण्याचा निर्णय या दोन्ही बंधूंनी घेतला आणि एनईपीसीला ही कंपनी विकून टाकली.

पण स्वतःची प्रादेशिक विमानकंपनी चालवित असलेल्या एनईपीसीलाही फार काळ टिकून राहणं शक्य झालं नाही. मालक रविप्रकाश खेमका यांच्या उद्योगविश्वात दक्षिण भारतात ७५ मेगावॅटची पवनचक्की चालविण्याच्या व्यवसायाचाही समावेश होता. त्यांना सुध्दा विमानकंपनी फायद्यात चालविणं शक्य झालं नाही. काही वर्षांनी तेही या व्यवसायातून बाहेर पडले.

पण दमानिया नंतर लवकरच पुन्हा विमानउद्योगात परतले. २००० मध्ये सहारा विमानकंपनीचं संचालकपद त्यांना बहाल करण्यात आलं. सहाराच्या विमानांच्या तिकिटांचे दर एकदम कमी करुन त्यांनी पहिल्यांदा विमानकंपन्यांमधील विमानतिकिटांवरुन होणाऱ्या युध्दाला सुरुवात करुन दिली. इतर विमानकंपन्यांसह इंडियन एअरलाईन्सला तो मार्ग अनुसरण्यावाचून दुसरा काही पर्यायच शिल्लक राहिला नव्हता. अर्थात, व्यवस्थापनाबरोबर झालेल्या मतभेदांमुळे दमानियांना वर्षभरानंतर सहारा एअरवेज सोडणं भाग पडलं. पण तत्काळ दुसरी नोकरी मिळविणे ही दमानियांसाठी अवघड गोष्ट नव्हती. त्यावेळेला

ते किंगफिशर एअरलाईन्समध्ये सल्लागार म्हणून रुजू झाले आणि २००५ मध्ये कंपनीचे संचालक बनले.

दमानिया एअरवेजमध्ये त्यांनी ज्या सेवा द्यायला सुरुवात केली होती तशाच सुविधांची पुनरावृत्ती इथे करणं त्यांना शक्य झालं होतं तरीही या विमानकंपनीबरोबरचं त्यांचं साहचर्यही थोड्याच काळाचं ठरलं.

आपलं स्वतःचं उद्दिष्ट साध्य करण्यासाठी वर्षभराच्या आतच दमानिया आपले बंधू आणि विमानकंपनीच्या व्यावसायिक कृतिकार्यक्रमाचे प्रमुख विस्पी यांच्यासह किंगफिशर मधून बाहेर पडले. ते काम करत असलेल्या प्रत्येकच विमानकंपनीतून दमानिया लगेचच बाहेर पडत होते. त्यांच्या कामाच्या शैलीवरुन व्यवस्थापनाशी त्यांचे मतभेद होत असल्याच्या अफवा पसरल्या होत्या.

किंगफिशर एअरलाईन्सनेही आपल्या कार्याला सुरुवात होऊन वर्ष व्हायच्या आतच इतक्या उच्च पदावरुन कोणालातरी बाहेर पडताना पाहिलं होतं.

पतन

'तुला माहितीये, माझ्या लाल ड्रेसबद्दल तू जे माझं कौतुक केलं होतंस ते मला अजूनही आठवतंय. विमानकंपनीचा गणवेश कसा असावा याचा अंदाज कसा करु शकलो हे तू मला सांगितलंस. तू किती छान काम केलंस, विजय.'

तीस वर्षांच्या आसपास असलेली ती पूर्वाश्रमीची मॉडेल होती. मेकअपच्या सहाय्याने चतुराईने तिनं आपलं वय लपविलेलं होतं. मुंबईतल्या एका उच्चभ्रू रेस्टॉरंटमध्ये तिचा आणि विजय मल्ल्यांचा अशा दोघांच्याही मित्राने दिलेल्या पार्टीत या आपल्या पूर्वीच्या बॉसच्या जवळ जाणं तिनं जमवलं होतं.

भुलवण्याचं काम अजून पूर्ण झालेलं नव्हतं. तिच्या त्या वक्तव्याला जेव्हा मल्ल्यांनी चेहऱ्यावर स्मितहास्य करुन प्रतिसाद दिला तेव्हा ती पुढे म्हणाली:

'पण, विजय, गणवेश आता बदलायला हवा, नाही का?' ती त्यांच्या कानाशी जाऊन काहीतरी पुटपुटली पण 'सुतकी कपडे' असा काहीतरी त्यांना ऐकायला आलं. एरवी कोणतीही गोष्ट, सूचना समजण्यात तल्लख असणारे मल्ल्या ही गोष्ट मात्र सहज सोडून देऊ शकत नव्हते. पण ते काही बोलू शकण्याच्या आतच ती गायब झाली.

मल्ल्यांच्या पार्टीमध्ये नियमितपणे येणाऱ्या असंख्य पेज ३ व्यक्तींपैकी एकाकडून हा खमंग किस्सा बाहेर आला होता.

अशा प्रकारचे संभाषण खरोखरच झाले होते का हे नक्की कोणालाच ठाऊक नाही. पण सत्य हेच होते की अशा प्रकारचे गॉसिप वारंवार व्हायला लागले होते. विमानकंपनीला सुरुवात झाल्यापासून तीन वर्षांनीच मल्ल्यांची किंगफिशर एअरलाईन्स डगमगायला लागली होती.

विमानकंपनीच्या सादरीकरणापूर्वी घेतलेल्या पत्रकारपरिषदेत मल्ल्यांनी 'माझ्या करिअरमधील सर्वाधिक महत्त्वाच्या प्रकल्पांपैकी एक' असं त्याचं वर्णन केलं होतं. त्यांच्या स्वप्नातल्या प्रकल्पाची संपूर्ण वाईट अवस्था होईल अशी कधी कल्पनाही ते करु शकत नव्हते. वैमानिकांबरोबर झालेल्या एका बैठकीत त्यांनी स्वत:प्रतीचा आदर जेमतेम जपून ठेवणं जमवलं होतं.

२०१०. किंगफिशर हाऊस, मुंबई. वैमानिकांनी त्यांच्यामधीलच एकाला जो त्यांच्यामध्ये सर्वात जास्त बोलणारा होता त्याला आपला नेता म्हणून निवडलं होतं. त्याच्याकडे तक्रारींचा मोठा पाढा असलेली लंबलचक यादीच होती. त्या खोलीत जमलेले वैमानिक जेव्हा अस्वस्थ व्हायला लागले तेव्हा 'ते कायमच उशीरा येतात,' असं कॅप्टन सुरजित कसंनुसं हसून म्हणाला.

हे अगदीच थातुरमातुर स्पष्टीकरण होतं. यूबी समूहाचा अधिकारी त्यांना चांगल्या मूडमध्ये ठेवण्याचा प्रयत्न करत होता. 'आपल्या स्वत:च्या व्हाईट अँड मॅकेच्या

इस्ले ऑफ ज्युराचा आस्वाद प्रत्येकाने घ्यावा असं डॉ. मल्ल्यांनी आपल्याला सांगितलं आहे.' (मल्ल्यांचा उल्लेख नेहमी डॉ. मल्ल्या असा करावा असा यूबी समूहाच्या जनसंपर्क विभागाचा आग्रह होता.) तिथे जमलेल्या निम्म्या जणांना तसं करण्यात काहीच रस नव्हता कारण त्यांना दुसऱ्या दिवशी विमानातून उड्डाण करायचं होतं. आतापर्यंत इतक्या वर्षांत असंख्य वेळेला असा प्रसंग उभा राहिल्याची जाणीव त्या अधिकाऱ्याला होती. अर्थात एकाच वेळेला जेव्हा एका बैठकीसाठी त्यांचे साहेब वेळेवर आले होते तेव्हा त्या अधिकाऱ्यालाच अवघडून गेल्यासारखं वाटलं होतं. पण अत्यंत महत्त्वाच्या असणाऱ्या बैठकींनासुध्दा मल्ल्या ठरवून केल्याप्रमाणे उशीरा का येतात? त्यांच्या काही निकटवर्तियांच्या म्हणण्यानुसार त्यामुळे केवळ त्यांचा अभिमान सुखावला जाऊ शकत होता. कारण कायमच उशीर होण्याचं दुसरं काहीच स्पष्टीकरण असू शकत नव्हतं.

अखेरीस मध्यरात्रीच्या आसपास मल्ल्यांचं आगमन झालं. नेहमीप्रमाणेच त्यांचा वावर, त्यांची उपस्थिती ही दीपवून टाकणारी प्रभावशाली होती. वैमानिकांच्या परस्परांतील चर्चेतून जो कोलाहल निर्माण झाला होता तो अचानक थांबला. आपल्या मागण्यांचा पाढा त्यांच्यासमोर वाचायचा असे ज्यांनी ठरवलं होतं ते मल्ल्यांच्या उपस्थितीत गप्पच बसले.

'गुड इव्हिनिंग, सर,' धैर्य एकवटून त्यांच्यातील एक वैमानिकाने त्यांचं स्वागत केलं.

'सॉरी कॅप्टन्स. माझ्यामुळे तुम्हांला वाट बघायला लागली. पण कृपया माझ्या चुकीची शिक्षा त्या बिचाऱ्या प्रवाशांना देऊ नका,' मल्ल्या कोणाला एकाला उद्देशून न म्हणता म्हणाले.

'आम्हांला छान ड्रिंक मिळाले, सर. इस्ले ऑफ ज्युरा सुंदर आहे.' ड्रिंकचे कौतुक करण्यात सगळेच सहभागी झाले.

'तुम्हांला माहितेय, मी जेव्हा १.२ अब्ज डॉलरला ते खरेदी केले तेव्हा तुम्ही यात खूप पैसे ओतले असे मला प्रत्येकजण म्हणाला. पण आपण मूर्ख नाही. आपण आधीच त्यातून पैसे वसूल करायला सुरुवात केली आहे,' मल्ल्यांनी कठोरपणे सांगितले. पण त्यानंतर लगेच ते हसले. असं करणं त्यांनाच जमू शकायचं.

तिथे जमलेल्या वैमानिकांनी एकत्रितपणे फक्त माना डोलावल्या. काही झालं तरी, १.२ अब्ज डॉलर ही काही उपहास करावा अशी साधीसुधी गोष्ट नव्हती.

वैमानिकांमधली विरोधाची असंतोषाची भावना आधीच निघून गेल्याचं मल्ल्यांना जाणवलं होतं. 'मग मित्रांनो,' ते बोलायचे थांबले आणि त्यांनी त्या युनायटेड ब्रेवरीजच्या एकट्या अधिकाऱ्याकडे बघून त्याला विचारलं, 'जेवण घेता येऊ शकेल का, प्लीज?'

त्या अधिकाऱ्याने तत्काळ उत्तर दिले: 'सर, शेजारच्या खोलीत जेवण तयार आहे.'

ज्या वैमानिकाने त्यांच्या जवळ जाणं जमवलं होतं त्याच्या खांद्यावर हात टाकून मल्ल्या शेजारच्या खोलीत चालत जायला लागले.

विमान कंपनीचे मुख्य कार्यकारी अधिकारी (चीफ एक्झिक्युटिव्ह ऑफिसर) संजय अगरवाल हेही त्या बैठकीला मल्ल्यांच्या सोबत होते. जेवणाच्या टेबलवर मुख्य जागी बसल्याबरोबर त्यांनी मल्ल्यांच्या कानात हळूच काहीतरी सांगितले. चेहऱ्यावर गमतीशीर भाव आणून मल्ल्यांनी फक्त मान डोलावली.

अगरवाल यांनी मल्ल्यांच्या कानात जे सांगितलं ते कदाचित खूपच महत्त्वाचं असेल पण अगदीच सर्वसामान्य गोष्ट असल्यासारखं मल्ल्यांनी भासवलं. असंख्य डोळे त्यांच्या चेहऱ्याकडेच बघत होते हे त्यांना ठाऊक होतं. त्यांच्या चेहऱ्यावरील प्रत्येक हावभावाचं तिथे टेबलावर त्यांच्याबरोबर बसलेल्या लोकांकडून विश्लेषण होणार होतं.

मल्ल्यांना विषय कळला आणि त्यांना चिंता वाटायला लागली होती. त्यांना निधी देणाऱ्या बँकांपैकी एका बँकेने आता विरोध करायला सुरुवात केली होती. त्यांचे सीएफओ ए.रघुनाथन यांनी त्या विषयासंदर्भात त्या विशिष्ट बँकेत असंख्य वेळा खेटे घातले होते, बँकेच्या अधिकाऱ्यांशी चर्चा केली होती पण आणखी निधी देण्यासाठी बँकेला राजी करण्यात काही त्यांना यश आलं नव्हतं. याचा परिणाम म्हणून गंभीर परिस्थिती उद्भवली होती. दोन महिने कर्मचाऱ्यांना पगार देता आला नव्हता.

हे फक्त पगारापुरतं मर्यादित नव्हतं. तेल कंपन्यांनी किंगफिशर एअरलाईन्सकडे रोख भरा आणि इंधन घ्या असा पवित्रा घेतला होता. याचा अर्थ विमानकंपनीने जर रोख पैसे दिले नाहीत तर तेल कंपन्या विमानात इंधन भरायला नकार देणार होत्या. विमान कंपनीच्या अधिकाऱ्यांकडे इंधन भरण्याइतके पुरेसे पैसे नसण्याच्या घटना घडलेल्या होत्या. या कारणामुळे काही विमानांच्या सेवा अचानकपणे थांबवाव्या लागल्या होत्या आणि ग्राऊंड स्टाफला इतर विमानकंपन्यांमध्ये त्यांच्या प्रवाशांसाठी जागा शोधायला भाग पाडण्यात आलं होतं. विमानात जेवण पुरवठा करणारे केटरर्सही बिलांचे पैसे मिळत नसल्यामुळे यापुढे सेवा देण्यास फारसे उत्सुक नव्हते. ते जेवणाच्या कमी पॅकेट्स चा पुरवठा करायचे. याचाच अर्थ, सगळ्या प्रवाशांना जेवण मिळायचे नाही. विशेषकरुन संध्याकाळच्या उशिराच्या विमानांमध्ये.

काही प्रसंगी तर वैमानिकाने स्वत: येऊन त्यांना स्पष्टीकरण द्यावे अशी मागणी प्रवाशांनी केली होती. हवाई सुंदऱ्याही सगळी कठीण परिस्थिती सांभाळण्याचा आपल्यापरीने सर्वोत्तम प्रयत्न करत होत्या. काही वेळेला तर सगळ्या प्रवाशांना जेवण देणं शक्य नसल्यामुळे त्या मुद्दामहून जेवण द्यायला उशीर करायच्या.

मल्ल्यांना या सगळ्याची कल्पना होती. प्रत्येक वेळेला जेव्हा विमान उड्डाण करायचं वा जमिनीवर उतरायचं तेव्हा नक्की कोणत्या वेळेला विमानाने उड्डाण केलं

आणि कोणत्या वेळेला ते जमिनीवर उतरलं याचा एसएमएस त्यांना मिळायचा.

बऱ्याच मोठ्या विरामानंतर अखेरीस मल्ल्या बोलले: 'तुम्हांला ऐकून आनंद वाटेल की पुढील महिन्यापासून तुमच्या सगळ्यांचे पगार वेळेवर होतील.'

थकबाकी देण्याचा प्रश्न मल्ल्यांनी मुद्दामच टाळला. पण ॲरिअर्सच्या म्हणजेच थकबाकीच्या मुद्द्यावर मल्ल्यांची प्रतिक्रिया जाणून घ्यायला उत्सुक असलेल्या वैमानिकाने त्यांना विचारलंच: 'सर, म्हणजे आम्हांला आमचे ॲरिअर्स पण मिळणार का?'

'आपण कोण आहोत असं तुम्हांला वाटतं?' मल्ल्यांनी रागानं त्याला विचारलं. त्यामुळे तो वैमानिक वरमला आणि अशा प्रकारचा प्रश्न अध्यक्षांना विचारुन जणू काही त्याने त्यांचा अपमानच केल्यासारखे भाव तिथे जमलेल्या बाकीच्या वैमानिकांनी त्याच्याकडे बघून केले.

तो प्रश्न अनुत्तरितच राहिला. त्या बैठकीमधून प्रत्येकजण आनंदाने घरी परतला.

शहरातल्या प्रत्येक कर्जदाराला त्यांची राहिलेली थकबाकी देण्याची विमानकंपनीची तयारी झाली आहे अशी बातमी 'पसरवून' ती प्रत्येक विमानवाहतूक प्रतिनिधीपर्यंत पोहोचवण्यात कंपनीच्या जनसंपर्क यंत्रणेला यश आलं.

विमानकंपनीला कोणी नवा निधी पुरवठादार भेटला आहे का असा प्रश्न जेव्हा काही पत्रकारांनी विचारला तेव्हा 'तुम्ही स्वत:च का मूल्यमापन करत नाही?' असा उलटा प्रश्न चिडक्या स्वरात कंपनीच्या कॉर्पोरेट कम्युनिकेशन मॅनेजरने केला होता. काही मोजक्या दूरचित्रवाणी वाहिन्या आणि वृत्तपत्रांना मिळालेली ही माहिती पुरेशी होती. त्यावरुन एअरलाईनला सध्याच्या परिस्थितीतून बाहेर काढण्यासाठी कोणीतरी अज्ञात कॉर्पोरेट समूह उदयास येत आहे अशी बातमी त्यांनी दिली.

विमानकंपनी वेळकाढूपणाचे धोरण अवलंबत होती हे तर अगदी स्पष्ट दिसून येत होतं. जर का विमानकंपनीकडे तेल कंपन्यांची थकबाकी द्यायलाच पैसे शिल्लक नव्हते तर कर्मचाऱ्यांचे पगार द्यायला पैसे शिल्लकच कसे राहणार होते? काही तेलकंपन्यांनी तर विमानकंपनीला न्यायालयातच खेचलं होतं आणि कंपनीच्या मालकांनी त्वरित थकबाकी चुकवावी अशी मागणी केली होती. एका अशाच केसमध्ये तर खुद्द न्यायाधीशांनीच विमानकंपनीच्या वकिलाला विचारलं होतं, की जर विमानकंपनी क्रिकेटचा संघ खरेदी करु शकते, त्यासाठी लागणारे पैसे जर त्यांच्याकडे आहेत तर मग तेल कंपन्यांचे पैसे चुकते न करण्याचे नक्की कारण काय आहे? (इंडियन प्रिमियल लीग मध्ये खेळणाऱ्या बंगळुरु स्थित रॉयल चॅलेंजर्स संघाची मालकी मल्ल्यांकडे आहे.)

वकिलाचा चेहरा गोरामोरा झाला होता. पण मल्ल्यांच्या अतिखर्चिक जीवनशैलीबाबत त्या विद्वान न्यायाधीशांना देण्यासारखे कोणतंच स्पष्टीकरण त्याच्याकडे नव्हतं.

दरम्यान, ज्या वैमानिकांना वेळच्यावेळी पगार दिला जाईल असं आश्वासन मिळालं होतं त्यांना अनेक महिन्यांनंतरही कोणतेच पैसे दृष्टीस पडले नाहीत.

त्यानंतर अजूनच एका समस्येनं विमानकंपनीला घेरलं आणि कंपनीकडे कोणालाच द्यायला पैसे नाहीत ही गोष्ट सिध्द झाली. किंगफिशर एअरलाईन्सने हिंदुस्थान पेट्रोलियम कॉर्पोरेशन लिमिटेड या सरकारी तेल कंपनीला थकबाकीचा राहिलेला २०० कोटी रुपयांचा धनादेश दिला होता. पण जेव्हा धनादेश भरण्यात आला तेव्हा तो वटलाच नाही. आधी राज्यसभेचे सदस्य असलेल्या मल्ल्यांनी सरकारमधली आपली सगळी ताकद पणाला लावून सहा महिन्यांपर्यंत पैसे देण्याची मुदत वाढविण्यास तेल कंपन्यांना तयार केलं होतं. एवढे होऊनही त्यांच्या विमानकंपनीला नियोजनाचं वेळापत्रक सांभाळता आलं नाही आणि ते वेळेत पैसे भरु शकले नाहीत.

कालांतराने ही गोष्ट नित्यनेमाचीच झाली. विमानकंपनीने दिलेले बहुतांश धनादेश बाऊन्स व्हायला सुरुवात झाली होती. जेव्हा किंगफिशर एअरलाईन्सने दिलेला ३ कोटी रुपयांचा धनादेश वठला नाही हे बघितल्यानंतर जीएमआरच्या मालकीच्या दिल्ली आंतरराष्ट्रीय विमानतळानं दुसऱ्यांदा विचारसुध्दा न करता विमानकंपनीला न्यायालयात खेचलं. तोट्यामध्ये सातत्याने भरच पडत होती. खरं सांगायचं झालं तर २००५ मध्ये विमानकंपनीच्या कामाला सुरुवात झाल्यापासून कंपनीने कधीच नफा कमावला नव्हता.

तेलाच्या वाढत्या किंमतींमुळे विमानकंपनीच्या कार्यात अडथळा आला असा मल्ल्यांचा दावा होता. परंतु तेल कंपन्यांना त्यांनी काहीच पैसे दिलेले नसल्यामुळे तेलाच्या वाढलेल्या किंमती हा मुद्दाच कुठे संदर्भाला येत नव्हता.

विमानकंपनीच्या कार्याला सुरुवात झाल्यानंतर लगेचच गुंतवणूकदारांसमोर केलेल्या सादरीकरणात २००८–०९ पर्यंत कंपनीचं विभाजनही होईल असा दावा विमानकंपनीनं केला होता.

२०१२ पर्यंत किंग एक्स्प्रेस नावाची कंपनीची स्वतःची ट्रेन आणि किंग क्रूझ नावाचे क्रूझ लायनर असेल असंही सांगण्यात आलं होतं. दशकभरात यूबी समूह आकाश, जमीन आणि पाण्यावर राज्य करेल असं चित्र उभं करणारा व्यवसाय आराखडा एकदम भक्कम होता. जेव्हा किंगफिशर एअरलाईन्ससाठीचा व्यवसाय– आराखडा तयार करण्यात आला तेव्हा अस्थिर असलेल्या तेलाच्या किंमतीचा मुद्दा विचारात घेतला गेला नाही ही गोष्ट जरा चमत्कारिक वाटत आहे.

विमानकंपनीची सुरुवात तर चांगली झाली होती. २००५ मध्ये किंगफिशर एअरलाईन्सचा बाजारपेठीय हिस्सा जवळपास १५ टक्के इतका होता तर आघाडीवर असलेल्या जेट एअरवेजचा ३० टक्के इतका होता. २००७ मध्ये किंगफिशरचा बाजारपेठीय हिस्सा वाढून ३० टक्क्यांवर पोहोचला कारण

किंगफिशरने कमी दर असणाऱ्या एअर डेक्कन बरोबर भागीदारी केली होती.

मल्ल्यांची महत्त्वाकांक्षा वाढतच होती; त्यांना आंतरराष्ट्रीय बाजारपेठेत स्वत:चा ठसा उमटवायचा होता. गुंतवणूकदारांसमोर झालेल्या त्यांच्या सादरीकरणात आगामी पाच वर्षात त्यांची विमानकंपनी सिंगापूर एअरलाईन्स आणि कॅथे पॅसिफिक सारख्या विमानकंपन्यांशी स्पर्धा करु शकेल असं मल्ल्यांनी जाहीर केलं होतं. पण असे करण्यापासून त्यांना कोणी अडवले होते? तर नागरी विमान वाहतुकसेवेच्या संदर्भात एक महत्त्वाचा मुद्दा असा होता की कोणतीही देशांतर्गत विमानकंपनी त्यांच्या देशांतर्गत विमानसेवेची पाच वर्षे जोवर पूर्ण करत नाही तोपर्यंत त्यांना आंतरराष्ट्रीय मार्गावर विमानसेवा देता येणार नाही असं त्या तरतुदीत म्हटलं होतं.

(देशांतर्गत विमानकंपन्यांनी त्यांच्या सेवेला सुरुवात करताच त्यांना आंतरराष्ट्रीय मार्गावर सेवा देण्याचे स्वातंत्र्यही मिळावे यासाठी केंद्र सरकार आता हा मुद्दा काढून टाकण्याचा विचार करत आहे.)

ज्या कंपनीला आधीच आंतरराष्ट्रीय मार्गावर विमानसेवा द्यायचा परवाना मिळालेला आहे ती कंपनी ताब्यात घेऊन एका पध्दतीने मल्ल्या या मुद्द्याला सुरुंग लावू शकत होते. त्या काळात जेट एअरवेजच्या व्यतिरिक्त परदेशी मार्गावर भरारी घेऊ शकेल अशी दुसरी विमानकंपनी होती कॅप्टन जी.आर.गोपीनाथ चालवत असलेली एअर डेक्कन कंपनी. एअर डेक्कन ही डेक्कन एव्हिएशन या नोंदणीकृत कंपनीचा एक भाग होती. ही विमानकंपनी ताब्यात घेण्याचं अजून एक कारण मल्ल्यांकडे होतं.

कॅप्टन गोपीनाथ हे विमान उद्योगातील उदयोन्मुख तारा होते. जेव्हा त्यांचा स्वत:चा संपूर्ण बँक बॅलन्सही एक कोटी रुपयांपेक्षा कमी होता तेव्हा त्यांनी साठ ए ३२० विमानांची ऑर्डर देत एअरबस बरोबर १२,००० कोटी रुपयांचा व्यवहार

केला होता. त्यांच्या कमी दराच्या प्रारूपामुळे प्रवाशांना इतर विमानसेवा देणाऱ्या कंपन्यांच्या दराच्या निम्म्यापेक्षा कमी दरात प्रवास करता येणार होता. त्यांच्या या धोरणानं संपूर्ण विमान उद्योगाला हादरवून सोडलं होतं. स्पर्धकांना केवळ त्यांच्या या प्रारूपाशी स्पर्धा करण्यासाठी त्यांच्या सध्या अस्तित्वात असलेल्या विमानकंपन्यांमधून नवीन कंपन्या उभाराव्या लागत होत्या. ऑनलाईन नोंदणीच्या माध्यमातून एअर डेक्कनच्या 'एक रुपया तिकीट' या योजनेमुळे तर या विमानकंपनीकडे प्रवाशांचा ओघ प्रचंड वाढला.

अर्थातच एअर डेक्कनने प्रवास करता येण्यासाठी एखाद्याला तिकिटासाठी एक रुपयाच द्यायला लागणार असं नक्कीच नव्हतं. त्यात विमानतळकरांचा समावेश होता. हे सगळे जमा करुन ते तिकीट २२२ रुपयांपर्यंत जात होते. परंतु विमानकंपनी उभारण्यापेक्षाही हे तिकीट मिळविणं जास्त अवघड जात होतं. लोकं मध्यरात्रीच इंटरनेटवर लॉगईन करुन एक रुपयांच्या तिकिटांची नोंदणी सुरु झालेल्या क्षणाला करायचा प्रयत्न करत होती. तिकिटांच्या नोंदणीसाठी झुंबड उडत होती आणि मजेची गोष्ट म्हणजे एखाद्याला ज्या ठिकाणी जायचेही नसायचे त्या ठिकाणच्या तिकीटांचीही नोंदणी होत होती. एअर डेक्कनच्या वेबसाईटवर अशा प्रकारे होत असलेल्या प्रचंड ट्रॅफिकमुळे असंख्य वेळा कंपनीची वेबसाईट क्रॅशही झाली होती.

पण अशा वेगवेगळ्या क्लृप्त्यांपायी कॅप्टन गोपीनाथ यांना खूप प्रसिध्दी मिळाली होती. अखेरीस ही योजना म्हणजे एक निव्वळ क्लृप्ती यापुढे फार काही झाले नाही. कारण ज्यांना हे एक रुपयाचे तिकीट मिळवणे शक्य झाले होते त्या लोकांसाठी ही योजना नव्हतीच. ज्यांना विमानप्रवास करणे परवडू शकत नाही, विशेषकरुन गरीब शेतकरी वा खेड्यातील शालेय शिक्षक अशांसाठी ही योजना होती. पण अशा लोकांना सहजपणे इंटरनेट सुविधा उपलब्ध नव्हती आणि त्यामुळे अशा प्रकारे तिकीट आपल्याला मिळेल याचा ते स्वप्नातही विचार करु

शकत नव्हते.

एअर डेक्कन कंपनीने ५०० रुपयांच्या तिकिटालाही सुरुवात केली होती. त्या योजनेलाही खूप मोठा प्रतिसाद मिळाला. अशा प्रकारच्या योजनांमुळे कॅप्टन गोपीनाथ यांना खूपच मोठेपणा लाभला होता. ज्या असंख्य लोकांना विमानाने प्रवास करुन परदेशात जायची इच्छा होती पण तिकिटांच्या भरमसाठ किंमतीमुळे जे असे करु शकत नव्हते अशा सगळ्या लोकांच्या दृष्टीने गोपीनाथ हे त्यांची इच्छापूर्ती करणारे अवतारीच होते.

सरकार स्वतःच्या वतीने एअर डेक्कनने पुरवलेली संधी अंमलात आणू शकले असते आणि कमी दराच्या तिकिटांवरील कर त्यांना कमी करता आले असते. तरीही, सरकारने हवाई वाहतुकीला इतकी प्रचंड मागणी आलेली असतानाही विमान तिकीटांवर आणि त्याचबरोबर हवाई वाहतुकीसाठीच्या इंधनावर जादा आकारणी लागू केली.

कॅप्टन गोपीनाथ यांची लोकप्रियता जरी वाढत असली तरी त्यांच्या विघातक कल्पनांमुळे त्यांची विमानकंपनी धोका बनत चालली होती असं त्यांच्या स्पर्धकांना वाटायला लागलं होतं. देशातल्या जवळपास प्रत्येकच नागरिकाला एअर डेक्कनने विमान प्रवास करावासा वाटत असल्यासारखं दिसत होतं. त्यामुळे कॅप्टन गोपीनाथ यांची विमानकंपनी अधिकाधिक विमानांची ऑर्डर देत होती.

एक वेळ तर अशी आली होती की कॅप्टन गोपीनाथ यांना कोणीच थोपवू शकणार नाही असं वाटत होतं. त्यांच्या विमानकंपनीचा बाजारपेठीय हिस्सा जुलै २००६ पर्यंत वर चढून २१.२ टक्क्यांपर्यंत पोहोचला होता. सरकारच्या मालकीच्या इंडियन एअरलाईन्सलाही त्यांनी मागे टाकलं होतं. प्रसारमाध्यमांना दिलेल्या पत्रकात कॅप्टन गोपीनाथ यांनी आगामी ९६ महिन्यांच्या काळात आणखी ९६ विमानांची ऑर्डर दिली असल्याचं सांगितलं.

परंतु अशा प्रकारची कमी दराची तिकीटे आणि आतापर्यंत ज्या स्थळांवर फारशी विमानउड्डाणे झालेली नाहीत अशा ठिकाणी विमानउड्डाणे केल्यामुळे विमानकंपनीला मोठ्या प्रमाणावर खर्च आलेला होता. विमान वाहतुकीसाठी लागणाऱ्या इंधनाच्या किंमती वाढतच होत्या. आणि त्याचवेळेला ज्या राज्यातल्या शहरांमध्ये या विमानकपंनीमुळे विमानसेवा सुरु झाली होती त्यांनी खरे तर या गोष्टीबद्दल आनंद व्यक्त करुन विमानकंपनीचं स्वागतच करायला हवं होतं पण तसे न करता त्यांनी करसुध्दा कमी केले नाहीत.

पण मल्ल्या आणि त्यांच्याप्रमाणेच जेटचे नरेश गोयल यांना मात्र खरोखरच चिंता लागून राहिली होती. कॅप्टन गोपीनाथ यांनी प्रसारमाध्यमांना दिलेलं निवेदन साधारण असं होतं : 'विमानाचे तिकीट एक रुपया अधिक कर हे आम्ही भारतीयांना दिलेले आश्वासन आहे आणि तिकिटांच्या प्रत्येक नव्या संचासह प्रत्येक भारतीयाला विमानप्रवासासाठी सक्षम करण्याच्या आमच्या स्वप्नाच्या आम्ही अधिकाधिक जवळ जात आहोत.' पण ती एक हुशारीने केलेली चाल होती. कॅप्टन गोपीनाथ बड्या विमानकंपन्यांची मक्तेदारी तोडण्याच्या प्रयत्नात होते. सगळ्या प्रकारच्या प्रवाशांची वाहतूक त्यांना त्यांच्या विमानकंपनीकडे वळवायची होती: कोणाला स्वस्तात विमान प्रवास करायला आवडणार नाही?

जेट एअरवेज सारख्या जुन्याजाणत्या विमानकंपनीला एअर डेक्कनच्या तिकीटदरांशी जुळवून घेणं अवघड जात होतं. प्रत्येक विमानासाठी एअर डेक्कनचे ७० कर्मचारी होते तर जेटचे १६० आणि किंगफिशरचे १२५.

त्यामुळे डेक्कन एव्हिएशन नावाची समस्या सोडवण्याचा सर्वोत्तम मार्ग होता तरी कोणता? या सगळ्यातून बाहेर पडण्याचा एक मार्ग म्हणजे डेक्कन एव्हिएशन, एअर डेक्कनच्या प्रवर्तकांनीच विकत घ्यायचे. जेटने आधीच सहारा विमानकंपनी ताब्यात घेतल्यामुळे त्यांच्याकडे आधीच अतिरिक्त भार झाला होता. त्यामुळे आणखी एक विमानकंपनी ताब्यात घेणं जेटला परवडूच शकत नव्हतं. दुसरा मार्ग

म्हणजे तिकीटदरांच्या लढाईचाच मार्ग अनुसरायचा. नंतर मात्र, मल्ल्यांच्या सल्लागारांनी असं करणं योग्य होणार नाही असा सल्ला त्यांना दिला होता.

त्यामुळे, मल्ल्यांनी अत्यंत चलाखीने डेक्कन एव्हिएशन कंपनीच खरेदी करणं अधिक चांगलं होईल असा विचार केला. पण याचा अर्थ त्यासाठी मोठ्या प्रमाणावर पैसा खर्च करावा लागणार होता. किंगफिशर एअरलाईन्स अजूनही तोट्यातच सुरु असताना त्यावेळी यूबी समूहाला ही गोष्ट परवडू शकत होती का? पण जर या दोन्ही कंपन्या एकत्र आल्या असत्या तर त्यातून देशातील सर्वात मोठी विमानकंपनी निर्माण झाली असती आणि अजून एक फायद्याची गोष्ट म्हणजे किंगफिशरला आंतरराष्ट्रीय मार्गांवर आपली विमाने नेता आली असती.

त्याचवेळेला कॅप्टन गोपीनाथ यांच्या स्वप्नवत घोडदौडीला अचानक लगाम लागला. डिसेंबर २००६ पर्यंत या विमानकंपनीची पालककंपनी असलेल्या डेक्कन एव्हिएशनला १३५२ कोटी रुपयांच्या एकूण उत्पन्नावर ३४१ कोटी रुपयांचा तोटा सहन करावा लागला होता.

हा तोटा पुरेसा नव्हता म्हणून की काय इंटरग्लोब टेक्नॉलॉजी या फारशा कोणाला माहित नसलेल्या कंपनीकडून आरक्षणासाठीचं सॉफ्टवेअर खरेदी करण्याचा कॅप्टन गोपीनाथ यांचा निर्णय ही घोडचूक ठरल्याचे सिध्द झालं. कमी दराच्या विमानकंपनीच्या वेबसाईटवर बहुतेककरुन होणारी मोठ्या प्रमाणावरील गर्दी सांभाळण्यासाठी लागणारी आवश्यक यंत्रणा त्या सॉफ्टवेअरमध्ये नव्हती. अखेरीस ही यंत्रणा पूर्णपणे कोलमडली आणि विमानकंपनीच्या देशभरातल्या प्रत्येक नोंदणी केंद्रावर मोठ्या प्रमाणावर गोंधळाची स्थिती निर्माण झाली.

त्यानंतर एअर डेक्कन कधी सावरलीच नाही आणि आपली विमानकंपनी ब्लॉकवर ठेवण्यावाचून कॅप्टन गोपीनाथ यांच्याकडे दुसरा कुठला पर्यायच शिल्लक राहिला नाही. पण जेव्हा मल्ल्यांनी एअर डेक्कनमध्ये आपल्याला रस असल्याचं

अधिकृतपणे जाहीर केलं तेव्हा एक संपूर्ण सेवा देणारी कंपनी आणि एक कमी दराची तिकिटे असणारी कंपनी एकमेकांमध्ये विलीन होऊ शकत नाही असं कॅप्टन गोपीनाथ यांना वाटलं.

'मल्ल्या हे शुक्रावरुन आले आहेत आणि मी मंगळावरुन. त्यामुळे या दोन विमानकंपन्यांचे विलीनीकरण ही निव्वळ अशक्य गोष्ट आहे.'

किंगफिशर एअरलाईन्सने डेक्कन ताब्यात घेण्याच्या आधी एक वर्ष कॅप्टन गोपीनाथ यांनी बंगळुरमध्ये त्यांच्या विमानकंपनीच्या वर्धापनदिनाच्या समारंभात मद्यसम्राटांना आमंत्रण दिलं. त्या कार्यक्रमात कॅप्टन गोपीनाथ अचानक त्यांच्या आसनावरुन उठले आणि आपल्याबरोबर व्यासपीठावर बसायची विनंती त्यांनी मल्ल्यांना केली. त्यांची ही कृती नाटकीपणाची होती की राजकीयदृष्ट्या बरोबर होती हे कोणालाच कळले नाही.

मल्ल्यांना गंमत वाटली आणि त्यांचा प्रस्ताव त्यांनी खिलाडूपणाने स्वीकारला. दोघांनी परस्परांना अलिंगन दिले आणि कन्नड या आपल्या मातृभाषेत ते एकमेकांशी काहीतरी बोलले. त्या वेळेलाही मल्ल्यांची विमानकंपनी ऑर्डर मिळविण्याबाबत चौथ्या क्रमांकावर होती परंतु देशांतर्गत विमान वाहतुकीत एअर डेक्कन जेट एअरवेजच्या खालोखाल दुसऱ्या क्रमांकावर होती.

मल्ल्यांनी लगेच त्या प्रसंगाचा वापर करुन घेत आपली विमानकंपनीसुध्दा एके दिवशी देशातील सर्वात मोठी विमानकंपनी बनेल आणि लवकरच कंपनीतर्फे आंतरराष्ट्रीय मार्गांवरही विमानफेऱ्या सुरु होतील असं उपस्थितांसमोर जाहीर केलं.

एअर डेक्कन ताब्यात घेण्यासंदर्भात मल्ल्यांशी बोलणी करण्यास कॅप्टन गोपीनाथ फारसे उत्सुक नसले तरीही या मद्यसम्राटाशी जवळचे संबंध असलेल्या कर्नाटकातील एका माजी मंत्र्याने त्यांचे मन वळवले. मल्ल्यांच्या निवासस्थानी

त्यांची भेट झाली.

कॅप्टन गोपीनाथ यांच्या म्हणण्यानुसार ती बैठक चांगली झाली आणि विमान उद्योगाविषयी मल्ल्यांना असलेले ज्ञान बघून गोपीनाथही प्रभावित झाले.

पण त्याचवेळेला कॅप्टन गोपीनाथ हे त्यांची विमानकंपनी विकण्यासाठी अनिल धीरुभाई अंबानी समूहाचे (एडीएजी) प्रमुख अनिल अंबानी यांच्याशीही बोलणी करत होते. गोपीनाथ यांनी स्वतःची विमान कंपनी आपल्याला विकावी म्हणून मल्ल्या त्यांच्यावर दबाव टाकत असले तरीही त्या दोघांमधली बोलणीही दीर्घकाळ सुरुच होती.

अंबांनींबरोबर झालेल्या चर्चेतून अखेरीस कोणताच व्यवहार होणार नसल्याचे जेव्हा स्पष्ट झाले तेव्हा मल्ल्यांशी वाटाघाटी करायला ते तयार झाले. लवकरच त्या दोघांमध्ये व्यवहार झाला. व्यवहारानुसार, विमानकंपनीची पालककंपनी असलेल्या डेक्कन एव्हिएशन मध्ये २६ टक्के हिस्सा खरेदी करण्यासाठी मल्ल्यांनी कॅप्टन गोपीनाथ यांना प्रत्येक समभागाचे १५५ रुपये द्यायचे असे ठरले. आणखी २० टक्क्यांची खरेदी सार्वजनिकरीत्या करायची असा खुला प्रस्तावही त्यातून प्रतीत होत होता. अशा तऱ्हेने या विमानकंपनीत ४६ टक्के हिस्सा ताब्यात मिळविण्यासाठी १००० कोटी रुपये देण्याचा हा व्यवहार होता. त्यामध्ये पहिल्या २६ टक्के वाट्यासाठी ५५० कोटी रुपयांचा समावेश होता.

मल्ल्यांना काही झाले तरी ही विमानकंपनी ताब्यात घ्यायचीच होती आणि हा व्यवहार आपल्या पदरात पाडून घेण्यासाठी त्यांनी ज्या सफाईदारपणे काम केलं त्यानं मी प्रभावित झालो, असं कॅप्टन गोपीनाथ यांनी नंतर एका वार्ताहराशी बोलताना सांगितलं होतं. याचा अर्थ कोणत्याही अभ्यासाशिवाय वा ताळेबंद तपासून पाहिल्याशिवाय हा व्यवहार झाला का असा प्रश्न त्याच वार्ताहराने विचारला. तेव्हा कॅप्टन गोपीनाथ यांनी त्याला उत्तर देताना सांगितले की

वाटाघाटी, बोलणी सुरु असताना मल्ल्यांनी वा त्यांच्या कोणत्याही अधिकाऱ्याने कधीच कागदपत्रांची छाननी करायची मागणी केली नाही ही गोष्ट खरी होती. कॅप्टन गोपीनाथ यांच्यावर विश्वास ठेऊन हा व्यवहार झाला होता कारण त्यांना अत्यंत निकडीने हा व्यवहार पूर्ण करायचा होताच.

विशेष म्हणजे, खूपच कमी विश्लेषकांनी त्या वेळेला त्यांच्या गुंतवणूकदार अहवालात हा मुद्दा लावून धरला होता. व्यवहार होतानाच्या वेळेला एअर डेक्कन ही कंपनी हवाई मार्ग, विमानांच्या ताफ्याचा आकार आणि महसूल अशा सगळ्याच बाबतीत किंगफिशर एअरलाईन्सपेक्षा दुपटीने मोठी होती.

२००८ च्या सुरुवातीला, या दोन्ही कंपन्यांचा मिळून बाजारपेठीय हिस्सा ३३ टक्के इतका होता– किंगफिशर एअरलाईन्स तिसऱ्या क्रमांकावर. ताफ्यातील विमानांची संख्या एक्काहत्तर होती. एकूण सत्तर स्थळांना जाता येत होते. या सगळ्यामुळे ती देशातील सर्वात मोठी विमानकंपनी बनली होती. किंगफिशर एअरलाईन्सने बंगळुरु–लंडन–बंगळुरु या मार्गावर आपली पहिली आंतरराष्ट्रीय विमानसेवा सादर केली. आणि त्यानंतर श्रीलंकेला आपली सेवा सुरु केली. आंतरराष्ट्रीय सेवा देताना खूप चांगल्या प्रतिक्रिया मिळाल्या आणि विमानकंपनीला असंख्य पुरस्कारही मिळाले.

‘मद्यसम्राट’ या बिरुदातून अखेर मल्ल्यांची सुटका होणार असे वाटू लागले होते. आकाशसम्राट असे नवे बिरुद त्यांना मिळेल असं आता वाटायला लागलं होतं.

एअर डेक्कन कंपनी ताब्यात घेतल्यानंतर काही महिन्यांतच ही कंपनी ज्या ज्या गोष्टींसाठी ओळखली जायची त्या त्या सगळ्या गोष्टी उखडून टाकायला मल्ल्यांनी सुरुवात केली होती. एअर डेक्कन ताब्यात घेतल्यानंतर मल्ल्यांचे त्यामागचे खरे हेतू उघड व्हायला लागले.

त्यांनी सर्वप्रथम कंपनीचे नाव बदलून सिंप्लिफलाय डेक्कन ठेवले. त्यातून सरळ

सरळ एका फटक्यात एअर डेक्कन हा ब्रँडच मारला गेला. प्रचंड प्रमाणात प्रसिध्दी करुन नव्या कंपनीचे री–ब्रँडिंग करण्यात आलं. त्यासाठी मोठ्या प्रमाणावर खर्च झाला. त्यानंतर त्यांनी एक रुपयात तिकीट ही योजनाच बंद केली. एअर डेक्कन ज्या तत्त्वावर उभी होती त्याची ही योजना म्हणजे मूर्तिमंत प्रतीक होते.

सिंप्लिफाय या आपल्या आठवणींमध्ये कॅप्टन गोपीनाथ यांनी असं लिहून ठेवलं आहे, की शांतपणे उभं राहून माझ्या स्वप्नांचा चुराडा होताना बघण्याशिवाय मी काहीच करु शकत नाही. माझी विमान कंपनी हस्तगत करण्याआधी मी एखाद्या बाळाप्रमाणे तुमच्या कंपनीचा सांभाळ करीन असं वचन मला ज्या माणसाने दिलं होतं तोच माणूस आज माझं स्वप्न उधळून लावत आहे.

त्यानंतर खुद्द 'सिंप्लिफाय डेक्कन' हे नावच रद्द करण्यात आलं आणि किंगफिशर रेड असे कंपनीचं नामकरण करण्यात आलं. नाव बदलण्यासाठी एक सर्वेक्षण करण्यात आलं. ब्रँड डेक्कन हा कमी तिकिटांसाठी ओळखला जात होता. त्यामुळे जरी तोटा होत असला तरी व्यवस्थापन विमानतिकिटांचे दर काही वाढवू शकत नव्हती असं त्या सर्वेक्षणात म्हटलं होतं. ही बाब वरकरणी पाहता अगदी निरर्थक वाटू शकते परंतु जिथं मल्ल्यांचं नियंत्रण प्रस्थापित असतं, तिथे निरर्थक – अकारण अशा शब्दांना थाराच नसतो, सारं काही सहजसाध्य असतं.

मल्ल्या यांनी अर्ली बर्ड शुल्कांसारख्या योजनेपासून सुटका करून विमानकंपनीच्या तिकिटदरांची रचनाच पार बदलून टाकली. कित्येक मार्गांवरची एअर डेक्कनची सेवा बंद करून कालांतराने तिथे किंगफिशर एअरलाईन्सच्या सेवेने एअर डेक्कन (आणि आता किंगरफिशर रेड) कंपनीवर आपला वरचष्मा दाखविण्यास सुरवात केली. या कृतीचा पहिलाच परिणाम लगेच दिसून आला. मल्ल्यांना नंतर त्या गोष्टीचा खेद वाटला आणि विमानकंपनीच्या अधोगतीला सुरुवात होण्याचं कदाचित ते एक कारण असू शकतं हा परिणाम म्हणजे प्रवाशांनी इंडिगो आणि स्पाईसजेट सारख्या दुसऱ्या कमी दर असलेल्या विमानकंपनीने

प्रवास करायला सुरुवात केली.

एअर डेक्कनला 'संपवण्याच्या' प्रयत्नांत मल्ल्यांनी अजाणतेपणाने खुद्द किंगफिशर एअरलाईन्सलाच संपवायला सुरुवात केली होती.

एअर डेक्कन आणि कॅप्टन गोपीनाथ यांचं स्वप्नं जरी मल्ल्या यांनी मोडकळीस आणलं होतं तरी किंगफिशर एअरलाईन्समध्येही अंतर्गत गोंधळ मोठ्या प्रमाणावर होता. सुरुवातीला, विमानकंपनी चालविण्यासाठीचा बहुतांश निधी हा यूबी समूहातल्याच विविध कंपन्यांमधून यायचा. समूहाने आपल्याकडचे जादा मनुष्यबळही विमानकंपनीकडं वळवलं होतं. जोडीला जेट एअरवेज आणि सहारामधून काही वरिष्ठ अधिकाऱ्यांची नियुक्ती केली होती.

२००६ पर्यंत किंगफिशरकडे संपूर्ण टीम तयार होती आणि वर्षभरानंतर बाजारपेठेत कदाचित सर्वाधिक महाग असलेले सॅप एजीज रिसोर्स प्लॅनिंग सॉफ्टवेअर हे या सगळ्या यादीकडे लक्ष ठेवण्यासाठी, सुरळीत कारभारासाठी यंत्रणेमध्ये सादर करण्यात आलं.

सगळ्या कर्मचारी वर्गाची भरती झाली होती, यंत्रणा कार्यान्वित झाली होती आणि देशातील सर्वात मोठा विमानांचा ताफा असलेली किंगफिशर एअरलाईन्स देशातील सर्वोत्तम चालणारी विमानकंपनी बनण्यासाठी जणू काही तयारच आहे, फक्त थोडा काळ जायला हवा असंच जणू भासत होतं.

परंतु दुर्दैवानं असं घडलं नाही. प्रत्येक गोष्ट जागच्या जागी असणं हा एक मुद्दा होता. पण त्याहीपेक्षा दुसरा अत्यंत महत्वाचा मुद्दा म्हणजे मल्ल्यांच्या दृष्टिकोनाची अंमलबजावणी करणं. एक नेता म्हणून बोर्ड आणि व्यवस्थापन ज्याची विचारणा करु शकेल अशी जवळपास प्रत्येक गोष्ट त्यांनी पुरवली. त्यांनी खूप कष्ट केले, प्रचंड डॉलर्स खर्च केले, सर्वोत्तम लोकांना नियुक्त केलं आणि आपल्या व्यवस्थापकांना अमर्यादित निधीही दिला. पण विमानकंपनी चालविण्यासाठी

लागणारा या क्षेत्रातला तज्ज्ञ, जाणता माणूस तिथे नव्हता. जवळपास २०१० च्या अखेरीपर्यंत विमानकंपनीला स्वतःचा मुख्य कार्यकारी अधिकारी (सीईओ)च नव्हता.

तिथे काम करणाऱ्या व्यक्तींच्या म्हणण्यानुसार कंपनीतल्या प्रत्येक उपाध्यक्षाने जणू काही तोच विमानकंपनी चालवत आहे अशा थाटात वागायला सुरुवात केली होती. आपल्या कामात प्रचंड व्यस्त असलेल्या मल्ल्यांना विमानकंपनी चालविण्याच्या कामात लक्ष घालायला पुरेसा वेळच मिळत नव्हता. त्यांनी स्वतः निवडलेल्या आणि प्रवाशांच्या सेवेसाठी सदैव तत्पर असलेल्या हवाईसुंदरी हजर असणे केवळ याच गोष्टी एखादी विमानकंपनी चांगल्या पध्दतीने चालविण्यासाठी पुरेशा नसतात. विमानकंपनीला एका पूर्ण वेळ काम करणाऱ्या, समर्पित अशा सीईओची गरज असते. हा सीईओ केवळ कंपनीच्या उद्दिष्टाची अंमलबजावणी करण्याचे काम करतो असे नाही तर सगळ्या कर्मचारी वर्गाला एकमेकांशी बांधून ठेवतो आणि त्याचवेळेला कंपनीचा दैनंदिन कारभार सुरळीत चालला आहे ना याची शहानिशा करत रहातो.

यूबी समूहाच्या दुसऱ्या कंपन्यांमधून हलविण्यात आलेले आणि आवश्यक तो अनुभव असलेले थेट विमानकंपनीत भरती केलेले असे कर्मचारी किंगफिशर एअरलाईन्स मध्ये होते.

सुरुवातीच्या दिवसांमध्ये मल्ल्या यांनी आपल्या कर्मचारी वर्गाकरता पंचतारांकित हॉटेल्स मध्ये पार्ट्या आयोजित केल्या, कर्मचाऱ्यांच्या कुटुंबीयांना ते भेटले आणि प्रत्येकाला त्यांनी खूष ठेवलं. इतर विमानकंपन्यांमधून दुप्पट पगार देऊन त्यांनी आपल्या अधिकाऱ्यांची नियुक्ती केली होती. दुर्दैवाने अशा जागा भरताना फारसा विचार केला गेला नाही. त्यामुळे योग्य व्यक्तीची भरती करण्यापेक्षा दुसऱ्या विमानकंपनीमधून अधिकाधिक कर्मचारी आपल्या कंपनीत कसे ओढता येतील या गोष्टीलाच जास्त महत्त्व दिलं गेलं. जेट कंपनीला जे कर्मचारी असेही नकोच

होते त्यांना त्या कंपनीनं सहजी सेवामुक्त केलं आणि आमच्या विमानकंपनीमधून किंगफिशर काही प्रमुख अधिकाऱ्यांना स्वतःकडे ओढून घेत असल्याच्या बातम्या प्रसारमाध्यमांमध्ये पेरल्या असा विनोदही तेव्हा सगळीकडे प्रचलित झाला होता.

किंगफिशरने त्यांच्या विक्री आणि वसुली विभागासाठी जेटमधून अधिकाऱ्यांची नियुक्ती केली. कंपनीकडे आधीपासूनच वैमानिकांची संख्या मोठी होती. त्यातले अर्धे वैमानिक दुसऱ्या विमानकंपन्यांमधून आलेले होते. एअर डेक्कन आणि किंगफिशर या दोन्ही विमानकंपन्या जेव्हा स्पर्धक होत्या तेव्हा त्यांच्यामध्ये एकमेकांच्या कर्मचाऱ्यांना तोडायचे नाही अशा प्रकारचा करार झालेला होता. पण नंतर हा करार कागदावरच राहिला.

भरमसाठ पगार आणि चकचकीत कार्यालये उभारण्यासाठी जो प्रचंड खर्च होत होता तो भागविण्यासाठी मल्ल्यांनी वेगवेगळ्या बँकांकडून कर्ज घ्यायला सुरुवात केली (त्यामध्ये स्टेट बँक ऑफ इंडिया या सरकारी बँकेचाही समावेश होता)

त्यापैकी अनेक बँकांनी पुरेसं तारण न ठेवताच कर्ज वाढवून दिलं. काही बँकांनी तर विमानकंपनीच्या स्थितीची खरी शहानिशा न करता केवळ मल्ल्यांची लोकप्रियता आणि त्यांचा करिश्मा बघूनच कर्ज वाढवून दिल्यासारखं दिसत होतं.

विमानकंपनीने जेव्हा पैसे परतफेडीबाबत कुचराई करायला सुरुवात केली तेव्हा त्या पैशांच्या बदल्यात काही बँकांकडे फारच कमी तारण होतं. त्या बँका एकच गोष्ट करु शकत होत्या आणि ते म्हणजे त्यांचे कर्जाऊ दिलेले पैसे विमानकंपनीच्या समभागात रुपांतरित करु शकत होत्या. पण जेव्हा सगळे रोखे बुडित निघाले तेव्हा कंपनीचा शेअर दररोज नीचांकी पातळीवर घसरत होता. सगळं काही फक्त कागदावर राहिलं होतं. पण अजून बरंच काही घडायचं बाकी होतं.

सुरुवातीला देण्यात आलेली कर्जे छोट्या प्रमाणातील होती. सहा महिन्यांत काही

शंभर कोटी रुपये अशी ती कर्जे देण्यात आली होती. त्यासाठी युनायटेड ब्रुवरीजच्या काही समूह कंपन्या हमीदार राहिल्या होत्या. त्यानंतर अतिरिक्त कर्ज मिळविण्यासाठी युनायटेड स्पिरीट्स आणि यूबी होल्डिंग्जसारख्या समूह कंपन्यांचे समभाग तारण म्हणून ठेवायला सुरुवात झाली.

मल्ल्यांना विमानकंपनी सुरु करण्याचा खूपच चुकीचा सल्ला मिळाला असं वाटायला मोठ्या प्रमाणावर सुरुवात झाली होती. मद्य उद्योगाप्रमाणे विमान उद्योगक्षेत्रात नफ्याचं प्रमाण जास्त नसतं तर ते ३ टक्क्यांइतकं कमी असतं. त्यामुळे काटेकोर व्यवहार करणं अत्यंत महत्त्वाचं असतं.

त्यामुळे खर्चावर नियंत्रण राखणं अत्यंत आवश्यक असतं. अगदी स्टेशनरीची खरेदी करण्यापासून ते कर्मचारी भरतीपर्यंत प्रत्येक गोष्ट अत्यंत काळजीपूर्वक आणि जबाबदारीनं करावी लागते.

पैसे खर्च करण्याबाबत कॅप्टन गोपीनाथ हे अत्यंत दक्ष असायचे . एखादा मोठा व्यवहार तुटायचा धोका असला तरीही ते पैशांच्या काटेकोरपणाबद्दल अजिबात तडजोड करायचे नाहीत.

किमानपक्षी एका कर्मचाऱ्याने सांगितलेल्या माहितीनुसार कॅप्टन गोपीनाथ यांनी एकदा सगळ्या विक्री कर्मचाऱ्यांना त्यांच्या विक्रीविषयक भेटीगाठीसाठी बसने प्रवास करायच्या सूचना दिल्या होत्या. तेव्हा त्यांतील काहींनी त्या गोष्टीवर आक्षेप घेतला होता. जर का आम्ही बसची वाट बघत बसलो तर मोठमोठी कॉर्पोरेट अकांऊंट्सवर आपल्याला पाणी सोडावे लागेल असं त्यांचं म्हणणं होतं.

दुसऱ्या एका प्रसंगी वरिष्ठ अधिकाऱ्यांपैकी एकाने तर पत्रकाराला असं सांगितल्याचे ऐकिवात होतं की विमानकंपनी विमानातील दोनपैकी एक स्वच्छतागृह काढून टाकायचा विचार करत होती. त्यामुळे थोडी जागा वाचून तिथे अजून काही आसने मावतील आणि कंपनीला अधिक महसूल मिळेल असा

कंपनीचा विचार होता. एअर डेक्कनच्या विमानांमध्ये असं काही खरंच झालं असेल का या आपल्या विचारांना दूर लोटत मान हलवून तो पत्रकार परत मागे फिरला.

आणि मल्ल्या याच्या एकदम विरुध्द होते. त्यांनी दुसऱ्या विमानकंपन्यांमधून कर्मचारी ओढून घेतले वा रीतसर कर्मचारी भरती केली आणि त्यांना ७५ टक्क्यांएवढी पगारवाढ दिली. डेक्कन एव्हिएशन कंपनी ताब्यात घेतल्यानंतर त्यांनी एकाही कर्मचाऱ्याला काढून न टाकण्याचा निर्णय घेतला. एकतर तो त्यांचा दयाळूपणा होता वा शुध्द मूर्खपणा. त्यांच्या या चालीमुळे समस्त कर्मचारीवर्गात त्यांच्याबद्दल प्रचंड कृतज्ञता दाटून आली पण विमानकंपनीवर मात्र अतिरिक्त मनुष्यबळाचा बोजा खूपच जास्त वाढला. याचाच अर्थ पगाराची बिले छप्पर फाडून गोष्टी बाहेर याव्यात तशी प्रचंड प्रमाणावर वाढली.

कर्मचारी संख्या आटोक्यात न ठेवल्यामुळं विमानकंपनी खूपच जास्त जड झाली होती. एक वेळ तर अशी आली की एकाच वेळेस चाळीस अधिकारी हे एकतर सरव्यवस्थापक वा उपाध्यक्ष म्हणून काम करत होते आणि दरमहा लाखो रुपये पगार मिळवित होते.

काही कर्मचाऱ्यांनी या पुस्तकासाठी आपल्या मुलाखती दिल्या पण आपलं नाव छापून येऊ नये अशी इच्छा त्यांनी व्यक्त केली. विमानकंपनीने अंमलात आणलेली कोणतीही गोष्ट ही उधळपट्टीकडेच जात होती.

उदाहरणच द्यायचे झाले तर, जर एखाद्या प्रवाशाला चेक इन काऊंटरवर पोहोचायला उशीर झाला तर त्याला परत पाठवलं जायचं नाही. त्याऐवजी, काऊंटरवरील कर्मचाऱ्यांपैकी एक जण त्याला दुसऱ्या विमानकंपनीचं तिकीट खरेदी करुन द्यायचा. तिकिटांचा मुद्दा विचारात घेता सगळ्याच विमानकंपन्या भरभक्कम तिकीटदरांवर काम करत असतात. त्यामुळेच विमान अगदी निघायच्या आधी खरेदी केलेलं विमानतिकीट सर्वात महाग असतं. उदाहरणार्थ, जर प्रवाशाने

आधीच तिकीट खरेदी केलेलं असेल तर ते तिकीट त्याला अगदी ४००० रुपये इतक्या कमी किंमतीला मिळू शकते पण तेच तिकीट जर त्याने विमान प्रवास करायच्या दिवशी काढलं तर त्यासाठी त्याला १२,००० रुपये इतकी किंमतही मोजायला लागू शकते.

साहजिकच लोकांना जर किंगफिशरबद्दल प्रेम वाटलं आणि किंगफिशरनेच प्रवास करायची त्यांची इच्छा असली तर त्यात काही नवल नाही. पुनर्जीवन मिळालेली किंगफिशर कदाचित याच्यापेक्षा संपूर्ण वेगळा अनुभवही ठरु शकतो.

कारण यदाकदाचित जर ही विमानकंपनी पुन्हा स्वतःच्या पंखांवर उभी ठाकली तरीही अशा सवलती सेवा देणे आता मल्ल्यांना परवडू शकत नाही.

काही वेळेला जर विमानाला काही कारणाने उशीर झाला आणि काही प्रवाशांनी जर या गोष्टीला हरकत घेतली तर त्यांना जवळच्याच पंचतारांकित हॉटेलमध्ये घेऊन जाण्यात येत असे. तिथे त्यांना अमर्यादित खाणे आणि बिअर पुरवली जायची. पंचतारांकित हॉटेलमधला बिअरचा साधा पिंट हा २५० रुपयांच्या आसपास असतो. परंतु विमानतळावरील विमानकंपनीचे फ्रंट डेस्क नाखुषीने ती बिलं भरायची. मल्ल्या हे मद्यसम्राट असल्यामुळे जर त्यांच्या कंपनीच्या विमानाला उशीर झाला तर कंपनी किमान सर्वांना मद्य तरी देऊ शकते अशी सूचनाही काही प्रवाशांनी केली होती. ग्राऊंड स्टाफ सहजी प्रतिहल्ल्याला तोंड देऊ शकतो असं म्हटलं जायचं पण त्यांना हे पक्के ठाऊक होते की 'आपल्यावर अन्याय झाला आहे' असे वाटणाऱ्या प्रवाशांना शाही वागणूक द्यावी लागायची.

मल्ल्या स्वतः जरी कधीच कोणत्याच बैठकीला वेळेवर गेले नाहीत तरीही आपल्या कंपनीच्या विमानाने वेळेवर उड्डाण केले का याची मात्र ते पक्की खात्री करुन घ्यायचे. विमानाने उड्डाण करताक्षणीच आणि दुसऱ्या विमानतळावर विमान उतरल्यावर लगेचच ग्राऊंड स्टाफला मल्ल्यांना संदेश पाठवायला लागायचा. पाच

मिनिटांचा उशीरही ते खपवून घ्यायचे नाहीत आणि उशीर व्हायला जे कारणीभूत असायचे त्यांना स्वत: मल्ल्यांची बोलणी खावी लागायची.

काम करण्याच्या दृष्टीने ती खरेतर खूपच विचित्र जागा होती. किमानपक्षी पैसे खर्च करण्याचा मुद्दा विचारात घेतला तरी त्याबाबत कसलीच जबाबदारीची भावना तिथे नव्हती.

एक वेळ तरी अशी आली की जणू काही प्रत्येक स्तरातून पैसा पाझरत होता आणि हे काटेकोरपणे करण्याच्या कामाला कुठेच कसलाच ताळेबंद, धरबंध राहिलेला नव्हता असंच वाटत होतं.

'मिळालेला पैसा योग्य प्रकारे वापरला जातो आहे का याची आम्हांला काहीच शाश्वती नव्हती,'   असे वित्तविभागात काम करणाऱ्या एका कर्मचाऱ्यानं पत्रकाराशी बोलताना सांगितलं. उदाहरणार्थ, प्रवाशांसाठी खरेदी केलेली बहुतांश वृत्तपत्रे आणि मासिके विमानात ठेवली जाण्याऐवजी गोदामातच पडून रहायची. त्यात अगदी आंतरराष्ट्रीय मासिकांचाही समावेश होता. असं असलं तरी त्यांची बिलं मात्र तत्परतेने भरली गेली होती. कोणत्या प्रकारचं वाचन साहित्य प्रवाशांना विमानात बसून वाचायला आवडतं याबाबत काही सर्वेक्षण करण्यात आलेलं नव्हतं. खरं तर दीर्घकालीन देणगीदार योजनेत सहभाग घेतला तर मूळ किंमतीपेक्षा निम्म्या किंमतीला कोणतीही पुस्तके–मासिके मिळू शकतात पण तसं न करता काही मासिकं तर चक्क न्यूज स्टँडवरुन खरेदी केली जायची.

जुन्या वृत्तपत्र व्हेंडरला /रद्दीवाल्याला ती विकण्यासाठी वित्त विभागाला मोठ्या प्रमाणावर प्रयत्न करावे लागले, पटवून द्यावे लागले. पण एकदा संमती मिळाल्यानंतर, जुनी वृत्तपत्रे आणि मासिके यांच्या विक्रीतूनच दरमहा काही लाख रुपये मिळायला लागले.

आंतरराष्ट्रीय व्यवहार हा तर एक संपूर्ण वेगळाच विषय होता. पहिलं आंतरराष्ट्रीय

उड्डाण हे ३ सप्टेंबर २००८ रोजी बंगळुरुहून लंडनला झालं. आणि त्यानंतर लगेचच बंगळुरु कोलंबो हे विमान सुरु झालं. लंडनमधल्या रहिवाशांना हा मार्ग आकर्षक वाटेल कारण त्यामुळे त्यांना दक्षिण भारतात आणि त्याजोडीला श्रीलंकेतसुद्धा प्रवासाला सुट्टी व्यतीत करायला जाणं अगदीच सुलभ होईल, असं गृहीत धरण्यात आलं होतं. बंगरूळू या आयटी उद्योगाची पंढरी असलेल्या शहरात नोकरीसाठी जा–ये करणाऱ्या आयटी क्षेत्रातील व्यक्तींना देखील या सेवेचा लाभ मिळणार होता.

एशिया–पॅसिफिक विमानवाहतुक विभागासाठी कंपनीने नेमलेल्या विमानसेवा सल्लागार संस्थेच्या मतानुसार, या माार्गावरील विमानसेवा ही कोणत्याही आंततराष्ट्रीय मार्गावर पुरविण्यात येणाऱ्या सेवांच्या तोडीस तोड दर्जाची होती.

पण एक गोष्ट किंगफिशरनं अजिबात विचारातच घेतली नाही आणि ती म्हणजे, त्यांच्या या सेवेमुळे विमानकंपन्यांमध्ये आपापसात एका अभूतपूर्व किंमतयुद्धाला तोंड फुटणार होतं. काही परदेशी विमानकंपन्यांनी या मार्गावर आकर्षक दरांतील विमानसेवा पुरवण्यास सुरवात केली. ते असं करू शकले कारण स्पर्धेत टिकून राहण्यासाठी जर पैसा फुंकून टाकण्याची वेळ आली, तर तेवढा पुरेसा अतिरिक्त निधी त्यांच्याजवळ होता. महान आश्चर्याची बाब म्हणजे, स्वतः किंगफिशरनं मात्र आपली सेवा अत्यंत उच्च दर्जाची असल्याची मल्लिनाथी करत या किंमतयुद्धात उतरण्यास साफ नकार दिला. पण जी विमानकंपनी अगदीच तरूण आहे, काही वर्षांपूर्वीच उदयाला आली आहे आणि जिने अगदी नुकतीच आंतरराष्ट्रीय मार्गावरील हवाई वाहतूकसेवा सुरू केली आहे, तिच्याकडे प्रस्थापित आंतरराष्ट्रीय विमानकंपन्यांशी टक्कर घेण्याएवढा जादाचा निधी उपलब्ध नसणार ही बाब तर अगदी उघड सत्य होती.

विमानवाहतूक क्षेत्रातले दिग्गजपंडित देखील तुम्हाला हेच सांगतील की, नवी सेवा सुरू करताना एकतर तुमच्याकडे पुरेसा अतिरिक्त पैसा हाताशी असायला हवा

जेणेकरून तुमच्या स्पर्धकांकडून कोणताही हल्ला झाला तरी त्याचा मुकाबला करता येईल किंवा मग सुरवातीपासूनच तुमच्या तिकिटांचे दर या क्षेत्रातील अन्य कोणापेक्षाही खूपच कमी ठेवायला हवेत. उदाहरणार्थ, साऊथईस्ट आशिया मार्गावरील आपल्या विमानफेऱ्यांसाठी एअर एशिया या कंपनीने ठेवलेले तिकीटदर हे एवढे कमी आहेत, की विमानउद्योगक्षेत्रातील अन्य कोणतीही कंपनी त्यांच्याशी स्पर्धा करूच शकत नाही. त्यातही तुम्ही जर एक महिना आधी तिकिटांचं आरक्षण केलंत तर तुम्हाला आणखी १५ ते २० टक्के कमी दरानं तिकीट मिळतं.

किंगफिशरला असं करणं शक्य होतं का? प्रवासी, विशेषतः जे सुट्टी साजरी करण्यासाठी विमानप्रवास करणार असतील, ते खर्चाच्या बाबतीत अतिशय जास्त काटेकोर असतात कारण संपूर्ण पैसा त्यांच्या स्वतःच्याच खिशातून जाणारा असतो. प्रवासावर जादा खर्च करण्यापेक्षाही आपल्या पर्यटनांच्या ठिकाणी मनमुक्त उधळपट्टी करणं त्यांना जास्त पसंत असतं. स्पर्धेच्या या रिंगणामध्ये आपल्या तत्त्वांशी तडजोड न करता तसंच अडून राहण्याचा खूप प्रयत्न किंगफिशरनं पुढचा काही काळ केला. पण त्यांच्या देशांतर्गत सेवांवर एक एक करून आपला गाशा गुंडाळण्याची वेळ येऊन ठेपली होती. आंतरराष्ट्रीय पातळीवर आपल्या सेवांचा विस्तार करण्यासाठी आणि तो स्थिरावण्यासाठी लक्षावधी रुपयांची आवश्यकता भासत असताना या खिळखिळ्या होत चाललेल्या देशांतर्गत सेवांना आणखी तग धरून ठेवणं दुष्कर झालं होतं. बँकांकडून मिळणारा निधाचा स्त्रोत आटत चालला होता आणि अखेरीस एका वरिष्ठ अधिकाऱ्यानं जाहीर केलं, की बँकांनी निधी देणं आता पूर्णपणे बंद करून टाकलं. किंगफिशरनं प्रत्येकाचीच देणी थकवायाला सुरवात केली होती.

२००८ च्या शेवटी शेवटी मल्ल्यांच्या हवाई साम्राज्याला लागलेल्या सुरुंगाचं पहिलं लक्षण दिसून आलं. अमेरिकास्थित जीईसीएएसनं भारतीय

हवाईवाहतूकीचे नियामक असलेल्या नागरी हवाई वाहतूक महासंचालक (डायरेक्टर जनरल ऑफ सिव्हील एव्हीएशन – डीजीसीए) यांच्याकडे किंगफिशर एअरलाईन्सनं चार ए३२० विमानांच्या भाड्यापोटीचं देणं थकवलं असल्याची आणि जीईसीएएस आता ही विमानं पुन्हा आपल्या ताब्यात घेणार असल्याची तक्रार दाखल केली.

पण त्यावेळी मल्ल्या यांच्या धडाडीचा – कतत्वाचा झेंडा एवढ्या मोठ्या दिमाखानं या क्षेत्रात फडकत होता, की या प्रकाराबद्दल त्यांना नोटीस पाठवणं आणि नंतर एक स्मरणपत्र पाठवणं यापलीकडे आणखी काहीच घडलं नाही. कसलीही प्रत्यक्ष कारवाई झाली नाही. अत्यंत वैतागलेल्या जीईसीएएसनं आता सरळ किंगफिशरला न्यायालयात खेचण्याचं ठरवलं. कंपनीच्या विरोधात कर्नाटक उच्च न्यायालयात केस दाखल करण्यात आली. पण तिथेही न्यायालयाकडून जातमुचलक्याची सवलत (ॲड इंटेरिम) मिळवण्यात आणि विमानांचा ताबा स्वतःकडेच राखण्यात किंगफिशरला यश आलं.

तथापि, निर्भिड वृत्तीने बातमीदारी करणाऱ्या पत्रकारांना या सगळ्या प्रकरणाची पाळंमुळं खणून काढण्यासाठी सुरवात करायला हे एवढसं वृत्तदेखील पुरेसं ठरलं. कंपनीच्या शेअर्सवर नजर ठेवून असलेल्या विश्लेषकांना धोक्याचा वास आला आणि त्यांनी किंगफिशरच्या ताळेबंदाला अक्षरशः बारीक दात्यांच्या फणीनं विंचरून काढायला सुरवात केली असं म्हटलं तरी चालेल.

त्या संयुक्त संस्थेची वाटचाल आता मात्र गर्तेच्या दिशेनं सुरू झाली. भागीदारीच्या पूर्वीचा डेक्कन एव्हिएशनचा तोटा किंगफिशर एअरलाईन्सच्या तोट्यामध्ये समाविष्ट होऊन ती रक्कम २००० कोटी रुपये इतकी झाली. निदान या प्रकरणात तरी दोन नकारात्मक गोष्टी एकत्र येऊन एक सकारात्मक गोष्ट निर्माण करतात किंवा आपण ज्याला बोलीभाषेत ‘वजा वजा अधिक’ म्हणतो तो नियम साफ चुकीचा ठरला.

सातत्याने सुरू असलेल्या तोट्यामुळे मोठ्या प्रमाणावरील कामकाज सुरू राखणं अशक्य होऊन कंपनीनं अखेर जाहीर केलं, की 'ए ३२० बनावटीच्या बत्तीस विमानांची खरेदी आता वर्ष २०१०–१२ पर्यंत स्थगित करण्यात आली असून आपल्या कामकाजाचं स्वरुप आटोपशीर करण्याच्या दृष्टीनं छोट्या आकाराची चौदा विमानं आपण वित्तसंस्थेला परत देऊन टाकत आहोत.'

विविध संकटांचा डोंगर कंपनीसमोर उभा ठाकत होता आणि त्याचवेळी तोट्याचा डोंगरदेखील वाढत चालला होता. लो कॉस्ट एअरलाईन अर्थात् स्वस्त दरातील विमानसेवा या प्रकारावर आपला आता अधिक विश्वास उरला नसल्याचं जाहीर करत सप्टेंबर २०११ मध्ये कंपनीच्या व्यवस्थापनानं किंगफिशर रेड ही सेवा पूर्णतः बंद करून टाकली. तोपर्यंत कंपनीचा बाजारपेठेतील हिस्सा आणखी घसरून १४ टक्क्यांवर येऊन ठेपला होता आणि हवाई वाहतूक क्षेत्रात प्रवाशांची वर्दळ १७.१ टक्क्यांनी वाढली असताना देखील नव्या विमानांची खरेदी करणाऱ्यांच्या यादीत या कंपनीचं स्थान आता पाचव्या क्रमांकावर आलं होतं. दुसरीकडे जेट एअरवेजचा हिस्सा २७.१ टक्के झाला होता आणि नंतर तिनं यादीमध्ये अग्रस्थान पटकावलं.

दरम्यान, प्रवाशांच्या अभिप्रायासाठी ठेवलेली नोंदवही आता पार वेगळीच दिसू लागली होती. स्कायट्रॅक्स या लंडनमधल्या अत्यंत प्रतिष्ठित अशा उद्योग सल्लासेवा कंपनीनं यापूर्वी किंगफिशरला पंचतारांकित दर्जा बहाल केला होता. परंतु आता मात्र याच संस्थेने किंगफिशरला कोणताही दर्जा देण्याचा निर्णय घेतला. त्यांच्या संकेतस्थळावर सोनिया मिशेल्स या ऑस्ट्रेलियन प्रवाशानं असं लिहीलं, की ''हाँगकाँग ते दिल्ली चेक इन करणारे कर्मचारी अतिशय उद्धट आणि बेपर्वा वागत होते. जवळपास अर्धा तास आम्ही डेस्कच्या समोर दुर्लक्षित अवस्थेत उभे होतो. विमानामध्ये प्रवासांतर्गत उपलब्ध असणारी करमणुकीची सेवा मधल्या भागात पार बंद पडलेली होती. स्वच्छतागृह साफ करण्यात आलेली

नव्हती. आम्ही १० महिने वयाच्या तान्ह्या बाळाला घेऊन

प्रवास करत होतो आणि आम्हाला त्याच्यासाठी छोटी बाबागाडी किंवा सीटबेल्टसुद्धा देऊ करण्यात आला नाही. विमानातील आसनं अजिबात आरामदायी नव्हती आणि आम्ही आरक्षित केलेल्या सहापैकी पाच आसनांमध्ये काही ना काही खराबी होती. कुठे कपहोल्डर तुटलेला होता तर कुठे रिमोट तुटलेल्या अवस्थेत होता इत्यादी इत्यादी''

युकेच्या पॅट्रीक ब्रॉम्पटन या दुसऱ्या एका प्रवाशानं लिहिलं: '' अत्यंत खेदानं मी नमूद करतो, की आयुष्यात पुन्हा कधीही किंगफिशरने प्रवास करणार नाही कारण ती आता एक अतिशय बेभरवशाची कंपनी झालेली आहे. कंपनीच्या आंततराष्ट्रीय विमानफेऱ्यांचं नियोजन करताना आमच्या देशांतर्गत विमान प्रवासाला उशीर होणं, अंतर्गत प्रवासाची विमानंच रद्द होणं हे असं आणखी किती काळ सुरु राहणार?''

सप्टेंबर २००९ मध्ये लंडन आणि कोलंबो येथील आंतरराष्ट्रीय उड्डाणसेवा बंद करण्यात आली. विमानफेऱ्या पुरेशा प्रमाणात आणि कार्यक्षमपणे सुरु राहाव्यात यासाठी आपण अथक प्रयत्न करत आहोत, असा दावा कंपनी करतच राहिली. एप्रिल २०१२ मध्ये सगळ्या आंतरराष्ट्रीय उड्डाणसेवा बंद करून टाकण्यात आल्या; त्यासंदर्भात बँकांकडून आर्थिक निर्बंध घालण्यात आल्यानं या मार्गांवरील सेवा सुरू ठेवणं अत्यंत जिकिरीचं होत असल्याची मल्लिनाथी कंपनीकडून करण्यात आली. त्याचवेळी दोन व्यवसायांमधील क्लिअरिंग हाऊस म्हणून काम करणाऱ्या इंटरनॅशनल एअर ट्रान्स्पोर्ट असोसिएशन (आयएटीए) या संस्थेनं किंगफिशरसाठीची बिलिंग सेवा निलंबित करून टाकली आणि विमान भाडेतत्त्वावर पुरविणाऱ्या कंपन्यांनी एकापाठोपाठ एक आपली विमानं परत काढून घ्यायला सुरवात केली.

आंतरराष्ट्रीय मार्गांवर सेवा सुरू करण्याचा परवाना जलदगतीनं मिळावा यासाठी तब्बल एक हजार कोटी रुपयांना गाळात जाऊन डेक्कन एव्हिएशन ही कंपनी खरेदी करणाऱ्या किंगफिशरच्या दृष्टीनं आयएटीएनं लागू केलेलं निलंबन हा एक प्रचंड मोठा निर्दयी धक्का होता. आपल्या विमानकंपनीबद्दल जे जे काही करण्याची मल्ल्या यांची मनिषा होती ती जवळपास सगळीच आता धुळीस मिळाली होती. दुसरा रिचर्ड ब्रॅन्सन बनण्याची मल्ल्या यांची महत्त्वाकांक्षा एक भला मोठा 'फ्लॉप शो' ठरली. (रिचर्ड ब्रॅन्सन हे यूकेमधले विजय मल्ल्या आहेत, अशी त्यांनी केलेली दर्पोक्ती एकेकाळी फार गाजली होती.)

जे पायलट अद्याप कंपनीत काम करत होते, ते आता आपली पगाराची थकबाकी मिळावी यासाठी आंदोलनाच्या पवित्र्यात उभे ठाकले, पण व्यवस्थापन त्यापैकी एकही थकबाकी चुकती करणार नाहीये हे अगदी उघड कळत होतं. ज्याला कंपनी सोडून जायचं असेल त्यानी खुशाल जावं, असं जाहीर करण्यात आलं. बहुतांश पायलट्स हे मल्ल्या यांचा लौकिक, करिश्मा यांनी प्रभावित होऊन कंपनीत भरती झाले होते. पण कंपनी आपल्या अगदी मूलभूत गरजांचीसुद्धा फिकीर करत नाहीये आणि त्यांचा तो दिमाखदार प्रभावशाली नेता त्यांच्याशी एक शब्दसुद्धा बोलायला उपलब्ध होत नाहीये, हे लक्षात आल्यावर आता मात्र त्यांची सहनशक्ती संपुष्टात येऊ लागली.

किंगफिशर कर्मचाऱ्यांनी घरासाठी घेतलेल्या कर्जाचे हप्ते भरणं कित्येक महिने झाले तरी अशक्य होऊन बसलं एवढंच काय मुलांच्या शाळांची फीसुद्धा थकायला सुरवात झाली. एका वृत्तपत्रानं दिलेल्या बातमीनुसार, एकदा एक प्रसंग असा घडला, की घरभाडं न भरल्याबद्दल कंपनीच्या दोन कनिष्ठ सहकाऱ्यांना त्यांच्या घरमालकानं अर्ध्यारात्री सामानसुमानासकट घराबाहेर काढलं; त्यावेळी कंपनीच्या पायलट मंडळींनी आपापसात कसाबसा पैसा गोळा करून त्या दोघांच्या वतीनं घराचं थकलेलं भाडं चुकतं केलं. अशा बिकट प्रसंगांच्या वेळी

कसल्याही प्रकारची मदत करायला कंपनीचं व्यवस्थापन अजिबात पुढे आलं नाही.

उंटाच्या पाठीवर शेवटची काडी तेव्हा पडली, ज्यावेळी २०११–१२ च्या वार्षिक अहवालात असं दिसून आलं की कंपनीचे मुख्य कार्यकारी अधिकारी संजय आगरवाल यांचं वार्षिक वेतन २०११–१२ या वर्षासाठी दुपटीनं वाढवून ४.१० कोटी रुपये करण्यात आलंय. त्याचवेळी कंपनीतल्या पायलट्स, एअर होस्टेस आणि बाकीच्या कर्मचाऱ्यांना त्यांच्या महिन्याच्या पगाराचा एक रुपयासुद्धा देण्यात आला नव्हता.

या विमानकंपनीची परिस्थिती पालटेल या आशेनं बराच काळ वाट धीरानं पाहात असलेल्या देणेकऱ्यांना आता मात्र कसलीही आशा उरली नव्हती. स्टेट बँक ऑफ इंडियाच्या नेतत्वाखाली बँकांच्या एका संघटनेनं विमानउद्योग क्षेत्राला पुरवठा केलेल्या अवाढव्य कर्जपुरवठ्यासमोर हात टेकले होते, त्यातही किंगफिशर एअरलाईन्सचा तर सर्वाधिक वाटा होता. असं असूनही विमानउद्योगाच्या विनवण्या आणि केंद्र सरकारचा दबाव यांच्यासमोर झुकून देशाची मध्यवर्ती बँक असलेल्या रिझर्व्ह बँक ऑफ इंडियानं सप्टेंबर २०१० मध्ये सगळ्या विमान कंपन्यांना कर्जे चुकती करण्यासाठी एक विशेष संधी (डेट रिकास्ट) देण्यास मान्यता दिली.

डेट रिकास्टची संधी म्हणजे कंपन्यांना आपल्या आर्थिक गडबडघोटाळ्यातून बाहेर पडण्यासाठी दिलेला एकप्रकारचा जामीनच असतो. किंगफिशर एअरलाईन्सच्या बाबतीत स्टेट बँक ऑफ इंडियाच्या नेतृत्त्वाखालील तेरा बँकांच्या मंडळानं १३०० कोटी रुपयांच्या देण्यापैकी काही हिस्सा प्राधान्यकृत समभागांच्या रुपानं (प्रेफरन्स शेअर्स) भांडवलात रुपांतरित करायला आणि कंपनीचे इक्विटी शेअर्स प्रतिसमभाग ६३ रुपये किमतीला विकत घ्यायला मंजूरी दिली.

याचाच अर्थ कंपनीमध्ये २३.२ टक्के मालकी हिस्सा घेऊन बँका शांत बसल्या. त्याजोडीलाच दुसऱ्या नियम–अटीदेखील शिथिल करण्यात आल्या. कर्जावरील व्याजाचा दर ११ टक्के इतका कमी करण्यात आला आणि कर्जफेडीचा कालावधी वाढवून नऊ वर्षे करण्यात आला.

कंपनीला देण्यात आलेल्या डेट रिकास्टच्या संधीच्या बातमीवर देशातील काही अत्यंत प्रतिष्ठित आणि आदरणीय अशा अर्थविश्लेषकांनी टीकेचा भडीमार केला. व्हेरीतास या कॅनडियन गुंतवणूक संशोधन संस्थेनं या प्रकाराची 'जनतेच्या पैशांचा मोठ्या प्रमाणावर संगनमतानं केलेला अपहार – एक ब्रह्मघोटाळा' अशा शब्दांत संभावना केली. 'किंगफिशर एअरलाईन्सच्या अवशेषांना खरेदी करेल असा कोणीही या जबाबदार वित्त–कर्ज बाजारपेठेत उपलब्ध असेल यावर आमचा विश्वास नाही आणि त्यामुळे एव्हाना ही कंपनी मोडीत काढून सगळी देणी वसूल झालेली असायला हवी होती

बँकांच्या संघटनामंडळानं विमानकंपनीची देणेकरी आणि मालक अशा दोन्ही भूमिका स्वीकारून परिस्थिती आणखीनच बिकट बनवून टाकली आहे आणि स्वतःला भागधारक तसेच गुंतवणूकदारांचे नोकर बनवून स्वतःची खरी भूमिका अत्यंत मोठ्या संकटात टाकली आहे,' असं व्हेरीतासनं नमूद केलं आहे.

या संधीच्या पश्चातही किंगफिशर एअरलाईन्सपुढील नष्टचर्य संपलं नाही ते नाहीच.

डिसेंबर २०११ मध्ये राज्यसभेला उत्तर देताना केंद्रीय वित्त राज्यमंत्री एस. एस. पलानीमणिक्कम यांनी असं सांगितलं, की या विमानकंपनीनं आपल्या कर्मचाऱ्यांच्या मासिक वेतनातून कापून घेतलेला कर (टीडीएस) भरलेला नाही. त्यांनी पुढं असंही सांगितलं, की या रकमेची व्याजासकट वसूली करण्यासाठीची कारवाई सुरू करण्यात आलेली आहे. विमानकंपनी केवळ एकदा नव्हे तर सलग

दोन वर्षे थकबाकीदार झाली आहे. २०१०१-११ मध्ये ५२.८२ कोटी रुपये आणि २०११-१२ मध्ये सुमारे १०० कोटी रुपयांचे देणे थकलेले आहे. सोप्या भाषेत सांगायचं, तर या देशाच्या जनतेला कंपनीकडून लुबाडण्यात आलं आहे. मे २०१३ अखेरीस ही कंपनी बँकाच्या संघटनामंडळाला ७०३७ कोटी रुपये एवढं प्रचंड मोठं देणं लागते.

याचा परिणाम म्हणून, करखात्यानं फेब्रुवारी २०१२ मध्ये विमानकंपनीची सगळी बँक खाती गोठवण्याची कारवाई केली, ज्यामुळे कंपनीच्या कर्मचाऱ्यांचे थकलेले पगार आणखीनच लांबणीवर पडले. तथापि, कंपनीला आपले पायलट्स आणि अन्य कर्मचाऱ्यांचे पगार देता यावेत यासाठी एप्रिल महिन्यात बँक खात्यावरील व्यवहार खुले करण्यात आले. एवढं होऊन सुद्धा कंपनीनं आपल्या कर्मचाऱ्यांना फक्त काही महिन्यांचा थकलेला पगारच काय तो देऊ केला.

विमानकंपनी जणू एका दिशाहीन-अंतहीन भोवऱ्याच्या आवर्तात सापडली होती. मल्ल्या यांची प्रतिमा ही अक्षरशः नीचांकी पातळीवर ढासळली होती. फर्स्टपोस्ट या ऑनलाईन मासिकानं या मद्यसम्राटाच्या ढासळत्या साम्राज्याबद्दल भाष्य करताना असं लिहून ठेवलंय: ''किंगफिशर ही आता खरोखर पार संपली आहे. मल्ल्या साफ उघडे पडलेत – अगदी त्यांच्या कॅलेंडरवरील कित्येक मॉडेल्सइतकेच.''

वर्ष २०११-१२ साठीच्या आपल्या अहवालात विमानकंपनीच्या ऑडिटर्सनी आर्थिक ताळेबंदातल्या अनेक त्रुटी निदर्शनास आणून दिल्या. त्यांनी असं नमूद केलं, की कंपनीची बाजारपेठेतील पत पार खलास झालेली असतानाही आर्थिक ताळेबंद मांडताना मात्र तो अतिशय आशावादी प्रगतीपर (आर्थिक परिभाषेत ज्याला 'गोईंग कन्सर्न्स' म्हणतात) अशा पद्धतीने सादर करण्यात आला होता. दुसऱ्या शब्दांत सांगायचं तर, कंपनीच्या आरोग्याचा निदर्शक मापदंड असलेला आर्थिक ताळेबंद तयार करताना तो पूर्णतः दिशाभूल करणाऱ्या चुकीच्या

गृहीतकांवर आधारित असा, जणू ही कंपनी कधी बंद पडणारच नाहीये अशा पद्धतीने लिहीण्यात आलेला होता. पण वास्तवात मात्र कंपनीची एकूण देणी ही कंपनीजवळ असलेल्या एकूण मालमत्तेच्या तुलनेत कितीतरी जास्त होती. कंपनीच्या वार्षिक अहवालातून स्पष्टपणे कळत होतं, की वर्ष २०११-१२ मध्ये कंपनीचा तोटा दुपटीने वाढून २३२८ कोटी रुपयांवर गेला होता जो मागील वर्षी १०२७ कोटी रुपये होता. ३१ मार्च २०१२ अखेरीस कंपनीच्या डोक्यावरील दीर्घ मुदतीची कर्जे ५६९५ कोटी रुप्ये झाली होती आणि वर्ष २०११-१२ च्या अखेरीला अल्प मुदतीची कर्जे वाढून २३३५ कोटी रुपयांवर पोचली, जी ३१ मार्च २०११ रोजी ६०४ कोटी रुपये होती.

या सगळ्या कर्जांसाठी किंगफिशर एअरलाईन्सने तारण म्हणून आपल्या सर्व स्थावर-जंगम मालमत्ता, आपले ट्रेडमार्क्स, आपली बाजारपेठीय पत (गुडविल), क्रेडिट कार्डस् आणि अन्य सगळी येणी तर ठेवली होतीच पण किंगफिशर हाऊसदेखील गहाण ठेवलं होतं.

बँकांनी कंपनीच्या व्यवस्थापनावर आपला दबाव सतत वाढता ठेवला होता. जेव्हा जेव्हा बँकेचे अधिकारी किंगफिशर एअरलाईन्सबरोबर चर्चा बैठकीचं आयोजन करत, कंपनीतर्फे व्यवस्थापन मंडळातील मोजके दोन-चार एक्झिक्युटिव्हज् एखादं प्रेझेंटेशन घेऊन हजर होत, ज्यामध्ये नजिकच्या काळात कंपनीला चांगली प्राप्ती होण्याबद्दल आणि परिस्थितीत सुधारणा होण्याबद्दल दावे केलेले असत.

पण या सगळ्याचा तसा काहीच उपयोग झाला नाही.

त्याचवेळी बंगळुरूमध्ये घेण्यात आलेल्या कंपनीच्या वार्षिक सर्वसाधारण सभेत जमलेल्या पत्रकारांच्या प्रश्नांच्या भडीमाराला प्रत्युत्तर देताना शांत राहणं मल्ल्या यांना अवघड जात होत. त्यांच्या रागाचा पारा वरवर चढू लागला होता.

वार्षिक सर्वसाधारण सभेच्या दुसऱ्या दिवशी त्यांनी असा दावा केला, की

प्रसारमाध्यमं ही पार खुनशी बनली असून माझ्याशी हेतुतः सूडभावनेनं वागत आहेत. 'मी आधीच तुम्हाला सांगितलं होतं, उद्याच्या सगळ्या वृत्तपत्रांतून असे मोठमोठे मथळे झळकतील, की कंपनीच्या भागधारकांना मल्ल्या आता नकोसे झाले आहेत. पण काल सभेमध्ये काय झालं ते तुम्हाला चांगलं ठाऊक आहे. या सगळ्यातून बाहेर पडण्यासाठी मी जे भगीरथ प्रयत्न करत आहे, त्याबद्दल त्या सगळ्यांनी माझी तोंडफाटेस्तोवर स्तुती केलीये.'

वस्तुतः आदल्या दिवशी झालेल्या सभेमध्ये कंपनीच्या काही भागधारकांनी कंपनीच्या अधोगतीला जाण्याची कारणं विचारणारे आणि त्याअनुषंगानं व्यवस्थापनाला अडचणीत टाकणारे काही प्रश्न उपस्थित केले होते. एका संतप्त भागधारकानं तर व्यवस्थापनाला चक्क असं सुनावलं, की जर त्यांना विमान कंपनी धड चालवता येत नसेल तर व्यवस्थापनानं खुशाल एकगठ्ठा राजीनामे देऊन घरी बसावं.

दुसऱ्या एका भागधारकानं (जो कंपनीचा एक पुरवठादारही होता), मल्ल्या यांना असं निवेदन केलं की त्यांनी ताबडतोब कंपनी त्याला देणं लागत असलेले सगळे पैसे परत करावेत. 'मला तुम्ही तिकीटं का देत नाही? ती विकून मी कदाचित माझे येणं असलेले पैसे वसूल करू शकेन?'

आणखी काही भागधारक मात्र मल्ल्या यांच्याबाबत जरा अधिक नरमाईनं वागले आणि मल्ल्या यांनी धीरानं वागावं यासाठी त्यांना प्रोत्साहन दिलं. मल्ल्या यांनी अर्थातच बाकीच्या सगळ्या शेरेबाजी–टीकाटिप्पण्यांकडे सरळसरळ दुर्लक्ष केलं आणि ज्यांनी त्यांच्याबद्दल प्रोत्साहनपर बोल काढले तेवढ्यांचंच काय ते ऐकलं आणि दुसऱ्या दिवशी झालेल्या बैठकीमध्ये फक्त तेवढेच ठळक मुद्यांचा पुन्हा उच्चार केला. बंगळुरूच्या रेसिडेन्सी रोडवर असलेली दि गुड शेफर्ड स्कूल ही शाळा म्हणजे युबी समूहाच्या वार्षिक सर्वसाधारण सभांसाठीचं एक कायमस्वरुपी ठिकाण होऊन बसलं होतं. काही वर्षांपूर्वी व्हायोलिनच्या आकारात असलेला

अत्यंत देखणा असा चौडियाह हॉल इथे या सभा भरत असत. प्रसिद्ध व्हायोलीन वादक चौडियाह यांच्या नावाने हा हॉल बांधण्यात आला होता. या ठिकाणी वार्षिक सभा घेणं ही अत्यंत प्रतिष्ठेची बाब होती आणि कंपनीचा जनसंपर्क विभाग अगदी कटाक्षानं इथे भरणाऱ्या प्रत्येक सभेला सर्व महत्त्वाच्या वृत्तपत्रांचे प्रतिनिधी उपस्थित राहतीलच याची दक्षता घ्यायचा; सभेला येणाऱ्या पत्रकारांचे आभार मानण्याच्या रुपानं त्यांना भरपूर भेटवस्तू दिल्या जायच्या, या भेटवस्तू म्हणजे प्रामुख्यानं युबी समूहाच्या विविध वस्तूंनी भरलेली एक मोठी बॅग असायची.

पण हे सगळं तेव्हाचं, जेव्हा कालदेवतेची मल्ल्या यांच्यावर प्रसन्न मेहेरनजर होती; खुद्द मल्ल्या यांनी स्वतःला चांगल्या कालखंडाचा बादशहा (किंग ऑफ गुड टाईम्स) असं बिरुद अभिमानानं लावून घेतलं होतं. समूहाची सूत्रं आपल्या हातात घेतल्यानंतर मल्ल्या यांनी लगेचच वृत्तपत्रांच्या कार्यालयांना भेटी देण्याचा आणि पत्रकारांना लाडीगोडी लावून आपलंस करून घेण्याचा धडाका लावला. मल्ल्या यांच्या प्रमुख अधिकाऱ्यांनी काही निवडक पत्रकारांना हेरून त्यांना मोठमोठ्या मुलाखती देण्यामध्ये मुबलक वेळ खर्च केला. युनायटेड ब्रुवरीजचे प्रमुख कल्याण गांगुली आणि युनायटेड स्पिरिट्सचे मुख्य विजय रेखी अत्यंत कुशलतेनं प्रसारमाध्यमांना आपल्या मनाजोगं लिखाण प्रसारित करायला भाग पाडत होते. समूहाने आयोजित केलेले फॅशन शोज्, डर्बी शर्यती पाहण्यासाठी पत्रकारांना अगदी नियमितपणे आमंत्रित केलं जात होतं आणि समूहाच्या प्रत्येक विभागमध्ये त्यांना मुक्त प्रवेश दिली जात होता.

असं असलं तरी, जेव्हा विमान कंपनीची घसरण सुरू झाली तेव्हा यापैकी बहुतांश गोष्टी बंद पडण्यास सुरवात झाली. एकेकाळी अतिशय पारदर्शक असलेला हा समूह आता मात्र अतिशय संदिग्ध – अपारदर्शक बनण्यास आरंभ झाला. मल्ल्या यांची भेट होणं दुष्प्राप्य झालं. गांगुली आणि रेखी या दोघांनी कमी अधिक प्रमाणात या नष्टचर्यातून बाहेर पडणं साध्य केलं, पण मल्ल्या यांना त्यांच्या

कित्येक व्यवसाय संपादन कार्यात लक्षणीय मदत केलेले आणि अत्यंत मनमिळावू म्हणून कीर्ती संपादन केलेले रवी नेदुंगडी आता मात्र पार थंड पडले होते.

परिस्थितीला अधिक बिकट करण्यासाठी म्हणून की काय, पण एका आर्थिक विषयाच्या वृत्तपत्रानं चक्क नेदुंगडी यांच्या तोंडी असं विधान छापलं की ते कायमच विमान कंपनी सुरू करण्याच्या निर्णयाच्या विरोधात होते आणि त्यांनी त्यापासून मल्ल्या यांना परावृत्त करण्यासाठी खूप निष्फळ प्रयत्नही केले होते. पत्रकार मंडळी अचानकपणे युबी समूहाच्या विरोधात दंड थोपटून उभी राहिली. 'आम्हाला निष्प्रभ करून जमिनीवर आणण्यासाठी पत्रकारांनी कायमच प्रयत्न केले. त्यांना वाटतं आम्ही देशोधडीला लागलोय. पण मी कुठेही जात नाहीये. माझ्या भागधारकांचा मुबलक फायदा होत आहे,' वार्षिक सर्वसाधारण सभेत बोलताना मल्ल्या यांची तोफ धडाडली.

पत्रकारांच्या विरोधात शेरेबाजी करणं, त्यांना धारेवर धरणं ही आता मल्ल्या यांच्यासाठी अगदीच नित्य नियमाची बाब बनली. ज्या काही भागधारकांना नंतर पत्रकारांनी मुलाखतीसाठी गाठलं, त्यांनाही अगदी असंच वाटलं. 'त्यांना अगदीच वाईट पद्धतीनं टार्गेट केलं जातंय. त्यांच्यावर अन्याय होतोय. आम्हाला अगदी नियमितपणे चांगले परतावे मिळत आहेत. मग तुम्हाला काय अडचण आहे?' एका भागधारकानं विचारलं. हे खरंही होतं. युबी समूहातल्या बहुतांश कंपन्या चांगली कामगिरी करून समभागांवर लक्षणीय परतावा देत होत्या. काहींनी तर भागधारकांनी चक्क २०० ते ३०० टक्के इतका घसघशीत परतावा मिळवून दिला होता.

नंतर डियाजिओ कंपनीनं जेव्हा युनायडेट स्पिरिट्स खरेदी करणार असल्याची घोषणा केली, कंपनीच्या शेअरने प्रतिसमभाग २००० रुपयांची पातळी गाठली विशेष म्हणजे त्यावेळी खुल्या बाजारातील त्याची ऑफर ही १४४० रुपयांची होती. त्यावेळेस फक्त आठ रुपये एवढ्या निम्न किमतीवर घसरलेल्या किंगफिशर

कंपनीच्या समभागाने पुन्हा उसळी घेतली आणि तो ३० रुपयांवर जाऊन पोचला आणि पुढे आणखी वर चढला.

दरम्यान, ज्या भागधारकानं वार्षिक सर्वसाधारण सभेमध्ये खवचटपणे कंपनीला बोल लावले होते, त्याने आता खरोखरच विमान कंपनीकडून आपले पैसे वसूल करायचेच असा चंग बांधला. सभेतून बाहेर पडल्यावर त्याने तातडीने एका पत्रकार परिषदेचं आयोजन केलं आणि विमान कंपनी आपल्याला कसे आणि किती पैसे देणं लागते आहे; मल्ल्या सातत्याने सर्वांसमोर आपल्याला कसे खुशाल टोलवत आहेत याचा पाढाच पत्रकारांसमोर वाचला. 'एका अधिकाऱ्याने कंपनी मला देणं लागत असलेली ४५ लाख रुपयांची रक्कम लवकरच चुकती केली जाईल, अशी ईमेल मला पाठवली. मला असंही आश्वासन देण्यात आलं की वार्षिक सभेमध्ये मल्ल्या स्वतः या रकमेचा चेक माझ्या हातात सुपूर्द करतील. पण प्रत्यक्षात त्यांनी अतिशय कोरडेपणानं मला या संदर्भात कंपनीच्या अधिकाऱ्यांशी संपर्क साधायची सूचना केली,' विंग कमांडर रघुरामन यांनी सांगितलं. त्यांची कंपनी एडिसीस सोल्यूशन्स मल्ल्या यांच्या विमान कंपनीला ग्राऊंड सर्व्हिसेस पुरविण्याचं काम करत होती.

'मला विमानकंपनीबाबत अजिबातच भरवसा उरला नव्हता. सगळ्या कर्मचाऱ्यांना त्यांचे पगार दिले जातील असं आश्वासन मल्ल्या वारंवार देत होते पण आजवर तसलं काहीही घडलेलं नाही. कंपनीच्या समभागाची किंमत ज्या दिवशी किंचितशी सुद्धा वर जाईल, मी सरळ ते विकून टाकून त्वरित या सगळ्यातून बाहेर पडेन,' ते पुढे म्हणाले.

रघुरामन यांचं पुढं नक्की काय झालं किंवा अखेरीस त्यांना त्यांचे हक्काचे पैसे मिळाले की नाही याबाबत नेमकं कोणालाच काही माहित नाही. पण घेणेकऱ्यांकडून बंगळुरू न्यायालयात सातत्याने वाढत असलेल्या दाव्यांच्या प्रकरणांची संख्या पाहिली की एक गोष्ट अगदीच सहज स्पष्ट होते, की

पुरवठादारांची आणि घेणेकऱ्यांची थकलेली देणी चुकती करण्यात विमान कंपनीला निश्चितच अपयश आलेलं होतं. वार्षिक सर्वसाधारण सभा संपल्यावर काहीच वेळात सभागृहात पत्रकारांनी मल्ल्या यांना भेटून त्यांच्यावर अक्षरशः हल्ला चढवला.

'त्यांना कशाबद्दल बोलायचंय माझ्याशी?' मल्ल्या यांनी आपल्या जनसंपर्क अधिकारी बीना ओमप्रकाश यांनी जेव्हा पत्रकारांचा मुलाखतीचा प्रस्ताव समोर ठेवला तेव्हा सडेतोडपणे त्यांना विचारलं. बीना यांनी आधीच पत्रकारांना मल्ल्या यांच्याशी बोलण्यापासून टोलवण्याचा वृथा प्रयत्न करून पाहिलेला होता. पण जेव्हा त्यांच्या लक्षात आलं, की पत्रकार ऐकून घेण्याच्या मनःस्थितीत नाहीत तेव्हा मल्ल्या यांना विनंती करण्यावाचून दुसरा पर्यायच त्यांच्यासमोर उरला नाही.

'मग, तुम्हाला माझ्याशी बोलायचंय तर. बोला, काय मदत करू शकतो मी तुमची?' वरकरणी अत्यंत थकलेले दिसणाऱ्या मल्ल्या यांनी विचारलं.

'सर, विमानकंपनीबाबत तुम्ही काय करायचं ठरवलं आहे, हे जाणून घेण्याची आमची इच्छा आहे. कंपनीचं पुनरुज्जीवन तुम्ही कशाप्रकारे करणार आहात?' सीएनबीसी टीव्ही १८ वाहिनीच्या पत्रकारानं प्रश्न केला.

'विमानकंपनी नीट चालत नाहीये, हे कोणी सांगितलं तुम्हाला? तुम्ही लोकांनी विनाकारण खुशाल असं लिहून टाकलंय. तुमची टेलिव्हीजन वाहिनी आत्तापर्यंत माझ्याबद्दल नीट वागत होती. पण आता मात्र कसलीही शहानिशा न करता तुम्ही खुशाल काय वाट्टेल ते लिहित सुटला आहात.' मल्ल्या यांनी पत्रकारांवर तोफ डागली. त्या अब्जाधीशाच्या अशा शाब्दिक हल्ल्यासमोर ती महिला पत्रकार काय बोलणार, ती शांत उभी राहिली.

आणि अचानक तिथे मल्ल्या यांच्याकडून एक असा अनपेक्षित उद्रेक झाला की

सगळेच जण हतबुद्ध झाले: 'तुम्हाला मला गाळातच घालायचं आहे, का? ठीक आहे, खुशाल करा तसं. मी कोणालाच घाबरत नाही. मी सगळं काही विकून टाकेन आणि लॉस एंजलिसला निघून जाईन. माझा मुलगा तिथे मनोरंजन क्षेत्रातला अभ्यासक्रम शिकतोय. (त्यावेळी सिद्धार्थ तिकडे अभिनयाचं प्रशिक्षण घेत होता). मग काय कराल तुम्ही लोकं?'

मल्ल्या आजवर एवढे कधीच संतापले नव्हते, विशेषतः सार्वजनिकरीत्या तर नाहीच नाही. अतिशय शांत-थंड राहण्याबद्दलच ते प्रसिद्ध होते. तिकडे बाहेर पत्रकारांची झुंड सातत्यानं मल्ल्या यांनी आपल्याशी बोलायला यावं यासाठी कंपनीच्या कॉर्पोरेट कम्युनिकेशन्स टीमवर दबाव टाकत होती. जेव्हा अखेरीस मल्ल्या बाहेर आले, त्यांनी आत भागधारकांना जे सांगितलं होतं, त्याचाच पुनरुच्चार केला: 'आमची एका विमान कंपनीसोबत बोलणी सुरू आहेत.' जेव्हा एका पत्रकारानं त्या विमानकंपनीचं नाव विचारलं, मल्ल्या यांनी टोला लगावला, 'ते मी तुम्हाला का सांगू?' आणि ते निघून गेले.

तरीही एका निर्भिड पत्रकारानं त्यांचा पिच्छा सोडला नाही. त्यांच्या पाठोपाठ जात विचारलं, की त्यांचा मुलगा सिद्धार्थ जो कंपनीच्या संचालकमंडळावर विराजमान आहे आणि आजच्या सभेमध्ये त्याची फेरनियुक्ती होणार असूनही तो सभेला उपस्थित का राहिला नाही?

'डॉ. मल्ल्या, सिद्धार्थ कुठे आहे? तो वार्षिक सर्वसाधारण सभेला का उपस्थित राहिला नाही?'

'तुम्हाला ते का जाणून घ्यायचं आहे?' मल्ल्या यांनी विचारलं.

'कारण त्याची संचालकमंडळावर फेरनियुक्ती व्हायची होती.'

'तुमच्या वृत्तपत्राच्या दृष्टीनं या गोष्टीला काय महत्त्व आहे?' मल्ल्या यांनी प्रतिप्रश्न केला, नक्कीच त्या पत्रकाराच्या चिकाटीमुळं ते आता वैतागायला सुरूवात झाली

होती.

‘कारण भागधारकांच्या दृष्टीनं ते जाणून घेणं महत्त्वाचं आहे’

‘तुमच्या वाचकांसाठी दुसरं काही तरी जास्त महत्त्वाचं असं का शोधून काढत नाही तुम्ही?’ मल्ल्या उत्तरले, त्याचवेळी त्यांचा सुरक्षा अधिकारी त्या पत्रकाराच्या निकट येऊन उभा राहिला होता.

तिथे हजर असलेल्या प्रत्येकाला एव्हाना कळून चुकलं होतं, की मल्ल्या यांच्यासाठी हे सगळं अजिबातच सुसह्य राहिलेलं नव्हतं. मल्ल्या हे एखाद्या शूर चित्त्यासारखे धडाकेबाज असूनाही आज प्रश्नांची उत्तरं देताना ते खूपच अस्वस्थ झाले असल्याचं जाणवून तमाम पत्रकारांना आश्चर्य वाटल्यावाचून राहिलं नाही. पण यापूर्वी कधी कोणी त्यांना असे अडचणीत आणणारे अवघड प्रश्नही विचारले नव्हतेच की. सर्वसाधारणपणे सगळेच पत्रकार मल्ल्या यांच्या दिखाऊपणा-खुशालचेंडूपणाची भलावण करत आले होते आणि काही जणांना तर त्याबद्दल कौतुकमिश्रित दरारा वाटायचा. पुढे, किंगफिशर एअरलाईन्समधील हिस्सा खरेदी करण्यासाठी आपण परदेशी विमान कंपनीशी चर्चा करत आहोत, अशी घोषणा मल्ल्या यांनी करताक्षणी बाजारात किंगफिशर एअरलाईन्सच्या शेअर्सची किंमत लक्षणीय प्रमाणात वर चढली.

पण प्रत्यक्षात असं काहीच घडलं नाही. असं दिसतं की मल्ल्या नुसतीच पोकळ आश्वासनं-घोषणा देत होते आणि वास्तवात कुठलीच परदेशी विमानकंपनी या भूतलावर अस्तित्वात नव्हती, जिच्या मनात किंगफिशरबरोबर भागीदारी करण्याचा विचारदेखील आला असेल.

नागरी विमान वाहतूक मंत्रालयाच्या नियंत्रकाचादेखील आता धीर सुटायला लागला होता. कंपनीच्या व्यवस्थापनानं कर्मचाऱ्यांचे पगार देण्याबद्दल, तेल कंपन्यांची देणी फेडण्याबद्दल, बँकेची कर्जे चुकती करण्याबद्दल जी काही

आश्वासने दिली होती ती सगळीच फोल ठरली होती. २० ऑक्टोबर २०१२ या दिवशी अखेरीस नियंत्रकांनी किंगफिशर एअरलाईन्सचा विमान वाहतूक परवाना रद्दबातल ठरवला आणि त्यानंतर काही महिन्यांनी विमानतळांवर या कंपनीच्या विमानफेऱ्यांना दिलेल्या वेळादेखील काढून घेण्यात आल्या.

दुसरीकडे, आपण विमान कंपनीचं पुनरुज्जीवन करू अशा प्रकारची आश्वासने देण्याचं सत्र मल्ल्या यांनी सुरूच ठेवलं. पण अखेर जून २०१३ मध्ये आपल्या सुमारे २००० कर्मचाऱ्यांसमोर त्यांनी ही कबुली देऊन टाकली, की त्यांचे पगार देण्यासाठी आपल्याजवळ अजिबात पैसे शिल्लक नाहीयेत.

विमान उद्योगाबद्दल वॉरेन बफे यांनी नोंदवलेल्या निरीक्षणाशी कोणी कदाचित सहमतही होईल की, अगदी पहिल्या विमानउड्डाणाच्या दिवसापासूनच या उद्योगाची भांडवलाची मागणी ही अक्षरशः अधाशीपणे वाढत जाते 'संभाव्य वृद्धीकडे आकर्षित होऊन गुंतवणूकदार हे एका अशा भांड्यात आपला पैसा ओतत राहतात की ज्याला तळच नाहीये. खरं तर त्यांना या गोष्टीचा तिटकारा वाटायला हवा. 'या उद्योगाची ही वखवखलेली भांडवली मागणी हेच दाखवून देते, की विमान वाहतूक उद्योगाच्या प्रवर्तकांनी अतिशय दूरदर्शीपणे, धोरणीपणाने वागणं हेच सर्वाधिक महत्त्वाचं असतं.

प्रत्यक्ष विमानकंपनी चालवायची वेळ आली तेव्हा किंगफिशर एअरलाईन्सच्या बाबतीत मल्ल्या थोडेसे अनुभवात कमी पडले असं म्हणावं लागेल. या कमतरतेच्या जोडीला कोणत्याही अनुभवी व्यावसायिकांच्या, तज्ज्ञांच्या सहयोगाखेरीज आपलं आपणंच आरामात विमानकंपनी चालवू शकतो अशी त्यांची चुकीची धारणादेखील कंपनीच्या पतनाला कारणीभूत ठरली. जरी त्यांनी विमान उद्योगातल्या कोणाला कंपनीचं व्यवस्थापन सांभाळण्यासाठी पदरी बाळगलं असतं, तरी ते अगदी एखाद्या मोकळ्याढाकळ्या बॉसप्रमाणे काम करू शकले असते, जे मुख्य कार्यकारी अधिकाऱ्यांच्या नियंत्रणाखाली बाहुलं बनून

काम करण्यापेक्षा अधिक नैसर्गिक ठरलं असतं. जसजशी त्यांची विमानकंपनी अधोगतीला जायला सुरवात झाली, मल्ल्या एकापाठोपाठ एक पोकळ कारणं देत सुटले. आपण स्वतः वगळता जवळपास दुसऱ्या प्रत्येकाला त्यांनी दोष दिला: कधी प्रसारमाध्यमं तर कधी सरकारी धोरणं किंवा कधी तेल कंपन्यांच्या किमती जी काही त्यांच्या अधःपतनाला कारणीभूत होती किंवा कधी तर थेट स्वतःच्या दुर्दैवालाही त्यांनी दोष दिला.

तर अशारितीने मग शेवटी किंगफिशर एअरलाईन्सच्या अधोगतीला नेमकं काय कारणीभूत ठरलं? डेक्कन एव्हिएशनच्या एअर डेक्कन या विमानकंपनीचं विलीनीकरण करून घेण्याचा दुर्दैवी निर्णय की सावकारांच्या कर्जाऊ पैशाच्या जोरावर विमान कंपनी चालवण्याचा मल्ल्या यांचा अट्टाहास? की दोन्हीही? मल्ल्या यांना अतिआत्मविश्वास नडला का? ते स्वतःलाच ओळखू शकले नाहीत काय?

जेव्हा त्यांनी स्वतःची विमानकंपनी सुरू केली, त्या दिशेने पुढे जाण्यासाठी जवळपास प्रत्येकानं त्यांना बढावा दिला. ते आपली कीर्ती, प्रतिष्ठा ज्याप्रकारे घालवून बसले, त्यातून एक गोष्ट नक्कीच स्पष्ट होते की त्यांनी विमानकंपनी चालविण्यासाठी एखाद्या व्यावसायिक मुख्य कार्यकारी अधिकाऱ्याची नियुक्ती करायला हवी होती आणि कंपनीच्या दैनंदिन कामकाजापासून स्वतःला जरा दूरच ठेवायला हवं होतं.

दुसरी एक महत्त्वाची बाब म्हणजे, ज्यावेळी मल्ल्या यांनी सरकारला कराच्या स्वरुपात देणं असलेले करोडो रुपये थकवले होते आणि त्याचवेळी आपल्या कर्मचाऱ्यांचे कित्येक महिन्याचे पगारसुद्धा दिलेले नव्हते अशा परिस्थितीतदेखील त्यांनी आपला दिखाऊपणा, आपल्या संपत्तीचं भपकेबाज प्रदर्शन करणं अजिबात सोडलं नव्हतं आणि याच गोष्टीमुळे त्यांचे व्यावसायिक क्षेत्रातले तसेच राजकीय वर्तुळातले कित्येक अगदी चांगले जवळचे मित्रदेखील त्यांना पार कायमचे

दुरावले.

आपल्या एका भारतभेटीदरम्यान, व्हर्जिन अटलांटिक आणि व्हर्जिन रेकॉर्डस या कंपन्यांचे मालक असलेले रिचर्ड ब्रॅन्सन यांनी असं परखडपणे नमूद केलं, की आपल्या संपत्तीचं दिखाऊ प्रदर्शन हे आजवर कोणाच्याच फायद्याच सिद्ध झालेलं नाहीये. यावर मल्ल्या यांनी ट्विट करून अशी मल्लिनाथी केली, की आपण योग्य तो धडा शिकलो आहोत आणि संपत्तीचं प्रदर्शन तेही विशेषतः भारतात करणं ही अगदीच चुकीची बाब असल्याचं आपल्या आता लक्षात आलं आहे.

सरतेशेवटी, त्यांच्या सगळ्या महत्त्वाकांक्षांपैकी विमानकंपनीच्या व्यवसायाने त्यांच्या प्रतिमेला एवढा जबरदस्त धक्का पोचवला, की जेवढा बहुधा त्यांच्या एकाही स्पर्धकाला किंवा हितशत्रूला देणं आजवर शक्य झालं नव्हतं. अगदी छाब्रियाबंधूंना सुद्धा नाही.

दरम्यानच्या काळात, सगळ्या वित्तपुरवठादारांनी विमान कंपनीच्या विरोधात प्रत्यक्ष कारवाईस सुरवात केली आणि युबी होल्डींग्ज या समूहाच्या प्रमुख कंपनीच्या विरोधात गाशा गुंडाळण्याची याचिका दाखल करण्याची स्थानिक न्यायालयाकडून परवानगी मिळवली. जर न्यायालयानं वित्तपुरवठादारांच्या बाजूने निर्णय दिला असता, तर कंपनीचा शिरपेच अक्षरशः धुळीस मिळाला असता आणि कदाचित तिथूनच मल्ल्या यांचं साम्राज्य रसातळाला जाण्यास सुरवात झाली असती.

८. 'आयपीएल'चा थरार

द इंडियन प्रिमिअर लीग अर्थात आयपीएल ही भारतातील आजवरची सर्वात मोठी स्पोर्टींग इव्हेंट ठरली आहे. अमेरिकन अप्रेझल्स या ब्रँड व्हॅल्यूएशनचे काम करणाऱ्या कंपनीनुसार, आयपीएलचे सध्याचे बाजारमूल्य ३.२ बिलियन डॉलर इतके आहे.

पण आयपीएलचा उदय होण्यापूर्वी वर्ष २००७ मध्ये माध्यम सम्राट सुभाष चंद्रा यांनी साधारण अशाच प्रकारच्या स्पर्धांचं आयोजन केलं होतं. क्रिकेट या खेळाला असलेलं जबरदस्त वलय आणि पाठिंबा लक्षात घेऊन चंद्रा यांनी त्यावेळच्या इंग्लिश प्रिमियर लीग या यूकेमधील लोकप्रिय फुटबॉल स्पर्धांच्या सामन्यांच्या धर्तीवर क्रिकेटसाठीच्या चॅम्पियनशिप सामन्यांना सुरूवात करण्याचा निर्णय घेतला.

नुसत्या क्रिकेटच्या स्पर्धांचं आयोजन करण्यामध्ये त्यांना रस नव्हता तर भारतीय क्रिकेट नियामक

मंडळाला (बीसीसीआय) समकक्ष ठरू शकेल किंबहुना वरचढ ठरेल अशा प्रकारच्या समांतर नियामक मंडळाची स्थापना करण्याचा त्यांचा मानस होता. त्यामुळे मग या सामन्यांच्या आयोजनासाठी त्यांनी अगदी भारतीय संघाचा माजी कर्णधार कपिल देव पासून ते अन्य कित्येक क्रिकेटपटूंना हाताशी धरलं.

इंडियन क्रिकेट लीग (आयसीएल) या नावानं वर्ष २००७ मध्ये सुरू झालेल्या या साखळी सामन्यांचं स्वरुप हे मर्यादित प्रकारचं दोन संघांमध्ये २० षटकांचे सामने असणारं (टी २०) होतं. तथापि, अशा प्रकारच्या सामन्यांना मिळू शकणारी संभाव्य लोकप्रियता 'बीसीसीआय'नं ताबडतोब जोखली. आता मुळात 'बीसीसीआय' ही स्वतःच एक खासगी संस्था असल्यानं आपण दुसऱ्या खासगी संस्थेवर बंदी घालू शकत नाही, हे तिच्या लक्षात आलं. त्यामुळे, मग क्रिकेटपटूंवरचा आपला रोष खूप मोठ्या आणि वेगळ्या प्रकारे काढण्यास संस्थेनं सुरवात केली आणि 'बीसीसीआय'व्यतिरिक्त अन्य कोणत्याही संघटनेनं आयोजित केलेल्या सामन्यांमध्ये सहभागी होण्यास क्रिकेटपटूंना बंदी घालण्यात आली.

या बंदीचे पडसाद ताबडतोब उमटले. 'आयसीएल'मध्ये सहभागी झालेल्या बऱ्याच क्रिकेटपटूंनी निमूटपणे 'बीसीसीआय'च्या तंबूत परतण्याचा मार्ग स्वीकारला. या बंदीमुळे अगदी क्लब पातळीवर खेळणाऱ्या क्रिकेटपटूंनादेखील आपल्याकडे ओढण्यात अपयश आल्याने २००९ मध्ये अखेर 'आयसीएल'ला आपला गाशा कायमचा गुंडाळावा लागला.

असं झालं तरी, ज्या प्रकारच्या सामन्यांचं आयोजन त्यांनी केलं होतं त्यांनी खुद्द 'बीसीसीआय'च्या मनामध्ये एक कल्पना रुजविली आणि ती म्हणजे पुढेमागे आणखी कोण्या 'आयसीएल'चा उदय व्हायला नको असेल तर, आपण स्वतःच अशा प्रकारच्या लीग स्पर्धांचं आयोजन करावं.

एकदा आपणच अशा प्रकारचे सामने आयोजित करायचे हा विचार पक्का झाल्यावर मग ‘बीसीसीआय’नं त्वरित आपले उद्योजक पार्श्वभूमी असलेले उपाध्यक्ष ललित मोदी यांच्यावर त्याची जबाबदारी सोपवली. उद्योगपती के. के. मोदी यांचे सुपुत्र आणि सहा अब्ज डॉलर एवढ्या किमतीच्या मोदी एंटरप्रायझेस या उद्योगसाम्राज्याचे मालक असलेले ललित मोदी हे आपल्या अत्यंत उत्कृष्ट अशा संघटनकौशल्याबद्दल प्रसिद्ध होते. अवघ्या काही महिन्यांतच त्यांनी इंडियन प्रिमियर लीग (आयपीएल) नावाच्या नवीन साखळी सामन्यांची मोट बांधली. ‘आयपीएल’नं देखील टी २० प्रकारच्या सामन्यांचाच मार्ग अनुसरला परंतु एक महत्त्वाचं वेगळेपण म्हणजे या सामन्यात सहभागी संघांची मालकी ही वेगवेगळ्या कॉर्पोरेट हाऊसकडे, उद्योजकांकडे देण्यात आली. या कॉर्पोरेट हाऊस, उद्योजकांनी चक्क लिलाव पद्धतीचा अवलंब करून ‘आयपीएल’मध्ये खेळविण्यासाठी क्रिकेटचे संघ विकत घेतले. या संघांमध्ये आपला समावेश व्हावा यासाठी खुद्द क्रिकेटपटूंनादेखील संघमालकांसमोर स्वतःचा लिलाव मांडावा लागला.

वर्ष २००८ मध्ये या सामन्यांना सुरवात झाली तेव्हा त्यात एकूण आठ संघांचा समावेश होता. हे सगळे संघ एकतर दिग्गज उद्योगपती किंवा चित्रपटसृष्टीतील तारे–तारकांच्या मालकीचे होते.

या साखळी सामन्यांच्या एकंदर स्वरुपानं मल्ल्या यांना भुरळ घातली आणि भारतातील सर्वाधिक लोकप्रिय असलेल्या क्रीडाप्रकाराशी आपल्या समूहाची नाळ जोडण्याचं त्यांनी ठरवलं.

‘आयपीएल’च्या माध्यमातून आपल्या ब्रँड्सचा प्रचंड मोठ्या प्रमाणावर प्रसार करता येऊ शकेल, हे मल्ल्या यांनी जोखलं. भारतातील कोणतीही मद्यकंपनी आपल्या उत्पादनांची थेट जाहिरात वा प्रचार करू शकत नाही, असा नियम असल्यानं अप्रत्यक्ष प्रचार (सरोगेट ॲडव्हर्टायझिंग) या प्रकाराचा अवलंब करणे

हा त्यांच्यापुढील एकमेव मार्ग असतो. त्यामुळे, या कंपन्या आपल्या मद्य उत्पादनांचे ब्रँडनेम वापरून अशा प्रकारच्या विविध क्रीडाप्रकारांचे आयोजन करतात. वास्तविक पाहता युबी समूहानं आपल्या विमान कंपनीला बहाल केलेलं नाव हे तिच्या किंगफिशर बिअर या उत्पादनावरूनच दिलेलं होतं, जे पुढे जाऊन आपल्या मूळ उत्पादनाच्या नावापेक्षा जास्त लोकप्रिय झालं.

लिलावाद्वारे 'आयपीएल'मधील बंगळूर संघाची मालकी मिळविण्यात मल्ल्या यांना यश आलं. त्यासाठी त्यांनी तब्बल ११.६ मिलियन डॉलर एवढी रक्कम मोजली, जी या सामन्यांसाठी झालेल्या लिलावांमध्ये दुसऱ्या क्रमांकाची सर्वाधिक रक्कम ठरली. मल्ल्या यांनी या संघाचं नामकरण आपल्या मद्य ब्रॅंड्सपैकी एक असलेल्या उत्पादनावरून रॉयल चॅलेंजर्स बँगलोर असं केलं. या सामन्यांमध्ये आणखी सात संघ सहभागी झाले होते आणि लिलावाची एकूण आधारभूत किंमत ही ४०० मिलियन डॉलर इतकी ठरविलेली असतानाही प्रत्यक्षात आयोजकांना ७०० मिलियन डॉलर एवढ्या उदंड रकमेची कमाई झाली.

या लिलावाच्या विजेत्यांची घोषणा २००८ मध्ये करण्यात आली आणि प्रत्यक्ष सामन्यांना एप्रिल महिन्यांत सुरवात करायची असं ठरलं. रॉयल चॅलेंजर्स संघाचा कप्तान म्हणून राहूल द्रविड याची नियुक्ती करण्यात आली आणि न्यूझीलंडच्या संघातील दिग्गज खेळाडू असलेल्या मार्टिन क्रो याच्याशी प्रशिक्षकपदाचा करार करण्यात आला. प्रसिद्ध क्रिकेट निवेदक आणि क्रीडा प्रकारांचे आयोजक चारू शर्मा यांनी संघाचे मुख्य कार्यकारी अधिकारी (सीईओ) म्हणून नियुक्ती करण्यात आली.

पण पहिले काही सामनेसुद्धा खेळले गेले असतील नसतील तोच 'खराब कामगिरी' असा शिक्का मारून शर्मा यांची पदावरून हकालपट्टी झाली. वास्तवात संघामधले खेळाडू चांगले खेळत नसल्याने त्यांना पराभवाला सामोरं जावं लागत होतं.

उंचपुरे आणि सशक्त व्यक्तिमत्त्वाचे शर्मा हे एक उत्कृष्ट क्रिकेट निवेदक असण्याच्या जोडीलाच देशभरात विविध क्रीडा सामन्यांचे आयोजन करण्यासाठी ओळखले जातात. आपल्या अगदी ओघवत्या आणि चटपटीत निवेदन शैलीमुळे त्यांनी स्वतःचा खास असा एक चाहत वर्ग निर्माण केलेला आहे. मल्ल्या हे एका पार्टीमध्ये शर्मा यांना भेटले आणि तिथेच सीईओ पदाचा कारभार स्वीकारण्यासाठी त्यांना विचारणा केली. ‘आम्ही ज्यासाठी लिलावात बोली लावली आहे, त्यामध्ये सहभागी व्हायला तुम्हाला आवडेल का?’

मल्ल्या यांनी शर्मांना विचारलं. तसं पाहता ही काही अशी ऑफर नव्हती की जी शर्मा नाकारू शकले नसते, पण ती स्वीकारली तरी त्यामध्ये आपला फारसा काही वेळ खर्ची पडणार नाही असा विचार शर्मा यांनी केला. ‘आयपीएल’ हा प्रकार अद्याप नवा होता आणि पुढे जाऊन त्याचं रूपांतर नेमकं कशाप्रकारच्या राक्षसात होणार आहे, हे त्यावेळी कोणालाच ठाऊक नव्हतं. शर्मा यांनी त्यात उडी घ्यायचं ठरवलं आणि मल्ल्यांच्या ऑफरचा स्वीकार केला.

१८ एप्रिल २००८ रोजी ‘आयपीएल’च्या इतिहासातला पहिला सामना एम. चिन्नास्वामी स्टेडियम येथे खेळला गेला. मल्ल्या यांच्या मालकीचा रॉयल चॅलेंजर्स संघ विरुद्ध सिनेमा सुपरस्टार शाहरूख खान याच्या मालकीचा कोलकत्ता नाईट रायडर्स संघ यांच्यात हा सामना झाला. सायंकाळी आठ वाजता सामन्याला सुरवात झाली पण अवघ्या काही तासांतच न्यूझीलंडचा फलंदाज ब्रेंडन मॅकलम यानं केवळ ७३ चेंडूंमध्ये १५८ धावांची अतिशय तडाखेबाज अशी खेळी सादर करून सामन्याचा सगळा नूरच पालटून टाकला.

ही ‘टी २०’ स्पर्धांमधली त्यावेळेपर्यंतची सर्वोच्च धावसंख्या होती. ‘ईएसपीएन क्रिकइन्फो’च्या अहवालानुसार, ‘एवढ्या जबरदस्त तडाख्यानंतर अक्षरशः झोकांड्या देणाऱ्या बँगलोर संघामध्ये कसल्याही प्रकारचा प्रतिकार करण्याचे अजिबात त्राण सुद्धा उरले नव्हते. अवघ्या ८२ धावा काढून चारीमुंड्या चीत

झालेल्या या संघानं १४० धावांच्या फरकानं हारण्याची नामुष्की पत्करली. अशा प्रकारच्या सामन्यांमधील हा चौथ्या क्रमांकाचा नीचांकी पराभव आहे.'

'आयपीएल' सामने आपल्या दुसऱ्या टप्प्यामध्ये प्रवेश करण्याची वेळ येईपर्यंत रॉयल चॅलेंजर संघानं आधीच पाच सामने गमावले होते, ज्यापैकी एक तर सर्वांत कमी गुणांकन असलेल्या किंग्ज इलेव्हन पंजाबच्या विरोधातला होता. एव्हाना कोलकात्याला जाणारं विमान पकडण्यासाठी विमानतळाच्या दिशेनं निघालेल्या शर्मा यांना याच संघातून आपल्याला कशा पद्धतीनं बाहेरचा रस्ता दाखविण्यात आला, याची आठवण आल्यावाचून राहिली नाही.

ज्या मोटारीतून चारू शर्मा प्रवास करत होते, ती अगदी विमानतळाच्या आवारात प्रवेश करणारच होती, की त्यावेळी युबी समूहाच्या सर्वोच्च अधिकाऱ्यांपैकी एकाचा त्यांना फोन आला. 'हाय, कुठे आहात तुम्ही?'

'मी विमानतळावर प्रवेश करण्याच्या बेतात आहे. स्पर्धांच्या दुसऱ्या सत्राला परवापासून सुरवात होतेय आणि उद्यापासून किती प्रचंड प्रमाणावर दगदग वाढणार आहे, तुम्हाला कल्पना असेलच,' शर्मा उत्तरले.

'चारू, तुम्ही ताबडतोब ऑफीसमध्ये परत येऊ शकाल?'

'आत्ता लगेच?' शर्मा यांनी विचारलं.

'हो, अगदी ताबडतोब.'

'पण मी आता विमानात बसणारच आहे. मी परत आल्यानंतर आपण भेटू या का?'

'वेल, असं पाहा की आम्हाला तुम्ही आत्ता या क्षणी हवे आहात', एवढं बोलून त्या अधिकाऱ्याने फोन बंद केला.

नक्कीच काही तरी गंभीर प्रकार घडला असणार याची जाणीव होऊन, शर्मा यांनी आपली गाडी युबी समूहाच्या कार्यालयाच्या दिशेनं वळवली. त्यांना लगेच थेट त्या अधिकाऱ्याच्या कक्षामध्ये नेण्यात आलं.

'हाय, ये बस चारू,' त्या अधिकाऱ्यानं स्वागत केलं.

'वेल, काय मग सामने कसे सुरू आहेत? सगळं ठीक ठाक ना?'

'तुम्हाला तर माहिती आहेच ते. आम्ही अजूनपर्यंत चांगली कामगिरी केलेली नाहीये

पण अद्याप सात सामने व्हायचे बाकी आहेत. त्यामध्ये चांगली कामगिरी करून दाखविण्याची आम्हाला आशा आहे. या नव्या प्रकाराला आपले 'बॉईज' अजून नीट सरावायचे आहेत,' शर्मा यांनी कसंबसं आपल्या संघाच्या अत्यंत नगण्य अशा कामगिरीचं दुबळं स्पष्टीकरण दिलं.

'असं दिसतंय की दुसऱ्या संघांमधले 'बॉईज' या नव्या प्रकाराला लवकर सरावले आहेत. असो, मी थोडक्यात आटोपतं घेतो. आम्ही असं ठरवलंय की तुम्ही संघातून बाहेर व्हावंत,' त्या अधिकाऱ्यानं थेट जाहीरच करून टाकलं.

शर्मा बसल्याजागी क्षणभर अचंबित झाले. पण आपल्या हजरजबाबी प्रत्युत्तरांसाठी ओळखल्या जाणाऱ्या शर्मा यांनी लगेच पुढचा प्रश्न विचारला: 'मी नीट फलंदाजी केली नाही म्हणून तुम्ही असं करताय की नीट गोलंदाजी केली नाही म्हणून?'

'ते काय आणि कशासाठी हे तुम्हाला चांगलंच ठाऊक आहे. काही गोष्टी जरा नीट प्रकारे सक्षम करायल्या हव्या असं व्यवस्थापनाला वाटतंय. शिवाय, तुम्ही त्या आर्थिक विषयाच्या वृत्तपत्रामध्ये जी मुलाखत दिलीत त्यामध्ये असं म्हटलात की आयपीएल संघांना नफा कमवायला सुरवात करण्यासाठी अजून थोडा वेळ जावा

लागेल, तेसुद्धा आम्हाला आवडलं नाहीये,' त्या अधिकाऱ्यानं आपल्या पद्धतीनं स्पष्टीकरण दिलं.

आपली ती मुलाखत बऱ्याच जणांना रुचलेली नाही याची शर्मा यांना जाणीव होतीच. पण तरीसुद्धा त्यांनी आपल्या समर्थनाचा आणखी एक क्षीण प्रयत्न केला. 'पण ते खरंच नाहीये का? तुम्हाला ताबडतोब काही पैसा मिळणार नाहीये. त्यासाठी हवा तो वेळ जावा लागणारच आहे.' अशा प्रकारची ती शाब्दिक चकमक काही काळ पुढेही तशीच सुरू राहिली आणि अखेरीस जेव्हा त्या अधिकाऱ्यानं त्यांना स्पष्टपणे राजीमाना द्यायला सांगितला तेव्हा थांबली. शर्मा यांनी मात्र राजीनामा देण्याला विरोध केला आणि आपल्याला रीतसर काढून टाकण्यात यावं, अशी ठाम मागणी केली.

'ठीक आहे! तुम्ही नीट काय तो विचार करा. आम्ही तुम्हाला चोवीस तासांची मुदत देतोय,' तो अधिकारी म्हणाला.

युबी समूहाच्या मुख्यालयापासून काहीच किलोमीटर अंतरावर असलेल्या आपल्या निवासस्थानी शर्मा अद्याप पोचलेही नव्हते तोपर्यंत टीव्ही चॅनेल्सनी मल्ल्या यांनी आपल्या सीईओची हकालपट्टी केल्याच्या बातम्या झळकावायला सुरवातदेखील केली होती. काही तासांपूर्वीच ज्याची भेट झाली होती, त्या अधिकाऱ्याला शर्मा यांनी दूरध्वनी केला आणि सायंकाळच्या बातम्यांमध्ये ही खबर कशी काय दाखवत आहेत, अशी विचारणा केली. त्यावर 'कुठून तरी फुटली असेल बातमी,' असं उत्तर देण्यात आलं.

'पण आपल्या दोघांखेरीज त्यावेळी त्या खोलीमध्ये दुसरं कोणीच नव्हतं,' शर्मा यांनी नमूद केलं.

आपल्या गप्प बसण्याचा सोयीस्करपणे चुकीचा अर्थ काढण्यात आल्याची जाणीव शर्मा यांना झाली. दुसऱ्या दिवशी दिलेल्या निवेदनात शर्मा यांनी असं म्हटलं होतं:

'मी पळपुटा नाही, विशेषतः जेव्हा परिस्थिती नकारात्मक असेल तेव्हा तर नाहीच. कोणालाही कामावर ठेवण्याचा आणि काढून टाकण्याचा पूर्ण अधिकार कंपनीला आहे. पण मी पुढच्या सामन्यासाठी कोलकात्याला जाणाऱ्या विमानात चढण्यापूर्वी अवघे तीन तास उरले असताना अत्यंत निष्ठुरपणे कामावरून काढून का टाकण्यात आलं, याचा नेमका तपशील जाणून घेण्याची ज्या कोणाला खरंच इच्छा असेल त्यांनी खुशाल कंपनीच्या प्रतिनिधींशी संपर्क साधावा.'

रॉयल चॅलेंजर यांनी याआधी प्रसिद्ध केलेल्या निवेदनात 'काही वैयक्तिक कारणांमुळे शर्मा यांनी आपल्या पदाचा राजीनामा दिला आहे,' असं नमूद करण्यात आलं होते. त्यांच्या जागी त्वरित कसोटी क्रिकेटपटू ब्रिजेश पटेल यांची नेमणूक केली गेली. मजेची गोष्ट म्हणजे, पूर्वी एकदा 'बीसीसीआय'ची राज्यशाखा असलेल्या कर्नाटक स्टेट क्रिकेट असोसिएशनच्या सभासदांच्या नियुक्तीसाठी जी निवडणूक झाली होती, त्यामध्ये पटेल आणि मल्ल्या हे एकमेकांच्या विरोधात उभे ठाकलेले होते.

आतल्या गोटातील खबर अशी, की सुरवातीला मल्ल्या यांनी आपल्या संघात खूप रस दाखवला पण कालांतराने त्यांनी संघाची सारी धुरा द्रविड–क्रो–शर्मा या त्रिकुटावर सोपवून टाकली. मल्ल्या क्वचित कधीतरी सीईओला पाचारण करायचे आणि जर त्या दोघांना कधी भेटायचं असेल तर त्यावेळी मल्ल्या दिल्ली किंवा आणखी जिथे कुठे असतील तिथे त्यांना विमानाने यायला सांगितलं जायचं, कित्येकदा तर पहाटेच्या तीन वाजता सुद्धा बोलावणं यायचं. कंपनीच्या विपणन विभागाला आयपीएलच्या कामासाठी जुंपण्यात आलं होतं, जे अशा प्रकारचं काम चुटकीसरशी करण्यात एव्हाना पटाईत झालेले होते. पण बाकीच्या कित्येक वेगवेगळ्या विभागांचं काम करण्यासाठी अनुभवी व्यक्तींची साथ मिळवणं हे अवघड काम होतं.

खेळाडूंचा लिलाव हा खूपच विवादास्पद झाला. 'तुम्हाला ज्यांना घ्यावसं वाटतंय

त्या खेळाडूंची यादी तुमच्यापाशी असेल पण अंतिमतः ते खेळाडू तुमच्याच पदरात पडतील याची काही शाश्वती नाही,' शर्मा यांनी स्पष्ट केलं. जर संघाच्या मालकाला एखादा विशिष्ट खेळाडू अगदी काय वाट्टेल ते करून हवाच असेल, तर त्याला तो मिळूसुद्धा शकतो पण त्यासाठी त्याला एवढी जबरदस्त किंमत द्यावी लागेल की ज्या बाकीच्या खेळाडूंची संघाला गरज आहे त्यांना विकत घेण्यासाठी पुरेसे पैसे संघमालकापाशी शिल्लकच राहणार नाहीत. या लिलावांचं दूरचित्रवाणी वाहिन्यांवरून थेट प्रक्षेपण केलं जात होतं आणि माजी नामांकित खेळाडू हे संघमालकांना उपलब्ध खेळांडूमधून चांगल्यांची निवड करण्यासाठी सहाय्य करत असल्याचं प्रत्यक्ष दिसत होतं. पण दिवसाच्या अखेरीस हीच गोष्ट स्पष्ट झाली की कोणालाच त्यांच्या पसंतीचे खेळाडू मिळू शकले नाहीत. मजेची बाब म्हणजे, काही अनोळखी खेळाडूंना प्रचंड मोठी रक्कम मोजून उचलण्यात आलं आणि त्याचवेळी ज्यांच्यासाठी खूप मोठी बोली लागणं अपेक्षित होतं, त्यांना अगदीच थोडक्या रक्कमेवर समाधान मानावं लागलं.

रॉयल चॅलेंजर्सनं असा दोषारोप केला, की द्रविड आणि चारू शर्मा यांनी निवडलेल्या संघामधले बहुतांश खेळाडू हे कसोटी सामने खेळणारे होते. दक्षिण आफ्रिकेचा जॅकस कॅलिस काय किंवा भारतीय कसोटीचा आघाडीचा फलंदाज वसीम जाफर काय दोघंही कमी षटकांच्या जलदगती खेळामधे फारसे निपुण कधीच नव्हते. पण प्रत्यक्षात रॉयल चॅलेंजर्सनं अतिशय उत्तम प्रकारे गोलंदाजीचा मारा केला ज्यामध्ये दक्षिण आफ्रिकेच्या डेल स्टेन आणि भारतीय संघाचा माजी कर्णधार असलेल्या स्पिनर अनिल कुंबळे यांचा मोलाचा वाटा होता. तथापि, खेळाडूंना सातत्याने झालेल्या दुखापती या संघासाठी खूप मोठी डोकेदुखी ठरल्या आणि यापैकी एकाही खेळाडूला आपल्या कामगिरीचा फायदा संघाच्या विजयासाठी मिळवून देता आलाच नाही. 'गोलंदाजांनी ओसंडून वाहणारा हा असा संघ होता की ज्यामध्ये प्रमुख गोलंदाज असा कोणीच नव्हता,' अशी टवाळी

सुद्धा झाली.

टी २० सामन्यांचं स्वरुप असं असतं की शेवटच्या चेंडूपर्यंत सामन्याचं निश्चित भवितव्य कोणीच सांगू शकत नाही. पण रॉयल चॅलेंजर्स संघाच्या पहिल्या सामन्यात अक्षरशः अनर्थ घडला म्हटलं तरी चालेल. प्रसिद्धीपासून जराही दूर राहू न शकणारे मल्ल्या अत्यंत निराश झाले. अशा प्रकारच्या कर्मदरिद्री कामगिरीला ते नक्कीच माफ करणार नव्हते. कार्यालयीन बैठकांमध्ये आणि पार्ट्यांमध्ये सुद्धा प्रश्न विचारले गेले. जेव्हा कंपनीच्या इभ्रतीची चमक राखण्यासाठी तिच्या अधिकाऱ्यांनी अशी मखलाशी केली, की अशा प्रकारच्या सामन्यांचा निकाल हा पूर्णपणे नशिबावर किंवा एखाद्या खराब षटकावर अवलंबून असतो; त्यांना असं ठणकावून सांगण्यात आलं, की युबी समूह हा स्वतःच नशीब स्वतः घडवत असतो.

सामन्यांनतर लगेचच मल्ल्या यांनी आयोजित केलेल्या पार्ट्यांमधे सहभागी होण्यासाठी खेळाडूंना तातडीनं पाचारण करण्यात आलं.

खेळाडूंपैकी काहीजण तिथे हजर झाले देखील परंतु ते एवढे कमालीचे थकलेले होते, की त्यांच्याकडे बघूनच कळत होतं की त्यांची अनुपस्थिती खपवून घेतली जाणार नसल्याचं त्यांना बजावून सांगण्यात आलं असणार. या सगळ्याची जबाबदारी आपल्याकडे आहे, असं जगासमोर दाखविताना आणि वावरताना मल्ल्या अतिशय तणावाखालून जात होते. कसल्याही प्रकारचं कितीही स्पष्टीकरण दिलं तरी ते पुरे पडणार नव्हतं. त्यांनी सरूवातीला खूप आव आणला खरा पण जसं की काही खेळांडूंनी नंतर सांगितलं, अखेरीस त्यांनी आपल्या सीईओला संघाच्या खराब कामगिरीसाठी बळीचा बकरा केलं. नंतर द्रविडच्या हकालपट्टीबाबतदेखील काही वावड्या उठल्या पण बहुधा ते खूपच मोठे गंभीर पाऊल ठरले असते.

इकडे शर्मा यांचे वाईट दिवस सुरू झाले होते. कित्येक गोष्टी पार पाडायच्या होत्या आणि जेव्हा त्यांच्या वडिलांचं निधन झालं तेव्हासुद्धा ते कसेबसे अंत्यसंस्कार आटोपून लगेच दुसऱ्या दिवशी कामावर हजर झाले होते. आपल्या वडिलांच्या शेवटच्या सगळ्या संस्कारांसाठीसुद्धा एखादा पोटचा मुलगा कसा काय हजर राहू शकत नाही, हे त्यांच्या नातेवाईकांना समजूच शकत नव्हतं. पण आपण बाजूला होऊन दुसऱ्या कोणाला तरी आयपीएलच्या संघाची जबाबदारी सोपवणं हे अजिबातच सोपं नव्हतं. सीईओ या नात्यानं आपल्या संघाला मैदानावर उतरवणं आणि संघातील सगळेजण आपल्या पूर्ण क्षमतेने कामगिरी पार पाडतील याची खबरदारी घेणं हे त्यांचं नैतिक कर्तव्यच होतं. तर संघाची कामगिरी उत्तम होईल आणि सगळे खेळाडू संघभावनेनं एकमेकांशी संलग्न राहून खेळतील याची जबाबदारी संघाच्या प्रशिक्षकावर होती. संपूर्ण संघ आपल्या कामावर नीटपणे लक्ष केंद्रीत करेल याची खबरदारी घेण्याचं त्यांचं काम होतं.

पुढे एकदा एनडीटीव्ही वाहिनीसोबतच्या मुलाखतीत मल्ल्या यांना जेव्हा त्यांच्या संघातील खेळाडूंनी केलेल्या निस्तेज कामगिरीबद्दल विचारणा झाली तेव्हा त्यांनी असं स्पष्टीकरण देऊ केलं, की खराब सोयी सुविधा आणि अपुरा सराव यांमुळे तसं झालं. त्यांनी असंही सांगितलं, की आपल्यापाशी स्वतःची अशी खेळाडूंची यादी तयार असताना देखील आपण द्रविड आणि शर्मा यांच्यावर भरवसा ठेवून त्यांच्या मतानुसार संघ निवडण्याची संधी दिली. पण शर्मा यांनी मात्र असा दावा केला की संघ निवडीचं काम द्रविड आणि कुंबळे यांच्यावर सोपवण्यात आलं होतं. द्रविडनं सुद्धा असं सांगितलं, की संघामध्ये निवडलेले खेळाडू योग्यच जरी असले तरी केवळ एका दुर्दैवाच्या फेऱ्यात अडकल्यामुळेच संघाच्या रचनेबाबत टीकाटीप्पणीला सामोरं जावं लागलं.

नंतरच्या काही सामन्यांत रॉयल चॅलेंजर्स संघानं आपली खराब कामगिरी धुवून काढण्यात काही प्रमाणात यश मिळवलं. या सगळ्यांतून काय धडा घेण्यासारखा

आहे तर तो म्हणजे, पाश्चिमात्य देशांच्या तुलनेत भारतीय उद्योजकांचा क्रीडा संघांची मालकी घेण्याबाबतचा दृष्टिकोन हा पार वेगळा आहे. पाश्चात्य देशांतील उद्योगसम्राट पैसा कमावण्याच्या हेतूनं नव्हे तर आपल्या अस्तित्त्वाची – आपल्या पदार्पणाची दखल सगळ्यांची घ्यावी या दृष्टीने संघांची मालकी स्वीकारतात. एखादी सुपर लक्झरी कार विकत घेण्याप्रमाणे ही एक अतिशय प्रतिष्ठेची बाब मानली जाते. शर्मा यांनी अचूक नमूद केल्याप्रमाणे, अधिक पैसा कमावण्यासाठी संघ विकत घेतले जात नाहीत.

विवादास्पद सुरूवातीनंतर पुढे यथावकाश रॉयल चॅलेंजर्स संघ स्थिरावला आणि आजवर आयपीएल सामन्यांच्या दोन सत्रांमध्ये उपविजेतादेखील बनला आहे.

परंतू आजच्या घडीला त्याची ब्रँड व्हॅल्यू लक्षणीय प्रमाणात खालावलेली आहे. ब्रँड्सचे मूल्यांकन करणाऱ्या एका कंपनीच्या मतानुसार, रॉयल चॅलेंजर्सचे मूल्यांकन हे सुमारे १० टक्क्यांनी घसरून अंदाजे ४० दशलक्ष डॉलरपर्यंत आले आहे, ज्यामुळे संघाचा ब्रँड दर्जा 'ए प्लस' वरून घसरून 'ए मायनस' झाला आहे. मल्ल्या हे या संघाची मालकी विकून टाकण्याच्या विचारात असल्याच्या काही अफवादेखील मधल्या काळात उठल्या. पण आता एवढ्या कमी मूल्यांकनाला संघ विकून त्यांना आपली मूळची गुंतवणूकसुद्धा परत मिळू शकेल की नाही शंकाच आहे.

९. ‘व्हाईट अँड मॅके’ ताब्यात घेताना

शक्तिशाली अशा ‘एसडब्लूए’चे मुख्य कार्यकारी अधिकारी गेविन हेविट जेव्हा खूप गडबडीने आपल्या कार्यालयातून खाली उतरले तेव्हा त्यांच्या चेहऱ्यावर अतिशय चिंतेचे भाव होते. त्यांच्या अक्षरशः परसदारातल्या एका स्कॉच व्हिस्कीच्या निर्मात्याने एका भारतीय मद्यसम्राटाबरोबर आपला व्यवसाय विकून टाकण्याची बोलणी चालवली आहेत, ही वार्ता त्यांच्या पचनी पडत नव्हती. कितीही झालं तरी ‘एसडब्लूए’नं एक भली मोठी मोहीम राबवली होती, साऱ्या युरोपियन महासंघाला धक्क्याला लावून आयात मद्यांवर आणि वाईनवर भारताकडून आकारण्यात येणाऱ्या एकतर्फी करांच्या विरोधात जागतिक व्यापार परिषदेसमोर (डब्लूटीओ) याचिका दाखल करविली होती.

केवळ एवढंच नाही, तर ‘एसडब्लूए’नं मळीपासून मद्याची निर्मिती करायला साफ विरोध दर्शविलेला होता. त्यांच्या या धोरणामुळेच युनायटेड स्पिरिट्स सारख्या कित्येक भारतीय मद्यउत्पादकांना युरोपातील अतिशय किफायतशीर अशा बाजारपेठेपासून दूर राहावं लागत होतं. ‘एसडब्लूए’ ही

केवळ धान्यापासून निर्माण झालेल्या व्हिस्कीलाच मान्यता देत होती आणि त्याखेरीज दुसरं काहीही फक्त रम किंवा अगदी ज्यूस म्हणूनच गणलं जात होतं.

एक वेळ अशीही आली होती, की आयात केलेल्या मद्यावरील कर हा विक्री किंमतीच्या २०० टक्के आणि ८०० टक्के एवढादेखील आकारला जात होता. मद्य कोणत्या प्रकारचे आहे आणि ते कोणत्या राज्यात विक्रीस जाणार आहे, यानुसार हा दर ठरत असे. सरकारी वर्तुळात सर्वांनाच हे पक्कं माहिती होतं, की या जबरदस्त कराच्या आकारणीमागे कारणीभूत असलेली लॉबी ही प्रत्यक्षात मद्यउद्योगातील जवळपास ७० टक्के हिश्शावर ताबा असणाऱ्या युनायटेड स्पिरिट्सच्या अधिपत्याखाली कार्यरत होती. करामध्ये थोडीसुद्धा कपात झाली असती तर लगेचच त्याचा थेट विपरित परिणाम या भारतातील सर्वांत बलाढ्य मद्यउत्पादक कंपनीवर झाला असता.

अशा परिस्थितीत आता मल्ल्या यांनी व्हाईट अँड मॅके (पूर्वाश्रमीची किंडाल) ही खास स्कॉटलंडमधल्या धान्यापासून मुबलक प्रमाणावर स्कॉच व्हिस्की तयार करणारी कंपनी खरेदी करण्यासाठी कंबर कसली होती.

'व्हाईट अँड मॅके'मधील सर्वाधिक मालकी हिस्सा ज्यांच्याकडे होता त्या व्हिविएन इमर्मन यांनी कंपनी विकण्यासाठी कोण्या परदेशी कंपनीऐवजी स्कॉटलंडमधल्याच एखाद्या खरेदीदाराचा शोध घ्यावा यासाठी त्यांच्यावर 'एसडब्लूए'कडून प्रचंड दबाव टाकण्यात येत होता. (कर्मधर्मसंयोग असा की कित्येक वर्षांपूर्वी याच 'व्हाईट अँड मॅके'नं आपल्या उत्पादनांच्या वितरण आणि विपणनासाठी शॉ वॉलेसशी करार केलेला होता) इमर्मन आणि इराणमधील मालमत्ता विकसक असलेले त्यांचे मेहुणे रॉबर्ट त्शेंग्विझ (ज्यांनी २००५मध्ये अन्य काही जणांच्या सहयोगानं एक बिलीयन पौंड किमतीला सॉमरफिल्ड हा युकेमधील सुपरमार्केट ग्रूप खरेदी केला) हे नव्या शतकामध्ये नुकतेच उद्योगसम्राट विशेषतः टेकओव्हर टायकून हे बिरुद मिरवू लागले होते. 'व्हाईट

अँड मॅके'ची खरेदी करण्यापूर्वी इमर्मन यांनी 'डेल माँटे'ची विक्री इटलीमधल्या सिरिओ फिनान्झियारा या समूहाला करण्यात यश मिळवलं होतं.

इमर्मन यांनी 'व्हाईट अँड मॅके'चा ताबा आपल्याला मिळावा यासाठी अक्षरशः भगीरथ प्रयत्न केले आणि अखेरीस वर्ष २००५ मध्ये त्यांना कंपनीची संपूर्ण मालकी मिळू शकली. ताब्यात घेतल्यानंतर त्यांनी त्वरित या कंपनीच्या फेरआखणीस सुरवात केली. आपल्या स्कॉटिश कंपनीला जागतिक पातळीवरील सर्वांत बलाढ्य मद्य कंपनी म्हणून ओळख मिळावी अशी इमर्मन यांची महत्त्वाकांक्षा होती आणि त्यामुळेच त्यांनी कंपनीच्या सढळ कारभारावर पकड मिळवत आपल्या उद्दिष्टांकडे लक्ष केंद्रित करायला सुरूवात केली. पण या सगळ्या उपद्व्यापात मधेच एकदम काय बिनसलं कळलंच नाही. एक तर या सगळ्यामध्ये खूप प्रचंड मोठा पैसा गुंतला म्हणून असेल किंवा सरळ सरळ त्यांच्या या सगळ्यातील रसच संपला असेल, नक्की काही सांगता येत नाही. साधारण एखाद्या वर्षभरातच त्यांनी पुन्हा एकदा ही कंपनी विकायला काढली.

असं असलं तरी, ही कंपनी तशी स्वस्तात विकायचा इमर्मन यांचा मुळीच इरादा नव्हता. सुमारे शतकभराचा इतिहास मिरविणाऱ्या या कंपनीकडे जागतिक बाजारपेठेतील १० टक्के हिस्सा होता. वर्ष २०११ मध्ये गुंतवणूकदारांच्या एका गटानं २०८ मिलियन पौंड्स एवढ्या किमतीला 'व्हाईट अँड मॅके'ची खरेदी केली.

जेव्हा ही कंपनी विक्रीस खुली होणार अशी कुणकुण मल्ल्या यांना लागली, त्यांनी ताबडतोब तिच्या खरेदीच्या शक्यतेसंदर्भात धोरणीपणानं चौकशा करायला सुरवात केली. 'व्हाईट अँड मॅके'जवळ स्वतःच्या दालमोअर आणि इस्ले ऑफ ज्युरा या दोन ब्रँड्सच्या खेरीज सुमारे २०० मिलियन डॉलर किमतीचा स्कॉच मद्याचा साठा उपलब्ध होता.

'व्हाईट अँड मॅके'ची खरेदी करण्यामागे मल्ल्या यांचे मुख्यत्वे दोन हेतू होते:

मुबलक प्रमाणात तयार झालेली स्कॉच त्यांना हवी होती, जेणेकरून त्यांच्या कंपनीच्या आयएमएफएल उत्पादनांमध्ये मिश्रण करून ती अधिक जास्त किंमतीला विकणं त्यांना शक्य झालं असतं. खुल्या बाजारपेठेतून स्कॉच विकत घेणं ही एरव्ही प्रचंड आवाक्याबाहेरची खर्चिक बाब होती.

दुसरं कारण म्हणजे, डियाजिओ, पेर्नाड रिचर्ड या सारख्या कंपन्यांचं वर्चस्व असलेल्या जागतिक बाजारपेठेत त्यांना स्वतःला जरा कायदेशीर अस्तित्त्व हवं होतं. आपलं सेकंड होम असलेल्या लंडनमध्ये मल्ल्या जेव्हा जेव्हा जात, ते इमर्मन यांची अवश्य भेट घेऊ लागले. (लंडनमध्ये मल्ल्या यांची पहिली पत्नी समिरा, मुलगा सिद्धार्थ आणि आई ललिता वास्तव्य करतात) तथापि, इमर्मन हे सुरवातीला बराच काळ मल्ल्या यांचे सूतोवाच कळून न कळल्यासारखं करत फेटाळतच राहिले. पण नंतर खूपच चिकाटीनं त्यांनी आपली बोली वाढवली.

मल्ल्या यांच्याबद्दल गंमतीनं असं म्हटलं जातं की, जर का मल्ल्या यांची नजर एखाद्या गोष्टीवर जडली तर केवळ जागतिक महायुद्धच त्यांना ती प्राप्त करण्यावाचून रोखू शकतं. जर त्यांना हवी असलेली कंपनी त्यांनी पटकावली नाही किंवा त्यांनी बोली लावलेली पाटी त्यांना प्राप्त झाली नाही तर त्यामागे, 'आयत्यावेळी त्यांनी आपला विचार बदलला' एवढं एकच कारण असू शकतं.

इमर्मन यांनी असं ठामपणे सांगितलं, की एकाच सरधोपट बोलीपेक्षा ते आणखी जास्त प्रमाणातील प्रस्तावांची पडताळणी करत आहे, पण त्यांनी बोली लावणाऱ्यांची नावं मात्र जाहीर केली नाहीत. त्यावेळेस 'व्हाईट अँड मॅके'चे मूल्यांकन ६०० मिलियन पौंड्स एवढे होते. मल्ल्या यांच्या युनायटेड स्पिरिट्सनं मात्र या कंपनीच्या खरेदीसाठी ४७५ मिलियन पौंडाचं मूल्यांकन केलं होतं.

मे २००७ मध्ये व्यवहार पुरा होण्याच्या काही वर्ष आधीच त्याबद्दलची बोलणी सुरू झाली होती.

आपला जास्तीत जास्त फायदा व्हावा यासाठी दोन्ही कंपन्या 'थांबा आणि पाहा'ची खेळी खेळत होत्या. आपण सुरवातीला नमूद केलेल्या किंमतीपासून दोघांपैकी कोणीच तसूभरही मागे हटायला तयार नव्हते. जर या ग्लासगोस्थित कंपनीची आपली अपेक्षित किंमत कमी करण्याची तयारी नसेल, तर आपण खुशाल ही कंपनी विकत घेण्याची बोली काढून घेण्याचा विचार करत आहोत, असे मल्ल्या यांनी भारतीय प्रसारमाध्यमांना सांगण्यास सुरवात केली.

'सहारा एअरवेज' जेव्हा विक्रीसाठी उपलब्ध होती, मल्ल्या यांनी अगदी असंच केलं होतं. त्यांनी या विमान कंपनीच्या खरेदीसाठीची बोली सातत्यानं वाढवतं नेली, ज्यामुळे त्यांची स्पर्धक असलेल्या जेट एअरवेजला देखील उच्चांकी किंमतीची बोली बोलणं भाग पडलं आणि मग अशातच किंमत खूपच जास्त असल्याचं सांगत मल्ल्या यांनी या व्यवहारातून अचानक माघार घेतली. त्यामुळे, जेट एअरवेज ही एकटीच बोली लावणारी कंपनी उरली. सहारा एअरवेजच्या खरेदीसाठी जेटनं बोली लावलेली किंमत खूप अवास्तव असल्याचं सगळेजण सांगत असतानादेखील आता तेवढ्या किमतीला तिची खरेदी करण्यावाचून जेट एअरवेजला गत्यंतर उरलं नाही. यामध्ये पूर्ण तथ्य असल्याचं काही वर्षांतच सिद्ध झालं आणि नरेश गोयल यांना या व्यवहारातून झालेलं नुकसान भरून काढण्यासाठी पुढे कित्येक वर्षे लागली.

दुसऱ्या एका प्रसंगात, युनायटेड स्पिरिट्सनं आणखी एका व्यवहारातून अशीच माघार घेतली. यावेळी, शँपेन टेट्टींजर या फ्रेंच कंपनीच्या खरेदीसाठीची बोली होती. त्या कंपनीच्या मालकांनी अपेक्षित प्रतिसाद न दिल्याचं निमित्त झालं.

बऱ्याच साऱ्या चर्चेच्या फेऱ्या पार पडल्यानंतर इमर्मन हे अखेर कंपनीच्या वास्तव मूल्यापेक्षा कितीतरी अधिक असलेल्या किमतीला 'व्हाईट अँड मॅके' विकायला तयार झाले.

१६ मे २००७ रोजी इमर्मन आणि मल्ल्या दोघेही ग्लासगो येथे एकत्र आले आणि त्यांनी हा व्यवहार पूर्ण झाल्याची अधिकृत घोषणा केली. मल्ल्या यांनी अखेर ५९५ मिलियन पौंड्स (सुमारे १.२ बिलियन डॉलर) एवढ्या किमतीला 'व्हाईट अँड मॅके' कंपनी खरेदी केली होती. मल्ल्या यांनी नंतर वृत्तपत्रांना असं सांगितलं, की इस्ले ऑफ ज्युरा हे त्यांच्या वडिलांचे सर्वांत लाडके पेय असल्याकारणाने 'व्हाईट अँड मॅके' कंपनीबद्दल त्यांच्या एक मनात भावनिक जिव्हाळा आहे.

'व्हाईट अँड मॅके'जवळ १५५ दशलक्ष लिटर एवढ्या स्कॉचचा साठा शिल्लक होता, ज्यांचं मूल्य साधारण ३५० मिलियन ते ४०० मिलियन पौंड्स एवढं होतं. डालमोअर सिंगल हायलँड माल्ट आणि व्लादिवीर व्होडका या कंपनीच्या दोन ब्रँड्सचं मूल्य सुमारे १८० मिलियन पौंड्स होतं.

पण या किमतीमध्ये कंपनीच्या डोक्यावर असलेल्या १७५ मिलियन पौंड्सच्या कर्जाचा देखील समावेश होता. आयसीआयसीआय आणि सिटीग्राऊंड इन्क यांनी हा सगळा व्यवहार हाताळला.

या कंपनीच्या मालकीसोबत अजून काही मिळालं असेल तर ते म्हणजे: वार्षिक ४० दशलक्ष लिटर क्षमता असलेली इन्व्हरगॉर्डन डिस्टीलरी, स्कॉटलंडमधल्या चार माल्ट डिस्टीलरीज् आणि वार्षिक १२ दशलक्ष केसेस निर्मितीची क्षमता असलेला ग्रेंजमाऊथ बॉटलिंग प्रकल्प. युकेच्या व्हिस्की बाजारपेठेत कंपनीचा तीन टक्के हिस्सा होता.

सुरवातीपासूनच 'व्हाईट अँड मॅके'ची मल्ल्या यांना विक्री करण्यास विरोध असलेल्या एसडब्लूएच्या प्रमुखांना आपला मुद्दा योग्यच असल्याचं आता लक्षात आलं होतं. त्यांची प्रतिक्रिया विचारल्यानंतर, हेविट उत्तरले की स्कॉच किती लोकप्रिय आहे आणि जगात फक्त अस्सल स्कॉचची विक्रीच व्हायला हवी, हेच यावरून सिद्ध होतं. ते उघडपणे एवढंच बोलले नाहीत: 'तुम्हीच पाहा, मी म्हणत

होतो ते कसं खरं ठरलंय ते. त्यामुळे अनधिकृत व्हिस्कीची निर्मिती करणं थांबवा आणि त्यापेक्षा बऱ्याच कमी किमतीला अस्सल स्कॉच आयात करा.’

तरीही आयात शुल्कात, करात कपात करून ते स्वीकारार्ह पातळीवर आणायला भारत सरकारला पुढे पाच वर्षे लागली. अशा पातळीवर की जी युरोपियन महासंघाच्या सभासदांना स्वीकारार्ह असेल.

दरम्यान, या व्यवहाराचे ५९५ मिलियन पौंड्स चुकते करण्यासाठी मल्ल्या यांना प्रचंड मोठ्या रकमेचं म्हणजे ३२५ मिलियन पौंड्स एवढं कर्ज घ्यावं लागलं आणि हे कर्ज त्यांनी ‘व्हाईट अँड मॅके’ची मालमत्ता तारण ठेवून उभं केलं. पण वर्ष २०१२ पर्यंत या कंपनीचा कायापालट झाला. तत्पूर्वी तोट्यात चालणारी ही कंपनी चांगली नावारूपाला येऊन करपूर्व नफ्याची नोंद करू लागली.

पुढे युकेच्या अविश्वासदर्शक कायद्यानुसार आपल्यावर नियमभंगाचा ठपका बसू नये यासाठी कंपनीची मालकी असलेल्या ‘डियाजिओ’ला तिची विक्री करण्याखेरीज पर्याय उरला नाही आणि अशा रीतीनं ‘व्हाईट अँड मॅके’ कंपनी पुन्हा एकदा बाजाराच्या ऐरणीवर येऊन उभी ठाकली.

१०. 'दि डियाजिओ डील'

मल्ल्या यांचा बालेकिल्ला असलेलं युबी सिटी हेडक्वार्टर म्हणजे जणू न्यूयॉर्कच्या एम्पायर स्टेट इमारतीची छोटी प्रतिकृती वाटेल असं आहे. या इमारतीच्या सर्वांत वरच्या मजल्यावर असलेल्या आपल्या पेंटहाऊसमध्ये जाण्यासाठी त्या दिवशी लिफ्टमधून मल्ल्या बाहेर पडत असतानाच त्यांचा फोन वाजला. ब्रिटिशांच्या मालकीच्या असलेल्या डियाजिओ या मद्यकंपनीनं नेमलेल्या सल्लागार मंडळाचा एक सदस्य असलेल्या एका जुन्या मित्राचा तो फोन होता.

अगदी थोडक्यात आटोपलेल्या त्या संभाषणादरम्यान मल्ल्या यांच्या चेहऱ्यावर बऱ्याचवेळा स्मित झळकून गेलेलं दिसलं. संभाषण आटोपून जसे ते आपल्या खोलीमध्ये शिरले आणि बसले तोपर्यंत हे स्मितहास्य अधिकच रुंदावत गेलेलं होतं. हा फोन संपल्यानंतर मल्ल्या यांनी आणखी बरेच कॉल्स केले, आपल्या कर्मचाऱ्यांना भराभरा

काही सूचना दिल्या आणि ते तडक पुन्हा लिफ्टमधे शिरले.

नंतर अवघ्या काही तासांतच ते आपल्या खासगी जेट विमानात बसून लंडनच्या दिशेने रवाना झाले. मल्ल्या यांना फोन करणारा तो मित्र ही भारतीय कॉर्पोरेट जगतातील एक बडी असामी होती. देशातील एका आघाडीच्या बँकेचे अध्यक्ष म्हणूनही या मित्रानं पद भूषविलेलं होतं.

भारताचे केंद्रीय सल्लागार म्हणूनही दरम्यानचा काही काळ त्यांची ओळख प्रस्थापित झालेली होती आणि सरकारने स्थापन केलेल्या काही महत्त्वाच्या कमिट्यांचे प्रमुख म्हणूनही ते काम पाहत होते. वीजेच्या दराचे परिपत्रक कसे आखावे इथपासून ते अतिशय गुंतागुंतीच्या बाजारपेठीय नियामक अध्यादेशांपर्यंत विविध विषयांवर देशातील विविध राज्यसरकारांना सल्ले देण्याचं काम त्यांच्या अध्यक्षतेखालील समित्यांनी पार पाडलेलं होतं.

भारतामध्ये आपल्या कामकाजाचे नियमन करणं आणि तेथील व्यवसायात वाढ करणं यासाठी डियाजिओनं अलिकडेच एका सल्लागार मंडळाची नियुक्ती केली होती. मल्ल्या यांचे हे मित्र याच सल्लागार मंडळाचा एक भाग होते.

भारतामधील डियाजिओचा प्रवास हा फारसा काही सुलभ सुकर झालेला नव्हता. वर्ष १९९४ मध्ये कधीतरी यूडीव्ही इंडिया या नावानं कंपनीनं कामकाजाला सुरवात केली. पण सुमारे दशकभरातच (वर्ष २००० च्या आसपास) लंडनस्थित या कंपनीनं गिल्बिज् ग्रीन लेबल या प्रसिद्ध ब्रँडसकट आपला सारा व्यवसाय विकून टाकला आणि ती भारतातून मार्गस्थ झाली. ग्रीन लेबल व्हिस्की ही सर्वाधिक विक्री होणाऱ्या मद्यांमध्ये तिसऱ्या क्रमांकावर असतानादेखील डियाजिओनं या बाजारपेठेतून आपलं अंग काढून घेतलं, या निर्णयामध्ये चुकीचे दिशाभूल करणारे सल्ले आणि दूरदृष्टीचा अभाव या दोन्हीचा समसमान वाटा असला पाहिजे.

कालांतरानं मात्र, जगातील सर्वांत मोठी बाजारपेठ म्हणून उदयाला येत असलेल्या भारतातून बाहेर पडण्याच्या आपल्या निर्णयातील फोलपणा लक्षात येऊन डियाजिओनं सहयोग कराराच्या माध्यमातून पुन्हा येथे प्रवेश करायचं ठरवलं.

त्यासाठी रॅडिको खेतान या कंपनीसोबत साहसवित्त करार (जॉईंट व्हेंचर) करून आणि एका हिंदी चित्रपट स्टार असलेल्या अभिनेत्याला ब्रँडच्या प्रसिद्धीसाठी नेमून वर्ष २००६ मध्ये डियाजिओनं भारतात पुनरागमन केलं. तथापि, मास्टरस्ट्रोक या ब्रँडला अक्षरशः शेल्फवरून उतरून ग्राहकांच्या हातात जाणं कधीच साधलं नाही आणि डियाजिओ रॅडिको डिस्टीलरीज् ही साहसवित्त करार कंपनी सहा वर्षांतच रसातळाला गेली.

त्यानंतर डियाजिओनं दक्षिण कोरियामध्ये सिग्रॅमचे ब्रँड्स खरेदी केले पण त्या कंपनीच्या भारतातील ब्रँड्ससाठी बोली लावण्यास मात्र नकार दिला. असं असलं तरी तिची स्पर्धक असलेल्या पेर्नाड रिचर्ड कंपनीनं मात्र सिग्रॅमचे भारतातील ब्रँड्स हातोहात उचलले, त्यामध्ये ब्लेंडर्स प्राईड, रॉयल स्टॅग आणि इम्पिरियल ब्लू सारख्या प्रसिद्ध ब्रँड्सचा समावेश होता. पुढं दशकभरातच पेर्नाड रिचर्डनं अत्यंत बळकट विस्तार असलेल्या युनायटेड स्पिरिट्सच्या व्यवसायाला ग्रहण लावायला सुरवात केली. वर्ष २०११-१२ मध्ये पेर्नाड रिचर्डचा भारतीय व्यवसायातून मिळणारा निव्वळ नफा ५९३ कोटी रुपये झाला होता, त्याचवेळी युनायटेड स्पिरिस्टचा नफा मात्र ३४३ कोटी रुपये एवढाच होता.

एवढ्यानं भागलं नाही म्हणून की काय, पण डियाजिओच्या पुढ्यात आणखीही संकटं वाढून ठेवलेली होती. वर्ष २००९ मध्ये कंपनीचे भारतातील व्यवस्थापकीय संचालक असिफ अदिल यांच्यासह अन्य बऱ्याच प्रमुख अधिकाऱ्यांनी चक्क या कंपनीला अचानकपणे रामराम ठोकला. निधीचा अनागोंदी गैरवापर, कच्च्या मालाचं ढिसाळ नियोजन-व्यवस्थापन आणि प्रचार, प्रसिद्धीसाठी झालेला

बेफाट, बेहिशेबी खर्च यांच्या अन्वये जी अंतर्गत शोधचौकशी राबविण्यात आली तिचा परिणाम म्हणून ही अधिकारी गळती झाली असं मानलं जातं. दुसरीकडे डियाजिओनं मात्र ही सारी गच्छंती तसंच बाकीच्या कर्मचाऱ्यांची हलवाहलव हा कंपनीच्या अंतर्गत फेररचनेचा एक भाग असल्याची मखलाशी केली.

वर्ष २०११ मध्ये मात्र पाणी अगदीच डोक्यावर चढलं. अमेरिकास्थित शेअर बाजार रोखे नियामक आणि व्यवहार आयोग अर्थात् स्टॉक एक्स्चेंज रेग्युलेटर सिक्युरिटीज् अँड एक्स्चेंज कमिशन (एसईसी) या संघटनेनं डियाजिओच्या भारत, दक्षिण कोरिया आणि थायलंड या देशांतील व्यवसायामध्ये आर्थिक गैरव्यवहार झाल्याचं सिद्धं केलं. आयोगानं दिलेल्या आदेशानुसार डियाजिओला दंडाच्या रकमेसह एकूण १६ मिलियन डॉलर एवढी रक्कम चुकती करावी लागली. अमेरिकेच्या परकी गैरव्यवहार कायद्याचं (एफसीपीए) उल्लंघन करून या कंपनीनं सरकारी अधिकाऱ्यांना गैरमार्गानं सुमारे २.७ मिलियन डॉलर एवढा पैसा चारला असा आरोप तिच्यावर ठेवण्यात आला होता. आपल्या जॉनी वॉकर आणि विंडसर स्कॉच व्हिस्की या दोन ब्रँड्सना विक्रीच्या आणि कराच्या सवलती मिळाव्यात यासाठी भारत, दक्षिण कोरिया आणि थायलंड येथील आपल्या उपकंपन्यांच्या माध्यमातून सरकारी अधिकाऱ्यांना फितविण्यासाठी हा पैसा वापरला गेल्याचं आढळून आलं.

भारतामध्ये विशेषकरून वर्ष २००३ ते २००९ दरम्यान शेकडो सरकारी अधिकाऱ्यांना मिळून १.७ मिलियन डॉलर्स एवढा पैसा अनधिकृतरीत्या चारला गेला. डियाजिओच्या पेयांच्या भारतातील खरेदी अथवा विक्रीला परवानगी देण्याच्या व्यवहारामध्ये या सर्व अधिकाऱ्यांचा काही ना काही संबंध गुंतलेला होता. या लाचखोरीचं फलित म्हणून डियाजिओची विक्री वाढून कंपनीनं तब्बल ११ मिलियन डॉलरहून अधिक रकमेचा नफा कमावला.

आपल्या संकेतस्थळावर एसईसीनं असं प्रसिद्ध केलंय, की डियाजिओनं

आपल्यावरील सर्व आरोप मान्य करून त्यांच्या भरपाईपोटी एसईसीला १६ मिलियन डॉलर चुकते केले, तसंच भविष्यकाळात एफसीपीएच्या कुठल्याही नियमांचं कधीही उल्लंघन केलं जागार नाही अशी कबुलीदेखील देऊन टाकली आहे.

'कित्येक वर्षे डियाजिओच्या उपकंपन्यांनी परदेशी सरकारी अधिकाऱ्यांना शेकडोवेळा गैरमार्गानं मुबलक पैसा पुरवला,' असं एसईसीच्या अंमलबजावणी विभागाचे सहयोगी संचालक स्कॉट डब्ल्यू. फ्रिस्टॅड यांनी आपल्या निवेदनात सांगितलं आहे.

'डियाजिओचं दुर्लक्ष आणि दुबळं नियंत्रण याच्या परिणामवश या उपकंपन्यांनी अगदी नियमितपणे मध्यस्थांचा वापर करून घेतला, बिलांमध्ये घोटाळे केले आणि आर्थिक व्यवहारांचं खरं स्वरुप लपवून ठेवण्यासाठी अन्य कित्येक गैरलागू मार्गांचा अवलंब केला.'

पण हे सारं आता भूतकाळात जमा झालेलं होतं. आपल्याला जर अगदी ताबडतोब भारतीय बाजारपेठेतील व्यवासायात उतरायचं असेल, तर युनायटेड स्पिरिट्स या एका आणि एकाच कंपनीच्या आधारावर आपण तसं करू शकतो, हे डियाजिओच्या लक्षात आलं. पण कंपनीचं मूल्यांकन हा एक मुद्दा सातत्यानं 'झारीतील शुक्राचार्य' ठरत होता. मल्ल्या यांची बाजू जास्त भक्कम होती. या दोन दिग्गज कंपन्यांमधील चर्चा अनेक काळ अव्याहत सुरू राहिली पण जेव्हा मूल्यांकनाचा मुद्दा समोर आला, विषयाला एकदम खीळच बसली. समोरचा रस्ताच खुंटला. पण २००९ च्या अखेरीस हे स्पष्ट झालं की युनायटेड स्पिरिट्समधील हिस्सा विकत घेण्यासाठी विजय मल्ल्या यांच्यासोबत सुरू असलेल्या चर्चेमध्ये डियाजिओला काहीच स्थान, महत्त्व नव्हतं. 'मल्ल्या हे जणू पोकरचा गेम खेळत आहेत,' युनायटेड स्पिरिट्ससोबत चर्चा करण्यासाठी नेमलेल्या अधिकाऱ्यांपैकी एकानं अशी शेरेबाजी केल्याची वदंता आहे. त्यांना हे

कळून चुकलं होती, की खेळातील सगळे एक्के मल्ल्या यांच्याच हातात आहेत.

पण तरीही डियाजिओनं आपला दबाव कमी केला नाही. युनायटेड स्पिरिट्समधल्या आपल्या अधिकाऱ्यांना भेटण्यासाठी डियाजिओच्या उच्चाधिकाऱ्यांनी बंगळूरला फेऱ्या सुरूच ठेवल्या. भारतामध्ये आपल्या व्यवसायाचा विस्तार करण्यामागचं गांभीर्य सगळ्यांना नीट कळावं या हेतूनं २०११ मध्ये एका उच्चवर्गीय शक्तिशाली सल्लागार मंडळाची स्थापना करण्यात आली.

एचडीएफसी बँकेचे अध्यक्ष दीपक पारेख, मुरुगप्पा समूहाचे माजी कार्यकारी अध्यक्ष एम. ए. अलगप्पन, हिंदुस्थान युनिलिव्हरचे माजी अध्यक्ष अशोक गांगुली, डियाजिओ इंडियाचे माजी व्यवस्थापकीय संचालक रवी राजगोपाल आणि भारत सरकारचे माजी कॅबिनेट सचिव नरेश चंद्रा अशा दिग्गज मंडळींचा त्यामध्ये समावेश होता.

वर्षभरानंतर या संदर्भातील चर्चेला जरा काही आकार येऊ लागला. डियाजिओच्या दृष्टीनं ही चांगली प्रगतीची, समाधानाची बाब होती, कारण आपण युनायटेड स्पिरिट्ससोबत गांभीर्यानं चर्चा करत आहोत असं ते आता आपले भागधारक आणि प्रसारमाध्यमांना खुशाल सांगू शकत होते. पण मल्ल्या मात्र जरा जास्तच सावध होते. त्यांनी प्रसारमाध्यमांशी बोलताना असं सांगितलं, की जोवर नुसतीच चर्चा सुरू आहे, त्यातून काही ठोस फलनिष्पत्ती होईलच याची खात्री देता येत नाही.

तथापि, या चर्चेमधून नक्कीच लवकरच रसाळ गोमटी फळं चाखायला मिळतील अशी डियाजिओचे मुख्य कार्यकारी अधिकारी असलेल्या ५५ वर्षीय पॉल वॉल्श यांची ठाम धारणा होती. आपल्या स्पर्धात्मक गुणांसाठी मित्रपरिवारात प्रसिद्ध असलेल्या वॉल्श यांच्याकडे डियाजिओचं एका जागतिक शक्तिशाली संघामध्ये

रुपांतर करण्याचं श्रेय जातं. केवळ प्रिमियम पेयांवर लक्ष केंद्रित करण्याच्या मिषानं डियाजिओच्या यादीमधून कित्येक फूड ब्रँड्सना वगळून टाकल्याबद्दल वॉल्श यांच्यावर सुरवातीला टीका झाली होती. पण लांब पल्ल्याच्या शर्यतीत त्यांचा हा धोरणात्मक निर्णय अतिशय फायदेशीर सिद्ध झाला.

मालमत्ता आणि मद्यनिर्माण कंपनी असलेली मेट्रोपॉलिटन आणि आघाडीची पेय निर्माती गिनेस या दोन कंपन्यांच्या विलीनीकरणातून डियाजिओचा जन्म झाला.

पॉल वॉल्श यांनी मुख्य कार्यकारी अधिकारी म्हणून सूत्रं स्वीकारण्यापूर्वी डियाजिओ ही एक बलाढ्य ग्राहकोपयोगी उत्पादन कंपनी म्हणून प्रसिद्ध होती. युनिलिव्हर आणि तत्सम अन्य बलाढ्य कंपन्यांच्या स्पर्धेत टिकून राहायचं असेल तर प्रचंड प्रमाणात पैसा ओतण्याची गरज असून उत्पादन विस्तार आणि कंपन्या ताब्यात घेण्याचं धोरण अवलंबणं आवश्यक असल्याचं वॉल्श यांच्या त्वरित लक्षात आलं.

त्यामुळे, पिल्सबरी आणि बर्गर किंग सारख्या कंपन्या फुंकून टाकून डियाजिओनं फक्त वाढत्या पेय व्यवसायावर आपलं संपूर्ण लक्ष केंद्रित केलं.

आता ज्या दुसऱ्या योद्ध्याला त्यांना नमवायचं होतं, तो म्हणजे भारतीय बाजारपेठ. अर्थात हा विचार तसा बराच उशीरानं कंपनीच्या ध्यानात आला, एव्हाना वॉल्श हे आपल्या मुख्य कार्यकारी अधिकारी पदावरून जवळपास पायउतार होण्याच्या बेताला आले होते. पण ही बाजारपेठच जबरदस्त आकर्षक होती. भारतातील मद्याची एकूण वार्षिक विक्री ही २६० मिलियन केसेस एवढी प्रचंड असून दरवर्षी दुपटीनं वाढणारी होती. दशकभराच्या अवधीतच ही मद्यासाठीची जगातील तिसऱ्या क्रमांकाची बाजारपेठ बनली आणि मूल्याच्या बाबतीत सांगायचं तर येथील वार्षिक उलाढाल ही ३५ बिलियन डॉलरवर पोचलेली होती. जगातील सर्वाधिक खपाच्या टॉप सात व्हिस्कीच्या ब्रँड्सपैकी

सहा ब्रँड हे भारतीय होते आणि भारत ही व्हिस्कीची जगातील सर्वांत मोठी बाजारपेठ म्हणून ओळखली जाऊ लागली होती.

या सगळ्याच्या जोडीला आयात केलेल्या मद्यावर टप्प्याटप्प्यानं करांमध्ये सवलत जाहीर करण्याचा भारत सरकारचा निर्णय ही तर ब्रिटीश कंपनीसाठी अक्षरशः बिन पिये नशा आणणारी बातमी ठरली. भारतात आता कधी नव्हे इतक्या संधी उपलब्ध होत्या.

जगातील सर्वात बलाढ्य ब्रँड्ससुद्धा विकत घेता येतील एवढं मुबलक पैशाचं पाठबळ डियाजिओकडे होतं. युनायटेड स्पिरिट्सचा यादीत समावेश झाल्यानं तर डियाजिओचा भारतीय बाजारपेठेतील हिस्सा उसळून थेट ४५ टक्क्यांवर गेला असता.

डियाजिओच्या सल्लागार मंडळावर असलेल्या त्या मित्रानं मल्ल्या यांना केलेला तो महत्त्वाचा दूरध्वनी कॉल हेच सांगण्यासाठी होता, की चर्चा आता अंतिम टप्प्यावर येऊन ठेपली असून व्यवहार निश्चित होण्याच्या आत एका शेवटच्या बैठकीसाठी आपल्या निवडक अधिकाऱ्यांना सोबत घेऊन मल्ल्या यांनी तातडीनं लंडनला पोचण्याची गरज निर्माण झाली आहे.

प्रत्यक्षात, ऑगस्ट २०१२ च्या शेवटच्या आठवड्यात डियाजिओच्या व्यवस्थापन समितीतील उच्च अधिकाऱ्यांची सिंगापूरमध्ये सुरू असलेली एक बैठक अर्ध्यावर थांबवण्यात आली आणि युनायटेड स्पिरिट्समधील आपल्या सहकाऱ्यांशी बैठकांची मालिकाच सुरू करण्यासाठी म्हणून त्यांना तातडीनं लंडनला पाचारण करण्यात आलं होतं. युनायटेड स्पिरिट्सचे तत्कालीन मुख्य वित्त अधिकारी (सीएफओ) आणि संयुक्त अध्यक्ष पी. ए. मुरली यांनाही या बैठकीसाठी अतिशय तातडीनं लंडनला रवाना व्हावं लागलं.

२०१२ मध्ये जेव्हा या दोन कंपन्यांमध्ये चर्चेला सुरवात झाली, किंगफिशर

एअरलाईन्सचं निव्वळ थकित कर्ज १.७ बिलियन डॉलर एवढं होतं आणि विमान कंपनीचं कामकाज सुरू राखण्यासाठी बँकांकडून निधी उभा करता यावा या हेतूनं युबी होल्डींग्जनं आपले बहुतांश समभाग तारण ठेवले होते. युबी समूहाची हालत यापेक्षा अधिक वाईट कधीही होऊ शकली नसती.

चर्चा करण्यासाठी लंडनमध्ये येऊन दाखल झालेले मल्ल्या हे तुलनेनं अधिक गरीब पण त्याचवेळी अधिक जास्त चलाख होते. डियाजिओला या गोष्टीची जाणीव होती, की भारतीय बाजारपेठेवर युनायटेड स्पिरिट्सचं लक्षणीय वर्चस्व असल्यानं हा व्यवहार आपल्याला तसा महागातच पडणार आहे. २०१२ च्या मध्यावर व्यवहाराच्या बोलाचालींना सुरवात झाली आणि डियाजिओच्या अगदी लगेचच लक्षात आलं की बहुतांश फेऱ्या आपण जिंकत चाललो आहोत. अखेरीस ९ नोव्हेंबर २०१२ ला हा व्यवहार निश्चित झाला. दोन्ही कंपन्यांनी अधिकृत परिपत्रक काढून असं जाहीर केलं, की डियाजिओनं २.१ बिलियन डॉलरच्या बदल्यात युनायटेड स्पिरिट्समधील महत्त्वपूर्ण हिस्सा ताब्यात घेतला आहे. टप्प्याटप्प्यानं हिस्सा संपादन करत अखेर या भारतीय कंपनीतील ५३.४ टक्के हिस्सा हस्तगत करण्यात डियाजिओला यश आलं असतं.

आत्ता झालेल्या या व्यवहारानुसार, डियाजिओला प्रतिसमभाग ११४० रुपये या दरानं प्रवर्तकांकडून युनायटेड स्पिरिट्समधील एकूण २७.४ टक्के हिस्सा मिळणार होता आणि नंतर १४४० रुपये किमतीने उरलेल्या भागधारकांकडून आणखी २६ टक्के हिस्सा खरेदी करण्यासाठी डियाजिओला खुली मुभा उपलब्ध राहणार होती. या सगळ्या व्यवहारामुळे युनायटेड स्पिरिट्सचा हिस्सा फक्त १४.९ टक्के एवढाच उरणार होता.

या व्यवहाराची घोषणा करण्यासाठी आयोजित पत्रकार परिषदेत मल्ल्या यांनी काही धाडसी विधानं केली. ते म्हणाले, की मी आमचा कौटुंबिक दागिना बाजारात विकून टाकत नाहीये तर उलट त्याला अजून जास्त झळाळी मिळवून देतोय.

कंपनीतील महत्त्वाचा मोठा हिस्सा विकून टाकण्याच्या निर्णयाबद्दल मखलाशी करताना ते म्हणाले, युनायटेड स्पिरिट्समधील मोठा हिस्सा विकण्याचा निर्णय घेत असताना त्यांच्या मनात केवळ भागधारकांच्या हिताचं रक्षण करणं एवढा एकच विचार होता.

यापेक्षा अजून चपखल चतुराईचं विधान करणं त्यांना शक्य झालं नसतं. शेवटी ते स्वतःसुद्धा युनायटेड स्पिरिट्सचे भागधारक होतेच की! कंपनीच्या समभागांचा एक मोठा हिस्सा त्यांच्याकडेच तर होता.

वॉल्श यांच्याकडून मुख्य कार्यकारी अधिकारी पदाची सूत्रं घेणारे डियाजिओचे मुख्य कामकाज अधिकारी (सीओओ) इव्हान मेनेझेस हे भारतीय होते. अहमदाबादच्या इंडियन इन्स्टिट्यूट ऑफ मॅनेजमेंट या अत्यंत प्रतिष्ठेच्या संस्थेचे माजी विद्यार्थी असलेल्या मेनेझेस यांची कंपनीतील कामगिरी अतिशय नेटकी होती. अत्यंत मृदुभाषी व्यक्ती असलेले मेनेझेस हे बरीच वर्षे युबी समूहासोबतच्या चर्चांमध्ये सहभागी झालेले होते. हा व्यवहार जसा पूर्णत्वाला गेला, मेनेझेस यांच्या मेहनतीचं फळं म्हणून त्यांना बढती देऊन मुख्य कार्यकारी अधिकारी पदावर नियुक्त करण्यात आलं.

व्यवहार जरी निश्चित झाला होता, तरी डियाजिओसाठी एक संकट वाट पाहात होतंच. एवढी वर्षे जिच्यासाठी मनधरणी केली त्या कंपनीचा ताबा स्वतःकडं घेणं एवढंही सहजसोपं नव्हतं.

भारतातील अविश्वास नियामक संघटना असलेल्या भारतीय स्पर्धा आयोग अर्थात दि कॉम्पिटीशन कमिशन ऑफ इंडियानं (सीसीआय) या व्यवहाराला आक्षेप घेतला. या व्यवहारातील काही मुद्दे हे शक्याशक्यतांवर आधारित असून त्यांना निश्चित अशी बैठक नसल्याचं सीसीआयनं नमूद केलं. कंपनी कायद्यातील कलम २० (४) अन्वये डियाजिओच्या बाजारपेठेतील प्रवेशामुळे कंपनीला काही

अनावश्यक, अनधिकृत लाभ होऊ शकेल की काय असा या आक्षेपामागचा कळीचा मुद्दा होता.

यापूर्वी, शेअर बाजारांची नियंत्रक असलेल्या सेबी या संघटनेने सुद्धा खुल्या विक्री दरम्यान, प्रवर्तक नसलेल्या भागधारकांकडून चांगला प्रतिसाद न मिळाल्यास खरेदीदारांना प्राधान्यानं भागवाटप करण्याच्या निर्णयाबद्दल हरकत नोंदवली होती. या व्यवहारातील सद्य नियम-अटींमुळे अल्पमतातील भागधारकांच्या हितावर अन्याय होईल की काय, असं सेबीला वाटलं. तथापि, काही बदल करून झाल्यानंतर सेबीनं खुल्या बाजारातील व्यवहाराला हिरवा कंदील दाखवला.

या व्यवहारामुळे भारतीय बाजापेठेत मद्य ब्रँड्सना मोठी चालना मिळेल असा निर्वाळा देत कालांतरानं सीसीआयनं देखील या व्यवहाराचा मार्ग सुकर करून दिला. डियाजिओ आणि युनायटेड स्पिरिट्स दोघेही आजवर दोन संपूर्णतः वेगवेगळ्या देशांत, वेगवेगळ्या किंमतींच्या आधारांवर व्यवसाय करत होते; त्यामुळे ब्रँडेड स्पिरिट्सच्या क्षेत्रात या दोघांच्या उत्पादनांची एकमेकांवरच कुरघोडी होण्याची शक्यता अगदी नगण्य, जवळपास नाहीच म्हटलं तरी चालेल, असंही सीसीआयनं नमूद केलं.

तथापि, विश्लेषकांच्या गोटात मात्र डियाजिओचे आशिया-पॅसिफीक विभागाचे अध्यक्ष गिल्बर्ट घोस्टाईन यांनी हे मान्य केलं, की ज्यांपासून फारसा आर्थिक फायदा होत नाही अशा सध्याच्या जनता ब्रँड्सकडे कंपनीचं लक्ष आहे. युनायटेड स्पिरिट्सच्या एकूण उलाढालीपैकी ७५ टक्के वाटा हा अशा जनता ब्रँड्सकडेच आहे. डियाजिओ अगदी लगेच आपलं धोरण त्यानुसार बदलेल असं काही नाही परंतु, या गोष्टीची खूपच जास्त शक्यता वाढते आहे, की कंपनीला मूल्यश्रेणीमध्ये अधिक काम करण्यात रस आहे. अगदी कंपनीचे स्पर्धक पेर्नाड रिचर्ड यांनी जे यशस्वीपणे करून दाखवलंय, तशाच धर्तीवर म्हटलं तरी चालेल.

घोस्टाईल पुढे असंही म्हणाल्याचं म्हटलं जातं, की अगदी मार्जिनच्या बाबतसुद्धा आम्ही पेर्नाड रिचर्डचा मुकाबला करू शकत नाही आणि कित्येक अशा समस्या आहेत, ज्यांच निराकरण करण्यासाठी बराच कालावधी जाणार आहे.

सीसीआय आणि सेबी या दोघींनी भारतामध्ये कामकाज करण्याचा डियाजिओचा मार्ग सुकर करून दिल्यानंतरही या बलाढ्य ब्रिटिश कंपनीला काही समस्यांशी लढा द्यावाच लागणार होता. दुर्दैवानं खुल्या विक्रीची ऑफर ही त्यांपैकीच एक होती.

खुल्या विक्रीची किंमत ही प्रतिसमभाग १४४० रुपये ठेवण्यात आली होती. व्यवहाराची सार्वजनिक घोषणा होण्याच्या आदल्या दिवशी बाजार बंद होताना समभागाची जी किंमत होती तिच्यापेक्षा ही ७.२ टक्के जास्त होती. पण त्या घोषणेनंतर मात्र समभागाची किंमत सातत्यानं वरच जात राहिली. खुल्या विक्रीस सुरवात होण्याची तारीख १० एप्रिल २०१३ अशी अपेक्षित होती आणि त्याच्या कितीतरी दिवस आधीच शेअर बाजारातील या समभागाची किंमत १८०० रुपयांवर जाऊन पोचली. आता खुल्या बाजारातील किमतीची फेररचना होईल अशी प्रत्येकालाच आशा वाटत होती पण डियाजिओच्या स्वतंत्र संचालकांनी दिलेल्या अहवालात असं म्हटलं होतं, की ही किंमत योग्यच असून तिची फेररचना करण्याची अजिबात गरज नाही. किंमतीची वरच्या दिशेनं फेररचना होईल अशा अपेक्षेनं व्यवहाराकडे डोळे लावून बसलेल्या भागधारकांची घोर निराशा झाली.

ज्यावेळी समभागाची किंमत २००० रुपयांच्या पातळीला जाऊन टेकली, त्याचवेळी हे स्पष्ट झालं की आता खुल्या बाजारातून खूपच कमी लोक खरेदी करतील. खुल्या विक्रीचा व्यवहार सांभाळणाऱ्या जेएम फायनान्शियल्सनं असं सांगितलं, की खुल्या विक्रीची ऑफर संपल्यानंतर शेअर बाजारात असं काही वातावरण होतं, की डियाजिओला एकूण उपलब्ध समभागांपैकी जेमतेम एक

टक्काच खरेदी करणं शक्य झालं.

त्यावेळेस समभागांचा व्यवहार हा प्रत्येकी २३०४ रुपये एवढ्या चढ्या किमतीला सुरू होता, ऑफर किंमतीपेक्षा ही किंमत कितीतरी जास्त होती.

इकडे, डियाजिओच्या अधिकाऱ्यांनी अतिशय धाडसानं आणि परखडपणे असं स्पष्ट केलं, की समूहाच्या विरोधात सुरू असलेली काही न्यायालयीन प्रकरणांसारख्या युबी समूहाशी निगडित अन्य कित्येक समस्या त्यांच्या पदरी पडल्या आहेत. लवकरच त्यांना या गोष्टीची जाणीव झाली की कंपनीचा प्रत्यक्ष संपूर्ण ताबा त्यांच्याकडे येण्यासाठी अजून बराच मोठा अवधी जावा लागणार आहे.

तरीदेखील डियाजिओनं युनायटेड स्पिरिट्समधील आपला हिस्सा वाढवत नेण्याची प्रक्रिया सुरूच ठेवली. जुलै २०१३ पर्यंत ५२३५.८५ कोटी रुपयांची गुंतवणूक करून २५.०२ टक्के हिस्सा संपादित करण्यापर्यंत डियाजिओनं मजल मारली. कंपनीनं प्राधान्यकृत समभागांच्या रुपानं खरेदी केलेल्या १० टक्के हिश्शाचादेखील त्यामध्ये समावेश होता. भारतीय बाजारपेठेतील व्यवसायातील ५३ टक्के हिस्सा ताब्यात घेण्यासाठी कंपनीनं जी २ बिलियन डॉलरच्या गुंतवणुकीची योजना आखली होती, त्यापैकी एक बिलियन डॉलरपेक्षा थोडेसेच कमी पैसे एव्हाना खर्चून झालेले होते.

आजमितीस, डियाजिओ ही सातत्याने एकापाठोपाठ एक अशा समस्या–कटकटींच्या जंजाळात गुंतत राहिली आहे. न्यायालयीन लढायांच्या पाठोपाठ युनायटेड स्पिरिट्सच्या पाठीशी काही ना काही अडचणी हात धुवून लागलेल्या आहेतच. किंगफिशर एअरलाईन्सला अर्थपुरवठा करणाऱ्या बँकांच्या संघमंडळानं आता मुख्य कंपनी असलेल्या 'युबीएचएल'च्या विरोधात गाशा गुंडाळण्याची याचिका दाखल केली आहे. अलिकडेच इकॉनॉमिक टाईम्समध्ये प्रकाशित

झालेल्या एका लेखानुसार, सुधारणा होण्याच्या भाबड्या आशेनं या कंपनीला वित्तपुरवठा करून आता भारतातील बँकर्स हे पुरेसे मूर्ख ठरलेले आहेत. भिडस्त या शब्दानं त्यांची संभावना करून लेखात पुढे असं लिहिण्यात आलंय, की मल्ल्या यांचं साम्राज्य धुळीला मिळविण्याची क्षमता त्यांच्यात खरं तर आहे, पण ते असं करणार नाहीत कारण भारतातील उद्योगसम्राटांच्या काष्ट्याला हात घालण्याची त्यांना अजिबातच सवय नाहीये.

या सगळ्याच्या वर्षभर आधी, जेव्हा घेणेकऱ्यांनी स्पष्टपणे आपले पैसे परत मागायला सुरवात केली, मल्ल्या यांच्या कानावर शक्य तेवढ्या सौम्यपणानं, कनवाळू शब्दांत ही बाब घालण्यात आली होती. काही कोटींपेक्षा जास्त ज्यांच देणं थकलेलं नसतं अशा छोट्या गुंतवणूकदारांशी बोलताना या अधिकाऱ्यांनी कधीही एवढा हळुवारपणा जन्मात दाखवला नसता. मल्ल्या यांना आपल्या कार्यालयात पाचारण करण्याऐवजी संघमंडळाच्या उच्चाधिकाऱ्यांनाच चर्चा करण्यासाठी युबी समूहाच्या मुख्यालयात पाठवण्यात आलं. तिथे गेल्यावरसुद्धा प्रत्यक्ष मल्ल्या यांची भेट होण्याऐवजी या अधिकाऱ्यांची मल्ल्यांच्या प्रतिनिधींशी गाठ घालून देण्यात आली, ज्यांनी एकावर एक प्रेझेंटेशन्सचा भडिमार करून या अधिकाऱ्यांची समजूत घालण्याचा सपाटा लावला, की या सगळ्या आपत्तीमधून बाहेर पडण्यासाठी कश्या त्यांच्याकडे सक्षम योजना तयार आहेत आणि त्यांची यशस्वी अंमलबजावणी करण्यात येणार आहे.

अशाप्रकारे अनेकवेळा दरवाजा ठोठावल्यानंतर अखेर एकदाचे मल्ल्या स्वतः एका बैठकीला हजर झाले आणि त्यांनी बँकांच्या अधिकाऱ्यांना पुरतं संभमित केलं. 'तुम्हाला सांगतो, मल्ल्या एकदम कनवाळू आहेत. ते स्वतः आम्हाला भेटले. त्यांनी खूप चांगलं प्रेझेंटेशन केलं आणि आमच्याशी अतिशय सौजन्यानं वागत होते.' किंगफिशर एअरलाईन्सकडून मुबलक येणं बाकी असलेल्या बँकेच्या एका अधिकाऱ्यानं सांगितलं.

युबी समूहाच्या अध्यक्षांनी काही ठाम आश्वासनं दिली का, अशी विचारणा केल्यावर त्या अधिकाऱ्यानं उत्तर दिलं, की 'मल्ल्या यांनी तयार केलेल्या पुनरुज्जीवनाच्या योजनेवर आमचा विश्वास आहे,' वर्ष २०१२ मध्ये वार्षिक सर्वसाधारण सभेनंतर झालेल्या पत्रकार परिषदेत मल्ल्या यांनी सांगितलं, की किंगफिशर एअरलाईन्समधील हिस्सा खरेदी करण्यासाठी काही परदेशी विमान कंपन्यांनी उत्सुकता दाखवली आहे. या निवेदनामुळे किंगफिशर एअरलाईन्सच्या शेअरच्या भावानं उसळी घेतली. एवढंच नव्हे तर कंपनीला कर्ज देणाऱ्या काही बँकांचादेखील यावर विश्वास बसला. 'किंगफिशरमध्ये परदेशी विमान कंपनीला रस असल्याचं त्यांनी सांगितलंय, तेव्हा आपण त्यांना जरा अजून मुदत द्यायला हवी,' एका बँक अधिकाऱ्यानं मल्लिनाथी केली.

प्रसारमाध्यमं तसंच सरकार यांच्याकडून टीकेचा बराच भडिमार झाल्यानंतर, अखेरीस स्टेट बँक ऑफ इंडियाच्या नेतत्वाखाली या घेणेकरी वित्तसंस्थांनी युबी समूहाच्या विरोधात कारवाईचं पाऊल उचलण्यास सुरवात केली. प्रारंभी त्यांनी कंपनीच्या हमी कायद्याच्या कचाट्याखाली आणल्या आणि नंतर साऱ्या समूहाला न्यायालयात खेचण्यात आलं. अखेरीस युबी होल्डींग्ज आणि समूहाचे अध्यक्ष विजय मल्ल्या यांना मालमत्तेचं हस्तांतरण, विक्री वा अन्य कसलेही व्यवहार करण्यास मनाई करणारा अंतरिम आदेश कर्नाटक उच्च न्यायालयाकडून मिळविण्यात आला.

अशा प्रकारच्या कडव्या कारवाईमुळं डियाजिओ अडचणीत सापडली. शेअर बाजाराला दिलेल्या प्रसिद्धी पत्रकात डियाजिओला असं स्पष्टपणे मान्य करावं लागलं, की सेबीनं घालून दिलेल्या मुदतीत युनायटेड स्पिरिट्समधील आणखी २७.४ टक्के हिस्सा खरेदी करणं अवघड होऊन बसलं आहे कारण काही बँकांनी समभाग देऊ करण्यास साफ नकार दिला आहे.

बँकांनी हे समभाग उपलब्ध करून द्यावेत, असा आदेश न्यायालयानं द्यावा

यासाठी युनायटेड स्पिरिट्सनं याचिका दाखल केली परंतु त्या प्रयत्नांना अद्याप तरी काही यश आलेलं नाही.

आता तर केवळ राष्ट्रीयकृत बँकाच युबी समूहाच्या मागे हात धुवून लागल्यात असं नाही. नोव्हेंबर २०१३ मध्ये बीएनपी पारीबास या फ्रेंच कंपनीनं युबी समूहाच्या विरोधात गाशा गुंडाळण्याची याचिका दाखल केली आहे. वर्ष २००६ मध्ये किंगफिशर एअरलाईन्सनं एटीआर ७२–२१२ ए या प्रकारच्या तीन विमानांच्या खरेदीसाठी युबी समूहानं बीएनपीकडून घेतलेल्या २६.६३ मिलियन डॉलर रकमेच्या कॉर्पोरेट गॅरंटीच्या भरपाईसाठी ही याचिका असल्याचं नमूद करण्यात आलं आहे.

वॉल्श आणि मेनेझेस यांना आपल्या कंपनीच्या पथ्यावर पडेल अशा पद्धतीनं हा व्यवहार फिरविण्यात यशं आलं, असं सुरूवातीला वाटलं असेल किंवा आधी केलेल्या विचाराच्या तुलनेत फारच स्वस्तात हा व्यवहार पटला, असंही कोणी म्हणू शकेल. परंतु आजपावेतो एवढं सुलभ–सोपं या व्यवहाराबाबत काहीच घडून आलेलं नाही. पेर्नाड रिचर्ड यांच्या यशामुळे प्रभावित होऊन कंपनीनं हा व्यवहार करण्याची खूप घाई केली की काय? पेर्नाड रिचर्डप्रमाणेच या कंपनीनंदेखील स्वतःचा स्वतः कारभार करून प्रगती साधली असती, तर ते जास्त चांगलं झालं नसतं का? हे प्रश्न अनुत्तरित आहेत पण दोन बिलियन डॉलरचा खर्च मात्र पुरेसा ठरलेला नाहीये हे नक्की. कामकाजी भांडवलामध्ये आणि भांडवली खर्चांमध्ये त्यांना अजूनही सातत्यानं गुंतवणूक करावीच लागणार आहे. त्याखेरीज नियामक आणि नियंत्रक गरजांकडेही लक्ष पुरवावे लागणार आहे, जेणेकरून २०११ मध्ये जे काही घडलं त्याची पुनरावृत्ती होऊन कंपनी त्याची शिकार होणार नाही.

आपल्या दुसऱ्या पर्वामध्ये डियाजिओ शक्य तेवढी सावधगिरीने वागण्याचा कसोशीनं प्रयत्न करते आहे. उदाहरणार्थ, तिनं तामिळनाडूमधून युनायटेड स्पिरिट्सला बाहेर काढलंय. कारण त्या राज्यातून थेट कामकाज केल्यानं

एसईसीच्या नियमावलींचा भंग करण्यास भाग पडतील अशा काही गोष्टी हातून घडण्याची तिला चिंता वाटते. त्यामुळे, डियाजिओनं तिथली आपली डिस्टीलरी आणि ब्रुवरी दुसऱ्या एका कंपनीला विकून टाकली आहे आणि आपल्या उत्पादनांच्या बॉटलिंग आणि मार्केटिंग या दोन कामांसाठी त्याच कंपनीशी सरळ फ्रँचायझी करार करून टाकला आहे.

मल्ल्या यांच्या बाबत बोलायचं तर, ते आजही युनायटेड स्पिरिट्सचे आणि युनायटेड ब्रुवरीजचे अध्यक्षपद भूषवत आहेत. तथापि, बहुतांश महत्त्वाचे निर्णय घेण्याच काम हे साहसवित्त करारातील भागीदार डियाजिओ आणि हेन्केईन यांच्याकडून पार पाडलं जात आहे.

ऋणनिर्देश

हे पुस्तक लिहिणं एक आव्हान होतं, असं म्हणणं म्हणजे खूपच क्षुल्लक ठरेल. या प्रस्तावित प्रकल्पामध्ये स्वतःला सहभागी करून घेण्यास सर्वप्रथम आणि सर्वाधिक विरोध कोणी केला असेल तर तो खुद्द या पुस्तकाचे मध्यवर्ती विषय असलेल्या विजय मल्ल्या यांनीच.

त्यांना याबद्दल विनवणी करणारे अनेक संदेश आणि ईमेल्स पाठविल्यानंतर अखेर एकदा घोर मध्यरात्री मल्ल्या यांनी मला बोलावून घेतलं (त्यांच्यासाठी असं करणं म्हणजे अगदीच नित्याची, किरकोळ बाब).

जेव्हा या प्रकल्पाबद्दलची सगळी माहिती, तपशील त्यांना सांगून मी थांबलो, त्यांनी अत्यंत शांत–निर्विकारपणे या पुस्तकासाठी मुलाखत द्यायला नकार दिला. त्यांनी असं सांगितलं, की ते स्वतःच आत्मचरित्र लिहिण्याच्या मार्गावर असून त्यासंदर्भात

त्यांच्याशी आणि कंपनीशी निगडित असलेल्या विविध लोकांशी बोलून सर्वतोपरी माहिती गोळा करण्यासाठी त्यांनी जगाच्या कानाकोपऱ्यात आपल्या अधिकाऱ्यांना रवाना केलेलं आहे. 'शेकडो तासांचं टिपण माझ्याजवळ आधीच जमा झालेलं आहे आणि मी त्या सगळ्याचं योग्य ते संकलन करण्यासाठी मी आंतरराष्ट्रीय पातळीवरील प्रतिष्ठित पत्रकारांशी चर्चेत आहे. त्यामुळे, तुमच्या प्रकल्पात सहभागी होणं माझ्यासाठी अजिबातच श्रेयस्कर नाही, असं तुम्हाला वाटत नाही का?'

यावर मी अशी प्रतिक्रिया दिली, की त्यांनी अवश्य स्वतःचं पुस्तक लिहावं; पण माझं पुस्तक हे एका पत्रकाराच्या नजरेतून उतरलेलं असेल. पण माझ्या या भलावणीचा त्यांच्यावर काडीमात्र परिणाम झाला नाही. मल्ल्या यांनी मला साफ इशारा दिला की त्यांच्या परवानगीखेरीज त्यांचे अधिकारी माझ्याशी एक शब्दसुद्धा बोलणार नाहीत. मल्ल्या यांच्यासाठी धार्मिक विधी संपन्न करणारा त्यांचा एक अगदी जवळचा सहयोगी जो पुढे त्यांच्यासाठी ज्योतिषी म्हणूनही काम पाहू लागला होता आणि जो स्वतःला मल्ल्या यांचा बालमित्र म्हणवून घेत असे तो अखेरीस माझ्या मदतीला धावून आला: 'त्यांच्या पन्नासाव्या वाढदिवसानिमित्त प्रकाशित झालेलं कॉफी टेबल बुक तुम्ही का वाचून बघत नाही? त्यानुसार तुम्ही तुमचं पुस्तक लिहू शकता आणि मी सांगतो तुम्हाला की ते 'बेस्टसेलर' ठरेल.'

मला असेही काही लोक भेटले ज्यांनी त्यांना स्वतःच्या जीवाची भीती वाटते असं सांगून माझ्याशी बोलण्यास साफ नकार दिला. त्यांच्या या पवित्र्याचं मला खूप आश्चर्य वाटलं; जणू ते कोण्या माफिया बॉसबद्दल बोलणार आहेत, असं त्यांना वाटत होतं की काय?

आपल्या सगळ्यांसारखाच मल्ल्या यांना देखील स्वतःचा मित्र आणि शत्रुपरिवार आहे. जर कोणी त्यांच्यासारखा उद्योगसम्राट असेल तर या परिवारातील सदस्यांच्या संख्येमध्ये कित्येक पटीनं वाढ होणं अगदी स्वाभाविक आहे. त्यांनी

मोठ्या प्रमाणावर प्रभावशाली नेते निर्माण केले ज्यांपैकी कित्येकजण प्रसारमाध्यमांतून कितीतरी काळ कार्यरत राहिले. त्यांच्याकडून मल्ल्यांबद्दल पूर्णतः खरी, निःपक्षपाती माहिती काढून घेणं ही काही सोपी बाब नक्कीच नव्हती. पण सारे मार्ग काही संपलेले नव्हते. त्यांचे काही मित्र, माजी कर्मचारी, व्यवसायातील स्पर्धक, त्यांच्या उत्पादनांचे वितरक आणि सरकारी अधिकारी यांनी बोलण्याची तयारी दर्शवली आणि मुख्य म्हणजे जेव्हा कधी मला या उद्योगविश्वाबद्दल आणि त्या विशिष्ट व्यक्तीबद्दल त्यांच्याजवळ असलेल्या माहितीच्या सरोवरात डुबकी मारायची इच्छा झाली, ते बहुतेक सर्वजण केवळ एका हाकेच्या अंतरावर होते म्हटलं तरी चालेल.

जर मला या माणसाबद्दल समारोपाचं काही बोलायचं झालं, तर मी असं म्हणेन की ते एक अत्यंत एकाकी वृत्तीचे व्यक्ती आहेत आणि माझ्या आजवरच्या 'सखोल अभ्यासाला' अनुसरून सांगायचं झालं तर, त्यांना कधीच कोणी कायमस्वरुपी शत्रू अथवा कायमस्वरुपी मित्र नव्हते. या वाक्यातून मला वाटतं मल्ल्या हे व्यक्तिमत्त्व कमी–अधिक प्रमाणात स्पष्ट होऊ शकेल.

--

एक गोष्ट इथे कबूल केलीच पाहिजे, की द हिंदू या वृत्तपत्रात मी मल्ल्या यांच्यावर लिहिलेला एक लेख वाचून जेव्हा पेंग्विन या प्रकाशन संस्थेनं माझ्यापुढं या पुस्तकाच्या लिखाणाचं काम करण्याचा प्रस्ताव मांडला त्यावेळी माझ्यापाशी वेळेची अतिशय कमतरता भासत होती (त्यावेळी मी पूर्णवेळ नोकरी करत होतो)

या पुस्तकावर जरी एकाच लेखकाचं नाव छापलेलं असलं तरी या प्रयत्नांमागे कित्येक लोकांचं मोलाचं योगदान आहे आणि त्यांच्यापैकी अगदी सगळ्यांच्या नाही तरी काही निवडक लोकांच्या नावाचा जर मी इथे उल्लेख सुद्धा केला नाही तर तो अक्षरशः अक्षम्य गुन्हा ठरेल.

मला कायम आश्चर्य वाटतं, की मल्ल्या यांच्या आयुष्यातील कित्येक घटना अगदी आपली त्यांच्याशी असलेली मैत्री पणाला लावून लोकांनी एवढ्या मुद्देसूद तपशीलानं माझ्यापर्यंत कश्या आणि का पोचवल्या?

पण मग माझ्या लक्षात आलं, की मल्ल्या यांची कथा बाहेरच्या जगाला सांगण्याची मला जेवढी मनापासून आस होती, जवळपास तेवढीच ती त्यांचीसुद्धा इच्छा होतीच. हे पुस्तक आकाराला येण्यामागचं त्यांचं योगदान हे लक्षणीय आहे आणि मी कायमच त्यांच्या या सहयोगाबद्दल अंतःकरणापासून त्यांचा ऋणी राहीन. त्यांची एवढी एकच अट होती आणि ती म्हणजे पुस्तक लिहिताना मल्ल्या यांच्याबाबत मी शक्य तेवढं वस्तुनिष्ठ राहावं आणि याबद्दल मी त्यांना दिलेलं आश्वासन पाळण्याचे मी इथे कसोशीनं प्रयत्न केलेले आहेत.

मल्ल्या यांच्याशी एक तर व्यावसायिक भागीदार किंवा कर्मचारी या स्वरुपात निगडित असलेल्या आणखीही काही जणांनी आपापले अनुभव सांगून मला पुस्तकाच्या कामात सहयोग दिला. आपली ओळख अज्ञातच राहावी अशी त्यांची इच्छा होती. हे पुस्तक साकारण्यासाठी त्यांनी केलेल्या मोलाच्या मदतीबद्दल मी त्यांचा खूप आभारी आहे.

पेंग्विनचे कमिशनिंग एडिटर अनिश चंडी हे माझ्यासाठी जणू स्वर्गातून अवतरले. त्यांचे सातत्यपूर्ण प्रोत्साहन, पाठिंबा आणि काम पूर्ण करण्यासाठी चिकाटीनं केलेला पाठपुरावा यांच्याशिवाय या पुस्तकाचा जन्मच होऊ शकला नसता. माझ्याशी एवढ्या सौहार्दपूर्णतेनं वागल्याबद्दल मी अंतःकरणपूर्वक त्यांचे आभार मानतो. अल जझिराचे ऑनलाईन एडिटर आणि द हिंदू वृत्तपत्राचे संपादकीय सल्लागार म्हणून काम पाहणारे के. एस. दक्षिणा मूर्ती यांनी माझ्यासाठी एखाद्या जहाजाच्या नांगराप्रमाणं काम केलं, त्यांच्या भरवशावर पूर्णपणे विसंबून मी या पुस्तकाचं काम करू शकलो. स्वतः एक लेखक असलेल्या मूर्ती यांनी मला अतिशय मोलाचे सल्ले दिले ज्याचा मला खूपच मोठा उपयोग झाला आणि मी हे

पुस्तक लिहित असताना ज्या प्रकारचा सहयोग त्यांनी दिला त्यासाठी मी त्यांचा अतीव ऋणी आहे.

टेलिग्राफ वृत्तपत्रातील सायन्स एडिटर गणपथी मुदूर यांनी या पुस्तकाची अशी भक्कम रुपरेषा आखण्यात मला सहाय्य केलं, की तिला प्रकाशकांकडून तत्काळ मंजूरी मिळाली. त्यांच्या या मदतीबद्दल मुदूर यांचे मानावेत तेवढे आभार कमीच आहेत.

माझे माजी संपादक आणि कस्तुरी अँड सन्सचे संचालक के. वेणुगोपाल हे माझ्यासाठी सातत्याने प्रोत्साहनपर ऊर्जेचा एक अव्याहत स्त्रोत बनून राहिले आहेत. त्यांचे आभार मानले नाहीत, तर मी कर्तव्यात कसूर केल्यासारखं होईल.

द हिंदू बिझनेस लाईन वृत्तपत्राचे माजी संपादक डी. संपत कुमार यांना जेव्हा मी पेंग्विनकडून आलेल्या प्रस्तावाबद्दल सांगितलं, त्यांनी क्षणमात्र वेळ न घालवता वृत्तपत्राच्या वतीनं मला काम करण्याची परवानगी दिली. माझं हे पहिलंवहिलं पुस्तक लिहिणं सुलभ–सोपं करून टाकल्याबद्दल त्यांचे मनःपूर्वक आभार. माझे सहकारी एन. रामकृष्णन आणि रघुवीर श्रीनिवासन यांनी हे पुस्तक लिहिण्याचे काम सुरू असताना मला खूप मोठे पाठबळ दिले, त्याबद्दल त्यांचे मी आभार मानतो.

माझे मित्र कृष्णाप्रसाद, बी.बी. सुभाष, आर. राजकमल आणि वासुकीप्रसाद तसेच माझे बंधू गुरुप्रसाद यांनी पुस्तकाचं हस्तलिखित बारकाईनं वाचलं आणि मला अत्यंत मोलाचे सल्ले दिले, त्या सगळ्याचा मी पुस्तकात समावेश केलेला आहे.

माझी पत्नी रश्मी आणि मुलगा माधव यांनी हे पुस्तक लिहिण्यासाठी मी कित्येक तास त्यांच्यापासून दूर राहत असूनही तक्रार न करता अगदी आनंदानं मला त्यांच्या आयुष्यातील हक्काचा वेळ–जागा देऊ केली, जे फक्त आणि फक्त तेच

करू शकतात. स्वतः एक पुस्तकप्रेमी ग्रंथवेडी असलेल्या रश्मीनं दिलेले सल्ले या पुस्तकाचं लिखाण करताना माझ्यासाठी अगदी अमूल्य ठरले, त्यांमुळेच हे पुस्तक अधिक वाचनीय झालं यात शंका नाही. पत्नी, मुलगा यांचा संयम आणि मायाळूपणा यांना माझ्या अंतःकरणात कायमच एक खास जागा राहील.